திசைகள் நோக்கிய பயணம்

சை. பீர்முகம்மது (1942)

கோலாலம்பூரில் பிறந்தவர். 1959 முதல் எழுதிவரும் இவரின் நூல்கள் ‘வெண்மணல்’ (1984, 1994, சிறுகதைகள்), ‘பெண் குதிரை’ (1997, நாவல்), ‘கைதிகள் கண்ட கண்டம்’ (1997, ஆஸ்திரேலியப் பயண நூல்), ‘மண்ணும் மனிதர்களும்’ (1998, வரலாறும் இந்தியப் பயணமும்).

மலேசிய இலக்கியத்தை உலகப்பார்வைக்கு எடுத்துச் செல்ல வேண்டும் என்ற கொள்கையின் வெளிப்பாடாக 93 மலேசிய எழுத்தாளர்களின் ஐம்பதாண்டுக் காலச் சிறுகதைகளை ‘வேரும் வாழ்வும்’ என்ற பெயரில் மூன்று தொகுதிகளாக வெளிக்கொண்டுவந்துள்ளார். ‘மலேசியத் தமிழர்களின் வாழ்வும் இலக்கியமும்’ என்ற கட்டுரைத் தொகுப்பையும் நூலாக்கியுள்ளார்.

கட்டுமானத்துறையில் தனது நிறுவனத்தின் நிர்வாகத் தலைவராகவும் இருக்கும் இவர் குடும்ப உணவகங்களையும் நடத்திவருகிறார்.

மலேசியத் தமிழ் எழுத்தாளர் சங்கத்தின் செயலாளர், உதவித் தலைவர், துணைத்தலைவர் பதவிகளை வகித்துள்ள இவர் மலேசிய இந்தியக் குத்தகையாளர்கள் சங்கத்தின் செயலாளராகவும் பணியாற்றியுள்ளார்.

முகவரி: 38-JALAN SELASEH - 19
Taman Sebaseh - II
68100 - Batu Caves, Malaysia
Cell: 6012-3826312

சை. பீர்முகம்மது

திசைகள் நோக்கிய பயணம்

காலச்சுவடு பதிப்பகம்

விலை 125 ரூபாய்

திசைகள் நோக்கிய பயணம் • கட்டுரைகள் • ஆசிரியர்: சை. பீர்முகம்மது • © சை. பீர்முகம்மது • முதல் பதிப்பு: டிசம்பர் 2006, திருத்தப்பட்ட இரண்டாம் பதிப்பு: டிசம்பர் 2007 • வெளியீடு: காலச்சுவடு பதிப்பகம், 669 கே. பி. சாலை, நாகர்கோவில் 629 001 • தொலைபேசி: 91–4652 – 278525 • தொலைநகல்: 91–4652 – 402888 • மின்னஞ்சல்: kalachuvadu @sancharnet.in • அச்சுக்கோப்பு: சுதர்சன் புக் புராசசர்ஸ் அன்ட் டிஸ்ட்ரிப்யூட்டர்ஸ் • அட்டை வடிவமைப்பு: கு. கலைச்செல்வன் • அட்டை அச்சாக்கம்: பிரிண்ட் ஸ்பெஷாலிட்டீஸ், சென்னை 600 014 • அச்சாக்கம்: மணி ஆஃப்செட், சென்னை 600 005.

ticaikaL nookkiya payaNam • Articles • Author: cai. piirmukammatu • © Syed Peer Mohammed • Language: Tamil • First Edition: December 2006, Second Edition with corrections: December 2007

Published by Kalachuvadu Pathippagam, 669 K.P. Road, Nagercoil 629 001, India • Phone: 91-4652 - 278525 • Fax: 91-4652 - 402888 • e-mail: kalachuvadu@sancharnet.in • Typesetting: Sudarsan Book Processors and Distributors • Cover Design: K. Kalaiselvan

ISBN 978- 81-89359-55-3

12/2007/S.No.188, kcp 352, 18.6 (2) 600

தந்தை
K.P. சையது முகம்மது நினைவுக்கு

பொருளடக்கம்

II
ஆளுமைகள்

III
சமூகம்

முன்னுரை

வாழ்க்கை வரலாற்றையும் தன் வரலாறுகளையும் வாசிக்கிறபோது கிடைக்கிற அனுபவமும் உணர்வுகளும் நூதனமானவை. எமக்குத் தெரியாதவர்களாக இருந்தால், அவர்களோடு நீண்ட நாட்கள் பழகியது போன்ற உணர்வை அவை தரக்கூடும். தெரிந்தவர்களாக இருந்தாலோ, 'அட, இப்படியும் பல பக்கங்கள் அவரிடம் ஒளிந்திருந்தனவா?' என்ற வகையிலான ஆச்சரிய உணர்வை அவை எழுப்பக் கூடும்.

நண்பர் சை. பீர் முகம்மதுவின் 'திசைகள் நோக்கிய பயணம்' தொகுதியை வாசித்து முடிந்த பிற்பாடு இந்த உணர்வுகள் எல்லாம் சேர்ந்தே மேலெழுந்தன. ஆறு ஆண்டு கால நட்புத்தான் நமக்கிடையே எனினும் அவரதும் என்னதும் பயணங்களும் திசைகளும் உணர்வுகளும் பல தளங்களில் ஒன்றித்தும் இடைவெட்டியும் தொடர்கின்றன. அவரது பெயரில் தூக்கலாகவும் ('பீர்' முகம் - 'மது') எழுத்துகளில் இடையிடையேயும் கிடைக்கிற போதை நமக்கிடையே மேலும் பிணைப்பைத் தருவது களிப்பூட்டும் அனுபவமாகும்.

சிறு வயதில் நான் ஏராளமான தடவைகள் வாசித்த இன்னுமொரு நூல், பீர்முகம்மது தனது

முதலாவது கட்டுரையில் குறிப்பிடும் ‘அக்கரை இலக்கியம்’. மலேசியா, சிங்கப்பூர் இலக்கியங்களைப் பற்றிய எனது முதல் பதிவு அதுதான். பீர்முகம்மதுவின் ‘சிவப்பு விளக்கு’ கதை இப்போதும் என்னுடைய நினைவில் இருக்கிறது. பலவழிகளில் ‘அக்கரை இலக்கியம்’ ஒரு முன்னோடி முயற்சி. தொகுதியில் எழுதியவர்களுக்கு ‘வாசகர் வட்டம்’ உரிய முறையில் பணம் அனுப்பியது மட்டுமல்ல இந்த முன்னோடித்தனத்தின் காரணம். (பீர், தனக்கு நானூற்றைம்பது ரூபா சன்மானம் தரப்பட்டது என்று கூறுகிறார்; ‘அக்கரை இலக்கிய’த்தில் இடம் பெற்றிருந்த மஹாகவியின் ‘புள்ளி அளவில் ஒரு பூச்சி’ எனும் கவிதைக்காக நூற்றைம்பது ரூபாவுக்கான காசோலை அனுப்பப்பட்டது!)

தமிழ் இலக்கியம் என்பது தமிழ்நாட்டு இலக்கியம் மட்டுமன்று; தமிழ் நாட்டுக்கு வெளியே தமிழ் வாழும், வழங்கும், வளரும் இடங்களிலெல்லாம் படைக்கப்படுகின்ற இலக்கியங்களும்தான் என்ற உண்மையை ‘அக்கரை இலக்கியம்’ சுட்டிக் காட்டியிருந்தது. இது ஒரு சிறப்பு மிக்க திருப்புமுனை எனினும், பீர்முகம்மது இந்தத் தொகுதிக் கட்டுரைகளில் ஆங்காங்கே சாடுவது போல, தமிழ் இலக்கியம் என்பதைத் தமிழ்நாட்டு இலக்கியம் மட்டும்தான் என்று நோக்குகிற பார்வை இன்னும் பலமாகவே இருக்கிறது. இந்தக் கிணற்றுத் தவளை மனோபாவத்திலிருந்து பெரும்பாலான தமிழக எழுத்தாளர்கள், திறனாய்வாளர் மற்றும் இதழியலாளர் விடுபடாத வரை தமிழ் இலக்கியத்தினதும் தமிழ்ப் பண்பாட்டினதும் பல்வேறு திணை களுக்கிடையேயான உயிர்ப்பான உரையாடலும் விவாதமும் இடம் பெறுவது கடினம்.

இத்தகைய பின்னணியில் பீர்முகம்மதுவின் இந்த நூல் வெளியாவது பல தளங்களில் முக்கியமானது என்று நான் கருது கிறேன். மலேசியாவின் ‘தென்றல்’ இதழில் அவர் தொடர்ச்சியாக எழுதி வந்த பத்திகளின் தொகுப்பு நூல் இது. அவரது வாழ்க்கைச் சரிதத்தின் கூறுகள் தவிர்க்க இயலாமல் மலேசியத் தமிழ் இலக்கிய வரலாற்றுடனும் பின்னிப் பிணைந்து கிடப்பதை அவரை நன்கு அறிந்தவர்களும் இந்த நூலை வாசிப்பவர்களும் உணர்வர். இன்னொரு தளத்தில் மலேசியாவுக்கும் தமிழ் கூறும் நல்லுலகத்தின் ஏனைய தளங்களுக்கும் இடையே ஏற்பட்ட / ஏற்பட்டுவருகிற இலக்கியப் பாலங்களுக்கும் தமிழியல் உறவு களுக்கும் பீர்முகம்மதுவுக்கும் இடையே இருக்கிற நெருக்கத்தை யும் இந்த நூல் நளினமான முறையில் விரித்துக் காட்டுகிறது. இலக்கியம், சமூகம், ஆளுமைகள் என்ற பிரிப்பில் அவரது கட்டுரைகள் தொகுக்கப்பட்டிருந்தாலும் அவரது எல்லாக் கட்டுரைகளையும், கண்ணுக்குப் புலனாகாத ஒரு மெல்லிய நூலிழையாக இணைப்பது அவருடைய இலக்கிய வாழ்வும்

பரந்த வாசிப்பும் தார்மிகக் கோபமும்தான். அந்த வகையில் அவரது வாழ்க்கை வரலாற்றை இந்தத் தொகுதியில் இருந்து முற்றாகவே பிரித்துவிட முடியாது என்பது நூலுக்கு மிகுந்த வனப்பைச் சேர்க்கிறது. பீர்முகம்மதுவின் பரந்த வாசிப்பும் தொடர்ந்த தேடலும் நமது எழுத்தாளர் பலரைச் சவாலுக்கு இழுக்க வல்லன. புதுமைப்பித்தனிலிருந்து லதா வரை, போலே சோயிங்கா, நகுகி முதல் தேவாரம், திருவாசகம், ஐராவதம் மகாதேவனின் ஆய்வுகள் வரை பீர்முகம்மது ஆர்வமாக வாசிக்கும் நூல்களும் ஈடுபடும் துறைகளும் அவரது ஆளுமைக் கும் எழுத்துக்கும் பல வண்ணங்களைத் தருகின்றன. நல்ல நூல்களைத் தேடி அவர் அலைகின்ற பயணம், நமது இலக்கிய உலகில் புதியது அன்று. எனினும், கோலாலம்பூரிலிருந்து சென்னை வரை இது நீள்வது, கடல்கோள் அழித்த நமது இலக்கியங்களை விடச் சோகமானது. பல நூற்றாண்டு கால அநுபவங்களுக்குப் பிற்பாடும் இன்றுவரை நல்ல தமிழ்நூல்கள் ஒழுங்காகவும் அதிக அளவிலும் தமிழ் வழங்கும் எல்லா இடங்களிலும் கிடைப்ப தில்லை அல்லவா? பீர்முகம்மதுவின் 'திசைகள் நோக்கிய பயணம்' என்பது நல்ல தமிழ் நூல்களைத் தேடிய பயணமும்தான் என்று சொல்லத் தோன்றுகிறது.

இந்த நூலில் பீர்முகம்மது அலசுகிற பல விடயங்களில் நமது காலத்துக்கு மிகவும் பொருத்தமான மூன்று விவாதங் களைப் பற்றி இந்த முன்னுரையில் நான் குறிப்பிட வேண்டும். 'நூற்றாண்டு அழுக்குகள்' என்ற கட்டுரையில், தமிழ் இலக்கியத் துக்கு முஸ்லிம் புலவர்கள் சேர்த்துள்ள வளத்தைக் கேள்விக் குள்ளாக்குகிற ஒரு இலக்கியவாதியை பீர்முகம்மது சாடுகிறார். சைவத்தையும் தமிழையும் மட்டுமே ஒன்றிணைப்பதும், தமிழ் என்பது சைவம்தான் என்றும் வாதிடுகின்ற ஒரு போக்கு இப்போ தும் இருந்து வருகிறது. சமணம், பௌத்தம், வைணவம், இஸ்லாம், கிறிஸ்தவம் போன்ற பல்வேறு மதங்களையும் உள்வாங்கி இலக்கியச் செழுமையை வெளிவீசிய மொழி தமிழ். தமிழ் மரபில் இருந்து இந்த மதங்களையும் இலக்கியங்களையும் பிரிக்க முடியாது. தமிழின் பொதுமைக்கும் சார்பற்ற தன்மைக்கும் ஈடாகப் பிறமொழிகள் பல இல்லை. அந்த வகையில், செழுமையான, பல்வகையான மதச் சிந்தனை மரபுகளையும் தன்னகத்தே கொண்ட தமிழ்தான் நமக்குத் தேவையானது. காலமறிந்து உரியமுறையில் இந்தக் கருத்தை வலியுறுத்துகிறார் சை. பீர்முகம்மது. பல்வேறு வகையான தீவிரவாதங்களும், அடிப்படைவாதங்களும் எல்லாத் தரப்பில் இருந்தும் பிசாசுகள் போல எழுகையில் நமது மொழி யினதும் மரபினதும் பன்முகப்பாட்டை வலியுறுத்துவது மிகத் தேவையானதாகும். பீர்முகம்மது குறிப்பிடுவது போலத் தமிழ் ஒரு சிலரின் 'அந்தரங்க அறை' அல்ல.

இலக்கியத்தின் உலகப் பொதுவான இயல்பு, சிறகுகளை விரித்து நாட்டு எல்லைகளைக் கடக்கும் அதன் இயங்குதளம் பற்றியும் அதேநேரம் நாடு, பண்பாடு, தேசியம் போன்றன இலக்கியங்களுக்கு வழங்கும் குறிப்பான அல்லது தனித்துவமான இயல்புகளைப் பற்றியும் பீர்முகம்மது, 'சிதைவுகளைக் கொண்டு வரும் இலக்கியப் பிற்போக்கு' என்ற கட்டுரையில் பேசுகிறார். 'மலேசியத் தலைவர்' மெலிந்த இலக்கியத்துக்கு மட்டுமே பரிசு வழங்குவது என்று முடிவெடுக்கிற இலக்கிய அமைப்பொன்றை பீர் விமர்சிக்கிறார். அந்த விமர்சனத்தின் இணையொலியாக, "தமிழ்ச் சூழலில் உள்ளவர்களுக்கு எப்போதுமே எல்லைகளைத் தாண்டுவதில் விருப்பம் இருப்பதில்லை" என்றும் கட்டுடைத்து வெளியேறுவதில் இவர்களின் பார்வை மிகக் குறுகிய வட்டத்தில் தான் சுழன்று வந்துள்ளது என்றும் பீர் குமுறுகிறார். இடம் விட்டலையும் பலருக்கும் அலைந்துழல்வு தரும் அனுபவங்களில் திளைப்பவர்களுக்கும் நாடோடிகளுக்கும் இது துலக்கமான ஒன்று. தமிழிலும் நாடோடிக் கலைஞர்களும், குறவஞ்சித் தமிழரும் இத்தகைய உணர்வுகளைத் தந்துள்ளனர். அவை தரும் புதுமையும் பார்வை வீச்சும் நமது இலக்கியத்துக்கும் கலைகளுக்கும் ஆழம் சேர்ப்பன. அதே நேரம், 'மலேசியத் தன்மை' என்பது தனித்துவமானதும் சிறப்பானதுமான படைப்பு அனுபவங்களைத் தரக் கூடியது என்னும் சாத்தியப்பாட்டையும் நாம் ஏற்றுக்கொள்ள வேண்டும்.

தமிழுக்கு இப்போது நிலமும் நிலக்காட்சிகளும் சேர்ந்தும் சேராமலும் இருக்கக்கூடிய பல திணைகள் உள்ளன. மலேசிய அனுபவம் இலக்கியத்துக்கூடாக எழுப்பக் கூடியவை நமக்குப் புதிய திணை அனுபவங்களாகும். இந்த அனுபவங்களையும் அவை கிளர்த்தும் எழுத்துக்களையும் நாம் தேசியத் தன்மை என்ற வகையில் பார்க்கத் தேவையில்லை. புதிதானதும் தனித்துவ மானதும் அதேநேரம் எங்கிருந்து வாசித்தாலும் நம்மோடு உறவாடக் கூடியதும் என்ற அர்த்தத்தில் புரிந்துகொள்ளலாம் என்று எண்ணுகிறேன்.

'திராவிட தேசியமா, தமிழ்த் தேசியமா?' என்ற கட்டுரையில் திராவிட தேசியத்தின் இயல்பை பீர்முகம்மது வலியுறுத்துவது சுவாரசியமானது. கன்னடர்களையும் தெலுங்கர்களையும் மலையாளத் தோழர்களையும் தமிழோடு ஒன்றாக ஒரு குடையின் கீழ் கொண்டுவருவது அல்ல அவர் கூறுகிற தேசியம். மாறாக, 'தமிழர்கள்' என்ற இனத்துவ அடையாளத்துள் பன்முகப்பட்ட அடையாளக் கூறுகள் இருக்க வேண்டும், இருக்க முடியும் என்பதையே அவர் சுட்டுகிறார். பெரியார் தனது துணைவியுடன் கன்னடத்தில்தான் உரையாடுவார் என்று சுத்தானந்த பாரதியின்

குறிப்பொன்றை ஆதாரமாக வைத்துச் சொல்கிற பீர், 'இனத்துவ' அடிப்படையில் தமிழர் அல்லர் என்று சிலரால் கூறக்கூடிய பலரை ('தமிழ் முரசு' இதழின் நிறுவனர் கோ. சாரங்கபாணி, எம்.ஜி.ஆர்., மலேசியா தமிழ்த் தோட்டத் தொழிலாளர் தலைவர் பி.பி. நாராயணன் போன்றோர்) தமிழர்கள்தானே என்று வாதிடுகிறார். தமிழ்த்துவம், தமிழ்த்தேசியம், போன்ற கருத்தாடல்கள் முனைப்பும் தீவிரமும் பெற்று வரும் இன்றைய சூழலில் பன்முகப்பாங்கான பரிமாணங்களை மறுக்கிற அடையாளங்களைப் பற்றிய நமது கவனத்தைக் கோருகிறார் பீர். இது முக்கியமானது. 'யாதும் ஊரே; யாவரும் கேளிர்' என்பதும் எங்கள் மரபுதானே!

'எழுத்தாளன் எப்போதும் கோபம் கொண்டவனாக இருக்க வேண்டும். சமூகம், அரசியல், மொழி, இலக்கியம், பொருளாதாரம் இவற்றைக் கூர்ந்து பார்ப்பவனாகவும் இருக்க வேண்டும். எங்கெல்லாம் அநியாயம் நடக்கிறதோ அங்கெல்லாம் அவனது எழுத்துப் பாய வேண்டும்' என்று பீர் எழுதுகிற போது அந்தக் கருத்துடன் எம்மில் பலருக்கும் உடன்பாடு உண்டு. கூரிய பார்வையையும், வாசிப்பு வேட்கையையும், தேர்ந்த சுவைப்பையும் வெளிப்படுத்தும் பீர்முகம்மதுவின் கட்டுரைகள் சிலவற்றில் அவருள்ளிருக்கும் சுவைஞரே மேலோங்கிவிடுகிறார். அதனால் தான் என்னவோ புதுமைப்பித்தனையும் மௌனியையும் லா.ச.ரா.வையும் ஸோயிங்காவையும் நயக்கிற அதே நேரம் வைரமுத்துவையும் அப்துல் ரகுமானையும் உயர்ந்த கவிஞர்களாகச் சிலாகிக்க முடிகிறது!

இந்தத் தொகுதியிலேயே எனக்குச் சங்கடம் தந்த கட்டுரை பீரின் ராணுவ அனுபவங்கள் பற்றிய கட்டுரையாகும். படைத்துறைப் பயிற்சி, காட்டு அனுபவங்கள் எனச் சுவாரசியமான ஒரு பதிவுதான் அக்கட்டுரை. என்றாலும், கட்டுரை முடிவில் பீர் கலைஞர்களுக்கு வழங்கும் ஆலோசனையுடன்தான் எனக்குச் சிக்கல் இருக்கிறது. மலேசியாவில் கட்டாயப் படைத்துறைப் பயிற்சி வழங்கப்பட இருப்பதால் தமிழ் இளைஞர்கள் அதனைப் பெற்றுக் கொள்ள வேண்டும் என்று வலியுறுத்துகிறார் பீர். பொறுப்புணர்வு உருவாக்கத்துக்கும் கட்டொழுங்கு ஏற்படுவதற்கும் வன்முறைக் கலாசாரம் மறைவதற்கும் அதுதான் வழி என்று பீர் கருதுகிறார்.

அருமை நண்பரே, கட்டாயப் படைத்துறைப் பயிற்சி இவற்றில் எதையும் உருவாக்கி விடும் என்று நான் நம்பவில்லை. விசுவாசத்தையும் கீழ்ப்படிவையும் உருவாக்கவே அது உதவும். முற்று முழுதாக வன்முறையற்ற கலாசாரத்தையும் வாழ்வியலையும் நாம் உருவாக்கிவிட முடியாதுதான். எனினும், சமூகம்,

படைமயமாவதையும் ஒழுங்கு, கட்டுப்பாடு என்பவற்றைப் படைத் துறையூடாகக் கட்டியெழுப்புவதையும் நாம் தவிர்ப்பதுதான் வளமுள்ள சமூகங்களை உருவாக்கவும் பேணவும் நாம் செய்ய வேண்டியது.

சேரன்

I

இலக்கியம்

புதுமைப்பித்தன் பார்வையில் 'தமிழ் நேசன்'

அண்மையில் தமிழ்நாட்டின் நாகர்கோயிலி லிருந்து வெளிவரும் 'காலச்சுவடு' பத்திரிகை சில அபூர்வ நூல்களைக் கொண்டு வந்துள்ளது. காலாண்டு இதழாக மூன்று மாதத்திற்கொன்றாக வெளிவந்த 'காலச்சுவடு' அண்மைய மாதங்களில் இரண்டு மாதத்திற்கு ஓரிதழாக வெளி வருகிறது. விரைவில் மாத இதழாக வெளிவரும் சாத்தியம் உள்ளது.

சிற்றிதழாக ஆரம்பிக்கப்பெற்ற இந்த இதழின் ஆசிரியராக பிரபல எழுத்தாளர் சுந்தர ராமசாமி இருந்தார். அவரே வெளியீட்டாளராகவும் பணி யாற்றினார். பிறகு தாக்குப் பிடிக்க முடியாமல் பாதியில் 'காலச்சுவடு' நின்று போய்விட்டது.

சுந்தர ராமசாமி தமிழில் சொல்லத்தக்க பிரபலமான எழுத்தாளர். அறுபதுகளில் அவரின் சிறுகதைத் தொகுப்பொன்றைப் படிக்கும் வாய்ப்பு கிடைத்த பிறகு எனது பார்வையிலிருந்து அவரது எழுத்துகள் தப்பியதில்லை.

எழுபதுகளில் சென்னை 'வாசகர் வட்டம்' சில அபூர்வமான நூல்கள் வெளியிட்டது. அதில்

'அக்கரை இலக்கியம்' என்ற வெளிநாட்டு எழுத்தாளர்களின் நூலும் ஒன்று. மலாயாப் பல்கலைக்கழகத்தில் அப்பொழுது பேராசிரியராக இருந்த ஈ.சா.விஸ்வநாதன் மலேசிய எழுத் தாளர்களின் படைப்புகளைத் தொகுத்துக் கொடுத்திருந்தார். அதில் எனது 'சிவப்பு விளக்கு' என்ற சிறுகதையும் இடம் பெற்றிருந்தது. அந்தக் கதைக்காக ரூ.500 சன்மானமாகக் காசோலையொன்றை அனுப்பியிருந்தார்கள். எனக்கு அதிக நெருக்கமான நண்பராக இருந்த 'தீபம்' ஆசிரியர் நா.பார்த்தசாரதி அவர்களுக்கு அந்தக் காசோலையை அனுப்பி எனக்கு வேண்டிய நூல்களை வாங்கி அனுப்பச் சொன்னேன். அந்தப் பட்டியலில் சுந்தர ராமசாமி எழுதிய 'ஒரு புளியமரத்தின் கதை' முதலிடத்தில் இருந்தது. புத்தகப் பார்சலைத் திறந்ததும் 'ஒரு புளியமரத்தின் கதை' நாவலை ஒரே மூச்சில் படித்து முடித்தேன். பல நண்பர்களுக்குப் படிக்கக் கொடுத்தேன். இதில் ஒரு அதிசயம் என்னவென்றால் என்னிடம் நூல்களை வாங்கிப் படிப்பவர்கள் அதைத் திரும்பிக் கொடுக்கும் நினைவே இல்லாமல் இருந்தார்கள். ஆனால் 'ஒரு புளிய மரத்தின் கதை' நாவலை நான் பிடிவாதமாகத் திரும்பப் பெறும் வேலை யில் மிகக் கவனமாக இருந்த காரணத்தால் அது இன்றும் என்னிடம் உள்ளது.

எழுபதுகளில் 'இலக்கியச் சிந்தனை' என்ற நண்பர்கள் சந்திக்கும் ஓர் இலக்கிய அமைப்பை நான், எம்.குமாரன், அருசு.ஜீவானந்தன், சாமிமூர்த்தி முதலானோர் ஆரம்பித்து வாரம் ஒரு முறை சந்தித்து இலக்கியம் பற்றி மணிக்கணக்கில் பேசுவோம். அப்பொழுதுதான் சுந்தர ராமசாமி அவர்களை மலேசியாவிற்கு அழைத்து தீவிர இலக்கியம் பற்றி பேசுவதற்கு ஏற்பாடுகள் செய்யப்பட்டன. அவர் இங்கே வந்த பொழுது கூட்டங்களில் பேசுவதற்கு அனுமதி மறுக்கப்பட்டது. நமது பத்திரிக்கை உலக 'ஜாம்பவான்' என்று சொல்லப்படுகின்ற ஒருவர் அரசாங்கத்திடம் போட்டுக் கொடுத்து அந்த நல்ல காரியத்தைச் செய்தார். 'பெட்டிசன்' போடுவது, கீழறுப்பு செய்வது, வேண்டாதவர் எவ்வளவு பெரிய இலக்கியவாதியாக இருந்தாலும் அவரை ஓரம்கட்டுவது இவரது மிகப்பெரிய இலக்கியப் பணியாக இன்றளவும் இருந்து வருகிறது.

சுந்தர ராமசாமி இன்றளவும் பெரிய எழுத்தாளராக – சிந்தனைவாதியாக மதிக்கப் பெறுகிறார்.

சிங்கப்பூர் அரசாங்கம் இரண்டு ஆண்டுகளுக்கொருமுறை எழுத்தாளர் வாரம் என்ற நிகழ்வை மலாய், சீனம், தமிழ், ஆங்கிலம் ஆகிய நான்கு மொழிகளில் நடத்தி வருகிறது. இந்த இலக்கிய வாரத்திற்கு உலகின் சிறந்த எழுத்தாளர்களை

வரவழைத்து இலக்கிய உரைகள் ஆற்றவைக்கிறது. ஒரு முறை ஜெயகாந்தனை வரவழைத்திருந்தார்கள்.

கேள்வி – பதில் என்ற அங்கத்தில், 'உங்களுக்குப் பிடித்த தமிழ் எழுத்தாளர் யார்?' என்ற கேள்வி முன் வைக்கப்பட்டது.

'இந்தக் கேள்வி வேண்டாமே!' என்று ஜெயகாந்தன் சொல்லிப் பார்த்தார். கேள்வி கேட்டவரும் கூட்டத்தில் இருந்தவர்களும் விடுவதாக இல்லை. ஜெயகாந்தனுக்கு வேறு வழி இல்லாமல், 'என்னைக் கவர்ந்த எழுத்தாளர் சுந்தர ராமசாமி' என்ற பதிலளித்தார்.

உடனே கூட்டத்தில் இருந்தவர்கள், 'சுந்தர ராமசாமி என்ன பெரிய எழுத்தாளர்? அவர் எழுதுவது எங்களுக்குப் புரியவே இல்லை' என்று எதிர்கேள்வி எழுப்பினார்கள்.

உடனே ஜெயகாந்தன், 'கற்றாரைக் கற்றாரே காமுறுவர்' என்று சொன்னார்.

சிறிது காலம் 'காலச்சுவடு' நின்று போய் பிறகு சுந்தர ராமசாமியின் மகன் கண்ணன் இப்பொழுது இரண்டு மாதத்திற்கொரு இதழாகக் கொண்டு வருகிறார். 'தமிழ் இனி 2000' மாநாட்டைச் சென்னையில் உலக எழுத்தாளர்களை யெல்லாம் ஒன்று திரட்டி நடத்தினார். இம்மாநாட்டில் ஆதிகுமணன், பேராசிரியர் டாக்டர் ரெ. கார்த்திகேசு, டாக்டர் சபாபதி, பெ. இராஜேந்திரன், செமினி வேலாயுதம், நான் ஆகியோர் மலேசியாவின் பேராளர்களாகக் கலந்துகொண்டோம்.

இந்த மாநாட்டில் அற்புதமான பல நூல்களைக் 'காலச் சுவடு' வெளியிட்டது. அதற்கு முன்பே 'அன்னை இட்ட தீ' என்ற தலைப்பில் புதுமைப்பித்தன் எழுதி இதுவரை வெளி வராத படைப்புக்களைத் திரட்டி பெரிய நூலாகக் கொண்டு வந்தார்கள். இதில் 'அன்னை இட்ட தீ' புதுமைப்பித்தன் எழுதி முற்றுப்பெறாத நாவலாகும். 'தமிழ் இனி 2000' மாநாட்டின் பொழுது புதுமைப்பித்தனின் அனைத்துச் சிறுகதைகளையும் ஒன்று திரட்டி ஒரு செம்மையான பதிப்பை வெளிக்கொண்டு வந்தார்கள். இதன் பதிப்பாசிரியராக ஆ.இரா. வேங்கடாசலபதி மிகப் பெரிய உழைப்பை வழங்கியுள்ளார். இப்பொழுது இவரே பெருமுயற்சி செய்து 'புதுமைப்பித்தன் கட்டுரைகள்' என்ற தொகுப்பையும் 'காலச்சுவடு' வெளியீடாகக் கொண்டு வந்துள் ளார். இத்தொகுப்பில் புதுமைப்பித்தன் எழுதிய கட்டுரைகள், விமர்சனங்கள் அனைத்தும் விடாமல் இடம் பிடித்துள்ளன.

இதில் நமது மலேசியப் பத்திரிகையான 'தமிழ் நேசன்' 1937இல் விசேஷ மலர் வெளியிட்டுள்ளது. அந்த மலர் பற்றி

சென்னை 'தினமணி' இதழில் 14.2.1938ஆம் தேதி ஒரு சிறிய விமர்சனத்தைப் புதுமைப்பித்தன் எழுதியுள்ளார். உண்மையில் புதுமைப்பித்தனின் பார்வையில் நம் நாட்டுப் பத்திரிக்கை விமர்சிக்கப்பட்டுள்ளதைப் படித்தபொழுது எனக்கு அளவு கடந்த மகிழ்ச்சி ஏற்பட்டது.

'புதுமைப்பித்தன் கட்டுரைகள்' என்ற அத்தொகுப்பில் வந்துள்ள அந்தச் சிறிய பகுதி இதுதான்:

> **தமிழ் நேசன் (விசேஷ மலர் 1937)** மலாய் நாட்டு தமிழ் தினசரியான 'தமிழ் நேச'னின் 1937ஆம் வருஷ விசேஷ மலரின் பிரதி ஒன்று கிடைக்கப் பெற்றோம். வருஷ மலர்களுக்கென்ற பிரத்யேக உரிமை கொண்டாடும் சில பத்திரிகை அம்சங்களான வாழ்த்துச் செய்திகள், ஆசிச் செய்திகள், கவிதை, கட்டுரை, கதை, கலை, சினிமா, நாட்டியம் – யாவும் இதில் இடம் பெற்றிருக் கின்றன.
>
> ஸ்ரீ சுத்தானந்த பாரதியார் மலர் என்று கூறத்தக்க இப்பிரசுரத்தால் மலாய் நாட்டு அன்பர்கள் தமிழ் ஆர்வம் விளங்குகிறது. பதிப்பில் சிறிது கவனம் செலுத்தியிருந்தால் நலம். சமீபத்தில் இதன் ஆசிரியர் காலமானது வருந்தத் தக்க விஷயம்.

1938ஆம் ஆண்டு சென்னை 'தினமணி'யின் நூல் விமர்சனப் பகுதியில் புதுமைப்பித்தன் இவ்வளவுதான் எழுதியுள்ளார். இந்தச் சிறிய விமர்சனத்தில் அன்று பதிவான மூன்று வரலாற்று விஷயங்களைப் பார்க்க முடிகிறது.

ஒன்று, 1937ஆம் ஆண்டு மலாயா வந்த சுத்தானந்த பாரதியாரின் ஆளுமை அந்த விஷேச மலரிலும் பிரதிபலித் துள்ளது. அடுத்தது, அப்பொழுது இருந்த மலாயா மக்களின் தமிழார்வம் பற்றி அவரைப் பேசவைத்துள்ளது. மூன்றாவது, 'தமிழ் நேசன்' பத்திரிகையின் அப்போதைய ஆசிரியராக இருந்து காலமான நரசிம்ம ஐயங்காரின் மறைவும் பதிவாகி யுள்ளது. 'தமிழ் நேசன்' பத்திரிகையின் முதல் ஆசிரியர் நரசிம்ம ஐயங்கார் என்பது இங்கே குறிப்பிட வேண்டிய தகவலாகும்.

ஓர் எழுத்தாளனின் ஆளுமையான எழுத்து 65 ஆண்டுகள் கழிந்தும் பல தகவல்களைச் சொல்கிறது.

ஒரு பத்து வரி விமர்சனம்கூட காலங்கடந்து நமக்கு எவ்வளவு உதவுகிறது. அது வந்த காலத்தில் மேலோட்டமான விமர்சனம் என்றே படிக்கப்பட்டிருக்கும். ஆனால் இன்று அது வரலாறு. நம்மை மீண்டும் 1937ஆம் ஆண்டிற்கு அழைத்துச்

சென்று நமது தமிழார்வத்தை மறு நிர்மாணம் செய்வதற்கு வழி சொல்லுகிறது.

நான் பிறக்காத அந்தக் காலகட்டத்தைப் பற்றி, அதுவும் மலாயா பத்திரிகையின் ஒரு மலர் பற்றி, புதுமைப்பித்தன் விமர்சனம் செய்துள்ளார் என்பதை நினைக்கும்பொழுது எனக்குப் பெரிய மகிழ்ச்சி உண்டாகிறது. நீங்களும் இந்த விமர்சனத்தில் நிச்சயம் மகிழ்ச்சியடைவதற்குப் பல காரணங்கள் இருக்கும்தானே?

கரடி, புலிக்கறி தின்ற பாரதிதாசன்

கவிஞர் ஈரோடு தமிழன்பன் அவர்களைக் காணச் சென்னையிலுள்ள அவரது திருவல்லிக் கேணி இல்லம் சென்றிருந்தேன்.

மலேசியாவிற்கு அவரும் கவிக்கோ அப்துல் ரஹ்மானும் கவிஞர் சிற்பி பாலசுப்ரமணியமும் வந்திருந்த பொழுது அவர்களை நாடு முழுதும் அழைத்துச் சென்று கூட்டங்கள் நடத்தியதில் எனக்கு நெருக்கமான பழக்கம் இருந்தது. ஆயிரம் விளக்கு உசேன் தி.மு.க.வின் முக்கியப் பிரமுகர். அவரைக் காணச் செல்லும் பொழுதெல்லாம் பக்கத்து அடுக்கு மாடியில்தான் தமிழன்பன் இருக்கிறார் என்பதை நான் அறியவில்லை.

நமது மலேசிய எழுத்தாளர்களின் 50 ஆண்டுக் கால சிறுகதைகளின் தொகுப்பான 'வேரும் வாழ்வும்' நூல் வெளியீடு சென்னை நாரதகான சபாவில் நடைபெறவிருந்தது. அதன் அழைப்பை நேரில் தருவதற்கு முகவரியைப் பார்த்த பொழுது கவிஞர் தமிழன்பனின் வீடு ஆயிரம் விளக்கு உசேன் வீட்டின் பக்கத்து அடுக்கில்தான் இருந்தது. அழைப்புடன் அவரைக் காணச் சென்றேன்.

தமிழன்பன் கையில் அவரே எழுதிய 'பாரதிதாசனோடு பத்து ஆண்டுகள்' என்ற நூல் இருந்தது.

விழிகள் பதிப்பகம் வெளியிட்ட அந்த நூலின் பதிப்பாளர் தி. நடராசனும் அங்கே இருந்தார். அப்பொழுதுதான் அச்சிலிருந்து வெளிவந்த நூலைக் காட்டுவதற்கு எடுத்து வந்தார்.

என்னைக் கண்ட கவிஞர் ஈரோடு தமிழன்பன் காப்பி, பலகாரம் எல்லாம் கொடுத்து கடைசியில் 'பாரதிதாசனோடு பத்து ஆண்டுகள்' நூலையும் கையெழுத்துப் போட்டு, 23.9.2000 என்று தேதியும் குறித்துக் கொடுத்தார்.

கரந்தைத் தமிழ்ச்சங்கத்தில் மாணவராக இருந்த ஜெகதீசன் (இதுதான் தமிழன்பனின் இயற்பெயர்) முதன் முதலாக 22.2.1954ஆம் தேதி பாரதிதாசனைச் சந்திக்கிறார். தமிழ்ச்சங்கத்தின் ஆண்டு விழாவில் கலந்துகொள்ள வந்த பாரதிதாசனின் தேவைகளைக் கவனித்துக்கொள்ளும் பொறுப்பைத் தமிழன்பனிடம் ஆசிரியர்கள் கொடுத்திருந்தார்கள்.

அன்று தொட்டு பத்து ஆண்டுகள் தமிழன்பனுக்கு பாரதிதாசனோடு தொடர்பு இருந்துள்ளது. அதை மிகச் சிறப்பான ஒரு நூலாக எழுதியுள்ளார் தமிழன்பன். உயர்ந்து வளர்ந்த உடல், பருத்து அகன்ற மார்பு, கறுத்து மினுத்த நிறம், கூர்ந்து உருளும் கண்கள், குறுகி அடர்ந்த மீசை, வீரம் நிறைந்த பேச்சு, அதட்டிச் சொல்லும் கருத்து – இதுதான் பாரதிதாசன். கரந்தைத் தமிழ்ச் சங்க விழாவிற்கு வந்த கவிஞர் மாணவர் விடுதிக்கு வருகிறார். அன்று மாணவர்களோடு மதிய உணவு உண்ணுவதற்கு ஏற்பாடாகியிருந்தது.

கவிஞர் மாணவர்களைப் பார்த்துக் கேட்கிறார்:

"இறைச்சிக்கு என்ன செய்கிறீர்கள்?"

"கடையிலே வாங்குகிறோம்."

"கடையிலேயா?" என்று கேட்ட கவிஞர் பின்னால் திரும்பி வேகமாகப் பதில் வந்த திசையில் பார்க்கிறார்.

"ஆட்டை, கோழியை உயிரோடு வாங்கி நீங்க, வெட்டி அறுத்துத் திங்கணும்" என்று கூறி நிறுத்திய கவிஞர், "ஏன் அப்படி சொல்றேன் தெரியுமா?" என்று கேட்டார்.

அந்தக் கேள்விக்கு யாரிடமும் பதில் இல்லை.

"அப்பத்தான் இரத்தத்தைப் பார்த்து பார்த்து தைரியம் வரும்! வீரம் வரும்! கோழைப் பசங்கதான் ஆட்டுக்கறிக்குக்

கோழிக்கறிக்குக் கடைக்குப் போவானுங்க" என்று கூறியதைக் கேட்ட மாணவர்களும் பேராசிரியர்களும் வாய்மூடி நின்றார்கள்.

அதில் பேராசிரியர் நா.இராமநாதன் என்பவர் மாணவர்களை அழைத்து, "நாளையிலேர்ந்து கோழி வாங்கிவந்து அறுங்கப்பா" என்று கூறியுள்ளார்.

பாரதிதாசன் பல நெருங்கிய நண்பர்களுடன் பேசும்பொழுது, "தமிழனுக்கு வீரம் வேண்டுமப்பா! கறி சாப்பிடுங்கய்யா! அதுவும் கரடி, புலிக்கறி சாப்பிடுங்கய்யா" என்று கூறியுள்ளார்.

புரட்சிக் கவிஞர் 'குயில்' ஏட்டில் வெளியிட்டு, அவர் இறந்த ஆறு தினங்களுக்குப் பிறகு வெளிவந்த 'பன்மணித் திர'ளில் ஒரு கவிதையில் பாரதிதாசன் கரடி, புலிக்கறி உண்டதாக எழுதியுள்ளார்.

மீன் உண்ணத்தான்
வேண்டும்.
தேடு
நீ மிக உண்ணத்தான்
வேண்டும் ஆடு
நான் உண்டதுண்டு
புலிக்கறியி – னோடு
நல்ல கரடிக்கறியை!
உயர்வென்று பாடு!

இந்தப் பாட்டுக்குப் புரட்சிக் கவிஞர் இட்ட தலைப்பே 'கொலைப்படை வேண்டும்' என்பதாகும்.

பாரதிதாசன் தனது பாட்டுகளில் மட்டுமே வீரம் காட்டியவர் அல்ல. நடை முறையிலும் அவர் வீரராகவே இருந்தார். தமிழ்ப்புலவர் குழு அமைப்பாளர் கி.ஆ.பெ. விஸ்வநாதம் அவர்கள், "அன்றைய சங்கப் புலவர்களில் ஈடற்ற கவிஞர் பாரதிதாசன்தான்" என்று போற்றி தஞ்சையில் கூடிய புலவர் குழுவிற்கு அன்றையத் தலைவராகப் புரட்சிக் கவிஞரை அறிவித்தார். தஞ்சைப் பெரு வீதியில் புலவர்கள், பொதுமக்கள் புடை சூழ ஊர்வலம் போகிறது. முன்னே அலங்கரிக்கப்பட்ட யானை செல்ல, பின்னே புரட்சிக் கவிஞர் மற்றும் புலவர்கள் செல்கிறார்கள்.

திடீரென்று யானையைப் பார்த்துக் கவிஞர் கேட்டார், "இதோ அது எதுக்குப் போகுது சும்மா?"

"ஊர்வலத்துக்குப் பெருமை சேர்க்க, அழகு சேர்க்க" என்று அருகிலிருந்தவர்கள் சொல்ல "நிறுத்து அதை" என்று கவிஞர் தனக்கே உரிய மிடுக்குடன் சொல்லியுள்ளார்.

யானை நிறுத்தப்பட்டது.

"நாம் இந்தக் களிற்றில் ஏறிக்கொள்வோம்" என்றார். கவிஞருக்கு அப்பொழுது அறுபத்தெட்டு வயது. இந்த வயதில் யானையின் மேலேறிச் சவாரி செய்து ஏதும் நடந்துவிட்டால் அனைவருக்கும் கவலை என்றாலும் கவிஞர் ஒரு வீரனைப் போல யானை மீது அமர்ந்து அந்த ஊர்வலத்தில் பங்கு பெற்றது வரலாறு.

அன்றைய நிகழ்ச்சிக்குத் தலைமையேற்கத் தகுதியானவர் புரட்சிக் கவிஞரே என்பதனைக் கொஞ்சம் நயம்பட உரைக்க முற்பட்ட கரந்தைப் புலவர் கல்லூரியின் முதல்வர் திரு. சுயம்பிரகாசம் அவர்கள், "இன்றைய கூட்டத்திற்குப் புரட்சிக் கவிஞரும் முதுபெரும் கிழவருமான ஐயா அவர்களே தலைமை ஏற்க தகுதியுடையவர்கள்" என்று கூறிவிட்டார்.

'முதுபெருங்கிழவர்' என்னும் சொற்றொடர் புரட்சிக் கவிஞரை என்னவோ செய்துவிட்டது. சடக்கென்று கூட்டத்தை விட்டு வெளியே வந்துவிட்டார்.

"என்னையா முது கிழவன் என்கிறாய்?" என்று கூறி தன் கையை மடக்கி சதைப் பகுதியைத் தட்டிக் காட்டி, "இங்கே வந்து வெட்டிப்பார்! பதினெட்டு வயசு பையனின் இரத்தம் இருக்குதா, இல்லையா பார்!" என்று சவால் விட்டிருக்கிறார்.

கவிஞரின் கோபக்குரல் கேட்டுப் பதறிப்போன திரு. சுயம்பிரகாசம், "ஐயா, நான் அந்தப் பொருளில் சொல்ல வில்லை. 'கிழவர்' என்றால் உரிமையுடையவர் என்றல்லவா பொருள்? நான் தவறாகச் சொல்லவில்லையே" என்று சொல்ல,

"அந்தக் கதையெல்லாம் என்னிடம் வேண்டாம்!" என்று ஆறிய சினத்துடனும் அரும்பிய முறுவலுடனும் கூற, கூட்டம் கைதட்டி ஆரவாரித்தது.

வாகீச கலாநிதி கி.வா. ஜகந்நாதன் பாரதிதாசன் இறந்த பிறகு ஒரு இரங்கற் செய்தி எழுதியிருந்தார். அது பல உட் பொருள் கொண்டது. கி.வா.ஜ. பரம முருக பக்தர். பாரதி தாசன் பகுத்தறிவுவாதி. பெரியாரின் கொள்கை கொண்டவர். அந்தச் செய்தி மிகுந்த கவித்துவமும் வாய்ந்தது.

"நான் நடந்துகொண்டிருந்தேன். என் காலைக் கல் ஒன்று தாக்கிவிட்டது. அடிபட்ட விரலின் வலியைத் தாங்க முடிய வில்லை. குனிந்து பார்த்தேன். விரலிலிருந்து இரத்தம் கொட்டிக் கொண்டிருந்தது. தட்டிவிட்ட கல்லைப் பார்த்தேன். வைரக் கல்லாக இருந்தது. அதுதான் பாரதிதாசன்."

கி.வா.ஜ.வின் எழுத்தாண்மையை இந்த இரங்கற்செய்தி அற்புதமாக வெளிப்படுத்துகிறதுதானே?

ஒருமுறை வானொலி நிலையம் கவியரங்கம் ஒன்றை நடத்தியது. இக்கவியரங்கில் பாரதிதாசன், கி.வா.ஜ. போன்றவர்கள் கலந்துகொண்டார்கள். கவியரங்கம் நிறைவு பெற்றதும் வானொலி நிலையத்தார் அனைவருக்கும் காசோலை கள் தந்துள்ளார்கள். எல்லாருக்கும் ஒரே அளவு தொகையாக இருப்பதைப் பார்த்த கி.வா.ஜ. நிலைய இயக்குநரிடம்,

"பாரதிதாசன் பாடிய கவிதைதான் மிகச் சிறந்த கவிதை. அவருக்கும் மற்றவருக்கும் கொடுக்கும் தொகையையே தருவது நியாயமாகாது" என்று வாதாடினார்.

"கவிதைக்குத் தக்கவாறு பணம் தருவது எங்களால் இயலாது. நிலைய சட்டத்திட்டங்கள் அதற்கு இடம் தராது" என்று இயக்குநர் விளக்கினார். ஆனால் கி.வா.ஜ. தனக்குரிய காசோலையையும் பெற்றுக்கொள்ள மறுத்து, "பாரதிதாசன் பாடியதுதான் பாட்டு! நாங்கள் பாடியதெல்லாம் அதனோடு சமப்படுத்துவதை ஒப்புக்கொள்ள முடியாது" என்று கூறி மீண்டும் மீண்டும் நிலைய இயக்குநரிடம் போராடினார். நிலையத்தார் கொடுத்த காசோலையை வாங்கவே இல்லை அவர். முடிவில் இயக்குநர் ஒரு மாற்று வழியாக பாரதிதாசனிடம் பாரதியார் பற்றி ஓர் நேர்காணல் நிகழ்த்தி அதற்குரிய தொகையையும் சேர்த்துக் காசோலை தந்தார். அதன் பிறகே கி.வா.ஜ. திருப்தி யுற்றார்.

கொள்கை என்று பார்த்தால் கி.வா.ஜ.வும் பாரதிதாசனும் இரு துருவங்கள் – தமிழ், நல்ல கவிதை என்று வரும்பொழுது அந்தத் தமிழுள்ளம் எவ்வளவு விரிவானது ஆழமானது. இப்பொழுதெல்லாம் தனக்குக் கிடைக்க வேண்டியது சரியாக இருக்கிறதா என்பதைப் பார்ப்பவர்கள்தானே அதிகம்.

பாரதிதாசனைத் தாக்கியவர்கள் பலர், அதில் கவிஞர் கண்ணதாசனும் ஒருவர். தான் நடத்திய 'தென்றல்' பத்திரிகை யில் 'குரல் கெட்ட குயிலே' என்ற தலைப்பில் தனது வெறுப்பை யெல்லாம் கொட்டி கண்ணதாசன் எழுதினார்.

அந்த நேரத்தில் ஈரோடு தமிழன்பன் கண்ணதாசனைப் பற்றிக் கேட்கும் பொழுது மனந்திறந்து பேசினார் புரட்சிக் கவிஞர்.

"இன்னிக்குப் படப்பாட்டு எழுதுறதிலே அவனை அடிச்சிக்க ஆள் கிடையாது. எந்தக் கதைச் சம்பவம் கொடுத் தாலும் 'மடார்'னு எழுதுவான். எந்த இசைக்கும் எழுதுவான். அவனும் நம்மவந்தானே? இருந்துட்டுப் போறான்."

பொறாமை நிறைந்த இன்றைய உலகில் பாரதிதாசனாரின் முரட்டு மீசைக்குள்ளும் ஒரு பெருமனம் இருந்ததைக் காண முடிகிறது.

ஈரோடு தமிழன்பன் எழுதிய 'பாரதிதாசனோடு பத்து ஆண்டுகள்' என்ற இந்த நூலிலே இதுவரை புரட்சிக் கவிஞரைப் பற்றி வராத பல சுவையான சம்பவங்கள் அடங்கியுள்ளன. நிச்சயம் அனைவரும் படிக்க வேண்டிய நூல் இது.

சிலுவையில் தொங்கும் சாத்தான்

நமக்கு அதிகம் பழக்கப்பட்ட ஆங்கில, பிரெஞ்சு, ஜெர்மன், ரஷ்ய எழுத்துகள் நிறைந்த அளவில் தமிழுக்கு மொழிபெயர்க்கப்பட்டு வந்துள்ளன. உலகின் இருண்ட கண்டமெனச் சொல்லப்படுகின்ற ஆப்பிரிக்க மக்களின் வாழ்க்கையும் அவர்களின் கதையும் இன்னும் பரந்த அளவில் நமக்குக் கிடைக்கவில்லை. அண்மையில் இரண்டு ஆப்பிரிக்க எழுத்துகள் தமிழில் வெளிவந்துள்ளன. எஸ். பொன்னுத்துரை மொழிபெயர்த்த 'தேம்பி அழாதே பாப்பா' மற்றும் 'சிலுவையில் தொங்கும் சாத்தான்.' ஆப்பிரிக்காவின் கென்யாவைச் சேர்ந்த கூகிவா தியாங்கோ எழுதி மிகப் பிரபலமான நாவல் 'சிலுவையில் தொங்கும் சாத்தான்.'

இந்த நாவலுக்கு ஒரு பெரிய அரசியல் பின்னணி உள்ளது. அதுபோலவே நாவல் உருவான சூழ்நிலையும் இதற்குப் பெரிய எதிர்பார்ப்பை உலகம் முழுதும் ஏற்படுத்தியது. எப்பொழுதுமே ஆப்பிரிக்க நாவல்கள் ஆங்கிலம் அல்லது பிரெஞ்சு மொழியில்தான் எழுதப்படுவது வழக்கம். ஆனால் இந்த நாவல் ஆப்பிரிக்காவில் ஒரு பகுதியான கென்யா மக்கள் பேசும் 'கிக்கியூ' மொழியில்

எழுதப்பட்டு, பிறகு அதன் ஆசிரியரே ஆங்கிலத்தில் மொழி பெயர்த்தார். கூகி வா தியாங்கோ தனது மாணவப் பருவத்தி லேயே தீவிர அரசியலில் பங்கு பெற்றவர். அவரது குடும்பமே புரட்சி அரசியலில் பங்கு பெற்றது. சிறை வாசமும் தலைமறைவு வாழ்வும் பழக்கமாகிப் போன சூழலில் அக்காலத்தில் கென்யாவில் நாட்டு விடுதலைக்காகப் போராடிய மாவ் இயக்கத்திலும் இவர்களுக்கு ஈடுபாடு இருந்தது. மக்களின் விடுதலைக் குரலாகவும் சுரண்டலுக்கு எதிர்ப்பான புரட்சிக் குரலாகவும் இந்த நாவல் ஒலிக்கிறது.

புரட்சி இயக்கத்தில் மன உறுதியோடு ஈடுபட்டிருந்த நாவலாசிரியர் கூகி வா தியாங்கோ 1977ஆம் ஆண்டு டிசம்பர் 31ஆம் நாள் நள்ளிரவில் எவ்வித முன்னறிவிப்பும் இன்றி அவரது வீட்டிலிருந்து கடத்தப்பட்டுச் சிறையில் அடைக்கப் பட்டார். ஒரு வருடக்கால தனிமைச் சிறைவாசமும், முறையற்ற வகையில் கேவலமாக நடத்தப்பட்டும், எந்நேரமும் தலைக்கு மேல் 'நூறு வால்ட்' வெளிச்சமும் அவரது மன நிலையைப் பெரிதும் பாதிக்கச் செய்தன. தனது உறுதியைக் குலைத்து விடாதிருக்க கூகி மேற்கொண்ட அசுர முயற்சிதான் இந்த நாவல்.

கூகி நன்கு சிந்தித்து உள்வாங்கிக்கொண்டு இந்த நாவலை எழுதுவதற்கு பேப்பர்கூட இல்லாமல் தனக்குத் தரப்பட்ட மலம் துடைக்கும் தாளில் எழுதி முடித்தார். இதைப் பார்த்துவிட்ட சிறைக் காவலாளி நாவலைப் பறிமுதல் செய்து விட்டார். வெளியே வந்து மீண்டும் திட்டமிட்டு இதை எழுத வேண்டும் என்ற மன உளைச்சலில் இருந்தபொழுது, 'இந்த நாவலால் எந்த ஆபத்தும் இல்லை' என்று இவரிடமே திருப்பித் தரப்பட்டது. 1979ஆம் ஆண்டு கென்யாவின் கிக்கியூ மொழி யிலும் 1981இல் ஆங்கிலத்திலும் இந்நாவல் வெளிவந்தது.

இந்நாவல் கிக்கியூ மொழியில் வந்த பொழுது மக்கள் கூடும் இடங்களிலெல்லாம் வாய்விட்டு உரத்த குரலில் படிக்கப்பட்டு ஆரவாரத்துடன் வரவேற்கப்பட்டது. ஒரு வெற்றிபெற்ற நாடகம் போலவும் திரைப்படம் போலவும் இதை வாசிக்கும் பொழுதெல்லாம் மக்கள் ஆர்வமுடன் கூடிக் கேட்டார்கள். ஏன் என்றால் இது அவர்களின் வாழ்க்கையை – விடுதலையின் அவசியத்தை மட்டும் சொல்லவில்லை. மாறாகச் சுரண்டல்காரர்களின் முகத்திரையையும் கந்தல் கந்தலாகக் கிழித்துக் காட்டியது.

ஓர் எளிய சுருக்கெழுத்து / தட்டச்சுச் செயலாளராக இருந்து தனது முதலாளியால் பாலியல் வன்முறைக்கு ஆளாகிய வரியங்கா என்ற பெண்ணைச் சுற்றிய கதை இது. முழுதும்

அவளைப் பற்றியது அல்ல என்றாலும் அவளிலிருந்தே கதை ஆரம்பமாகிறது. நைரோபியை விட்டு இல்மெராக் என்ற ஊருக்குப் போகும் பொழுது சாலை விபத்தொன்றிலிருந்து காப்பாற்றப்படுகிறாள். காப்பாற்றியவனிடம் தன் கதையைக் கூறுகிறாள். பின் கென்யாவைக் கொள்ளையிட்டும் கற்பழித்தும் வாழும் உயர்நிலையாளர்களின் நீள் கதையாகி ஒரு மாற்றுத்தளத்தில் நீள்கிறது.

கென்யாவில் இருக்கும் ஒரு மாட்டாடா என்ற வாடகை வண்டியில் தன்னைக் காப்பாற்றியவனோடும் வழியில் இரு பயணிகளோடும் வரியங்கா பயணம் செய்கிறாள். வண்டி இல் மெராக் என்ற ஊருக்குப் போகிறது. இந்த ஊரில் பன்னாட்டு நிறுவனங்களின் ஒரு சதிக்கூட்டம் நடக்கிறது. இதில் சிறந்த திருடன் எவன் என்ற போட்டி நடக்கிறது. யார் சிறந்த திருடன், எவரது திறன் சிறந்தது என்று நீண்ட சொற்பொழிவுகள் நடத்துகிறார்கள். இதில் ஒருவன் வெறும் பாட்டிலில் காற்றை அடைத்து அது இன்ன நாட்டில் செய்யப்பட்டது என்று லேபில் ஒட்டி தான் விற்பதாகச் சொல்கிறான்.

கென்யா நாட்டில் மக்களின் அறியாமையைப் பயன் படுத்தி ஒவ்வொரு முதலாளியும் எப்படியெல்லாம் அவர் களைச் சுரண்டுகிறார்கள் என்பதை அவர்களின் நீண்ட உரை களின் மூலம் அறியும்பொழுது கென்யாவில் மட்டுமல்ல, உலகில் காலனித்துவவாதிகளிடமிருந்து விடுதலை பெற்ற எல்லா நாடுகளுமே இந்தச் சுரண்டலை அனுபவித்தே வருகின்றன என்பதை உணர முடிகிறது.

கூகி வா தியாங்கோவின் கோபமும் கிண்டலும் மிகவும் நியாயமானவை. நூற்றுக்கணக்கான பக்கங்களில் பரவியுள்ள கொள்ளைக்கூட்டத்தின் சொற்பொழிவுகள், இடைவெட்டுகள், படிக்கப் படிக்க நமக்கு சுவாரஸ்யம் கூடுவது மட்டுமல்ல கோபமும் வருகிறது. நாவல் கனவுலகிற்கும் கடினமான உண்மைக்கும் இடையே கட்டமைக்கப்பட்டுள்ளது. கென்யா மக்களின் அரசியல், பொருளாதார, பண்பாட்டு, விடுதலை கோரும் தெளிவான உணர்ச்சிமயமான குரல் நாவலில் உரத்துக் கேட்கிறது.

எழுத்தியல் முறைக்கு முற்றும் மாறுபாடான பண்டைய ஒத்திசைவுடன் கூடிய மரபு வழி முறை நூல் முழுதும் பயன் படுத்தப்படுகிறது. உலகை ஏமாற்றிப் பிழைப்பவனிடம் மேலும் மேலும் செல்வம் சேர்கிறது. எதுவும் இல்லாதவனிடம் மேலும் மேலும் சுரண்டப்படுகிறது.

இந்த உலகில் உள்ள அனைத்து மண்ணையும் காற்றையும் தங்கள் சொந்தமாக்கிக்கொள்ள வேண்டுமென்று ஒருவன்

ஆலோசனை கூறுகிறான். "ஏழைகள் உழைப்பதற்கு மண்ணின்றி தவிப்பார்கள். மண்ணோ நிலமோ கேட்டால் அவர்கள் சுவாசிக்கும் காற்றை அடைத்துவிட வேண்டும். சில நிமிடங்களுக்கு அப்படிச் செய்தால் உயிர் வாழ்வதற்காக நமது காலடியிலேயே கிடப்பார்கள்!" இப்படி ஒருவன் ஆலோசனை சொல்கிறான். இதுபோல் பல்வேறு ஆலோசனைகள் அங்கே வழங்கப்படுகின்றன. இவை இன்று உண்மையில் சர்வதேச அளவில் நடக்கும் அப்பட்டமான கொள்கைகள்தான் – நமது கண்ணுக்குத் தெரியாமலேயே நமது கோவணங்கள் களவாடப்படுகின்றன.

நாவலின் முடிவு உண்மையில் எதிர்பார்க்காதது. அந்தக் கொள்ளையர்களின் விருந்துக்குச் செல்லும் வரியங்கா இறுதியில் தனது நாட்டுக்காகத் துப்பாக்கி தூக்குகிறாள். அந்தக் கொள்ளையர்களில் சிலர் அவளால் சுடப்படுகிறார்கள்.

நாவலின் இறுதி வரிகள் வரியங்காவின் எதிர்காலம் பற்றியது மட்டுமல்ல, உலகத்துக் கொள்ளையர்களை எதிர்க்கும் அனைவருக்குமான செயலையும் சொல்கிறது. துப்பாக்கியால் சுட்டுவிட்டு வெளியேறும் அவள் திரும்பிப் பார்க்காமல் நடக்கிறாள். பிறகு இறுதி வரியில் நாவல் இப்படி முடிகின்றது:

'ஆனால் தன் வாழ்வின் பயணத்தில் கடினமான போராட்டங்களை இனிமேல்தான் எதிர்கொண்டாக வேண்டும் என்பது அவளுக்கு மிக நன்றாகவே தெரிந்திருந்தது ...'

போராட்டங்கள் ஓய்வதில்லை. அது ஒரு தொடர்கதை. ஏமாறுகிறவர்கள் இருக்கும்வரை ஏமாற்றுகிறவர்கள் இருந்து கொண்டுதான் இருப்பார்கள். அதற்கு எதிரான போராட்டங்களும் தொடர்ந்துகொண்டுதான் இருக்கும்.

420 பக்கம் கொண்ட நாவல். இதைத் தமிழில் இருவர் மொழி பெயர்த்துள்ளார்கள். அமரந்தா, சிங்கராயர் இருவரும் எடுத்துக்கொண்ட சிரமங்களும் அக்கறையும் மிகவும் போற்றுதலுக்குரியது. தமிழில் இப்படியான நூல்கள் வருவது அபூர்வம். அதைத் தேடிப் படிப்பது அதைவிட அபூர்வம்!

மௌனி ஒரு தேடல்...

மௌனி என்ற பெயர் எனக்கு அறிமுகமான அளவு அவர் கதைகள் அறிமுகமாகவில்லை. தேடித் தேடி அங்கொன்றும் இங்கொன்றுமாக இரண்டு கதைகள் மட்டுமே தொகுப்புகளில் படிக்கக் கிடைத்தன. பாயாசத்தில் கிடந்த இரண்டு முந்திரிப்பருப்பின் சுவை அந்தக் கதைகளில், இலையில் விட்ட பாயாசத்தில் என்னதான் கைகள் துளாவினாலும் அதற்கு மேல் அகப்படவில்லை. இருபத்து நான்கு கதைகள் மட்டுமே எழுதியுள்ளார் என்ற செய்தி என்னை மீண்டும் தேடலில் அலைக்கழித்தது. 'சிறுகதையின் திருமூலர்' என்று புதுமைப்பித்தன் கொடுத்த அத்தாட்சிப் பத்திரம் என் தேடலை அதிகமாக்கியது.

சென்னை மயிலாப்பூரில் இராமகிருஷ்ண மடத்துக்கு முன்புறமிருக்கும் எழுத்தாளர் திலீப் குமார் தமிழில் வந்த தீவிர இலக்கிய நூல்களை மட்டுமே விற்பனை செய்பவர் – சிறந்த எழுத்தாளர் – தமிழ்ச் சிறுகதைத் துறையில் புதிய முயற்சிகள் மேற்கொண்டவர். இத்தனைக்கும் அவர் தமிழரல்ல! அவரின் மொழி குஜராத்தி! அவரது 'கடிதம்' என்ற கதை அவ்வாண்டின் சிறந்த சிறுகதையாக இலக்கியச் சிந்தனையால் தேர்ந்தெடுக்கப்

பட்டது. அவரிடம் நிச்சயம் மௌனியின் கதை கிடக்குமென்று நண்பர்கள் கூறினார்கள்.

திலீப்குமாரின் கடைக்குச் சென்றபொழுது அவரே எழுதிய 'மௌனியுடன் கொஞ்ச தூரம்' என்ற கட்டுரைத் தொகுப்பு மட்டுமே கிடைத்தது. அந்த நூல் மௌனியை நேரிடையாக அவர் சந்தித்தது, பின் அவருடன் நடந்த உரையாடல் போன்ற வற்றை உள்ளடக்கி இருந்தது. கவித்துவம் கொண்ட ஓர் உரைநடை அது!

'மௌனியின் கதைத் தொகுப்பு கிடைக்குமா?' ஆவலுடன் நான் கேட்டபொழுது, அவர் புருவங்கள் உயர்ந்தன.

'மௌனி கதைகள், கிடைக்காது சார். அதை அக்கறை யோடு போட்டவர் மறுபதிப்பு போடுவதற்கு வாய்ப்பில்லை. அமெரிக்காவில் இருக்கும் மௌனியின் மகன் பெரும் பணம் அமெரிக்க டாலரில் ராயல்டி கேட்கிறார்.' இதை திலீப் குமார் சொன்னதும் எனக்கு மனதில் பிரளயமே ஏற்பட்டது.

மௌனியை வெறும் பொருளாதாரச் சிந்தனைகளில் மாட்டி விடுகிறார்களே! நல்ல வேளையாக திருவள்ளுவருக்கும் கம்பருக்கும் இன்று வாரிசுகள் இல்லை!

சரி. புதுப்புத்தகம்தான் கிடைக்கவில்லை. லஸ் மற்றும் பாண்டிபஜார் பகுதிகளில் பழைய புத்தகங்கள் விற்கும் கடை களில் தேடியும் எனக்கு ஏமாற்றமே மிஞ்சியது. ஒவ்வொரு முறையும் சென்னையிலிந்து திரும்பும் பொழுது விமானத்தில் ஏறி அமர்ந்தும் மௌனியின் கதைகள் கிடைக்கவில்லையே என்ற ஆதங்கம் அதிகமாக இருக்கும்.

அடுத்த முறை சென்னை சென்ற பொழுது, 'மௌனி இலக்கியத் தடம்' என்ற நூல் கிடைத்தது. பல்வேறு எழுத்தாளர்கள் இதில் மௌனியைப்பற்றி எழுதியிருந்தார்கள். ஓட்டலை விட்டு வெளியே வராமல் இரண்டு நாட்கள் அறைக்குள் இருந்து அந்த நூலை எழுத்தெழுத்தாகப் படித்தேன்.

அந்நூலில் பிரபல எழுத்தாளர் எம்.வி. வெங்கட்ராம் எழுதியிருந்த கட்டுரை என்னை மிகவும் பாதித்தது. எம்.வி. வெங்கட்ராமன் மணிக்கொடிக்கால எழுத்தாளர். கும்ப கோணத்தில் மௌனி, ந. பிச்சமூர்த்தி போன்றவர்களோடு அன்றாட சாயங்கால இலக்கியச் சந்திப்பில் கலந்துகொண்டு விவாதங்கள் செய்தவர்.

தனது இறுதிக்காலத்தில் கண்ணும் தெரியாமல், காதும் கேட்காமல் இருந்த நேரத்தில் தொடர்ந்து தமிழில் எழுதிக் கொண்டிருந்தவர். இதில் ஆச்சரியம் என்னவென்றால், இவரும்

தமிழரல்ல! செளராஷ்டிரா சமூகத்தைச் சேர்ந்தவர். பட்டு நூல், ஜரிகை வியாபாரம் செய்தவர். தமிழில் எழுதிய ஒரே காரணத்தால் தனது சொத்துகளை இழந்தவர்.

'மௌனி இலக்கியத் தடம்' படித்த இரண்டு வாரத்திற்கு முன்பு சென்னையில் இருந்த 'புதிய பார்வை' அலுவலகத்தில் அதன் ஆசிரியரும் சிறந்த எழுத்தாளருமான பாவைச் சந்திரனைக் காணச் சென்றிருந்தேன். அங்கே தூய வெள்ளை ஜிப்பா, வேட்டியில் 'குப்பென்று' அமர்ந்திருந்தார் எம்.வி.வி. காது கேட்காமல். கண்களும் தெரியாமல் ஒரு நண்பரின் உதவியுடன் சென்னை வந்திருந்தார். பாவைச்சந்திரனின் 'நல்ல நிலம்' என்ற நாவல் அப்பொழுதுதான் வெளி வந்திருந்தது. எம்.வி.வி.யின் முழுச்சிறுகதைகள் அடங்கிய நுலைப் பாவைச்சந்திரன் தானே வெளியிட ஏற்பாடுகள் செய்துகொண்டிருந்த நேரம் அது.

தனது சொந்த வாழ்க்கையை வைத்து 'காதுகள்' என்ற நாவலை எழுதி சாகித்திய அகாதமி பரிசும் பெற்றிருந்தார் எம்.வி.வி.

'நான் நிறைய எழுதிய நேரத்தில், என் கண்கள், காதுகள் நன்றாக இருந்த நேரத்தில் என் எழுத்துக்களைப் பிரசுரிக்க பத்திரிகைகள் இல்லாமல் போய்விட்டது. 'மணிக்கொடி', 'சரஸ்வதி', எல்லாமே நின்றுபோய்விட்டன. தீவிர இலக்கியத்துக்கு ஜனரஞ்சகப் பத்திரிகைகள் இடம் தரவில்லை' என்று தன் ஆதங்கத்தைச் சொல்லிக்கொண்டிருந்தார்.

அந்த வேளையில் அவரின் கட்டுரைத் தொடர் 'புதிய பார்வை'யில் வந்துகொண்டிருந்தது. 'புதிய பார்வை'யை ஜெயலலிதாவின் உயிர்த்தோழி சசிகலாவின் கணவர் நடராஜன் பெரும்பணம் போட்டு நடத்திக்கொண்டிருந்தார். இந்த உடல் நிலையிலும் இவரின் எழுத்தார்வம் குறைய வில்லையே என்ற எம்.வி.வி.மீது எனக்குப் பெரிய மரியாதை ஏற்பட்டது. கும்பகோணத்திலிருந்து ஒரு ஆளின் உதவியுடன் வந்து 'இலக்கியம்' பேசிக்கொண்டிருந்த அவரைக் கண் கொட்டாமல் பார்த்துக்கொண்டிருந்தேன்.

'மௌனி இலக்கியத் தடம்' நூலில் அவர் எழுதிய ஒரு கட்டுரை என் முன் அப்பொழுது விரிவடைந்தது.

ஒரு நாள் 'சிவாஜி' பத்திரிகையை ஆசிரியராக இருந்து நடத்திக்கொண்டிருந்த திருலோக சீதாராம் சென்னையிலிருந்து கும்பகோணம் வந்து எம்.வி.வி.யின் வீட்டுக் கதவைத் தட்டுகிறார். அந்த இரவில், மழை நாளில் 'தொப்ப தொப்ப'

நனைந்து நிற்கும் சீதாராமை உள்ளே அழைத்து துவட்டத் துண்டு கொடுத்து, வந்த விசயம் என்னவென்று கேட்கிறார் எம்.வி.வி. தான் நடத்தும் 'சிவாஜி' இதழுக்கு மௌனியின் கதை கேட்டிருந்ததாகவும், அடுத்த தீபாவளி இதழில் அது கட்டாயம் வேண்டும் என்ற எண்ணத்தில் சென்னையிலிருந்து கடைசி வண்டியைப் பிடித்து வந்ததாகவும் திருலோக சீதாராம் சொன்னபோதுதான் எம்.வி.வி.க்கு மௌனியிடம் கதை பெற்றுத் தருவதாகச் சொன்னது ஞாபகத்துக்கு வந்தது.

திருலோக சீதாராம் ஆர்வமான கவிஞர். கம்பீரக்குரலில் பாரதி, பாரதிதாசன், நாமக்கல் கவிஞர் போன்றவர்களின் கவிதைகளை ராகத்தோடு அவர் பாடுவதைக் கேட்டுக் கொண்டே இருக்கலாம். தெலுங்கைத் தாய் மொழியாகக் கொண்டவர். தமிழ், சமஸ்கிருதம், ஆங்கிலம் மூன்றிலும் சிறந்த புலமை பெற்றவர். தமிழின் மேல் கொண்ட காதலால் சொத்து சுகங்களை விற்று 'சிவாஜி' இதழை நடத்திக் கொண்டிருந்தார்.

திருலோக சீதாராம் மழையில் வந்த அந்த நேரத்தில் மௌனி கும்பகோணத்திலிருந்து சிதம்பரத்தில் குடிபெயர்ந்து, அங்கே தனது அரிசி ஆலையை நடத்திக்கொண்டிருந்தார். அடுத்தடுத்து தனது பிள்ளைகளின் இறப்பால் மனமொடிந்து எதுவும் எழுதாமல் இருந்தார் மௌனி. எம்.வி.வி, சீதாராமனுக்கு ஆறுதல் கூறி, எப்படியும் சிதம்பரம் சென்று கதை வாங்கி அனுப்புவதாக சமாதானம் செய்து அவரைச் சென்னைக்கு மறுநாள் அனுப்பி வைத்தார்.

திருலோக சீதாராமைப் போல் இன்று எத்தனை பத்திரிகையாசிரியர்கள் ஓர் எழுத்தாளனின் கதைக்காக சென்னையிலிருந்து கும்பகோணம் வந்து மழையில் நனைந்து கதை கேட்டு நிற்பார்கள்? சரி, மழையில் நனைய வேண்டாம், பிரயாணம் செய்ய வேண்டாம். தொலைபேசியில் அழைத்தாவது கேட்பார்களா? இப்பொழுதெல்லாம் எழுத்தாளன் 'விசயத்தானம்' செய்வதால், பத்திரிகை ஆசிரியர்களுக்கு எழுத்தாளர்கள் மேல் அவ்வளவு மரியாதைகள் இல்லாமல் போய்விட்டது. 'பணம்' கொடுத்து வாங்கினால்தான் எதற்கும் மரியாதை போலும்!

சொன்னது போலவே எம்.வி.வி. சிதம்பரம் சென்று இரண்டு நாட்கள் தங்கி கதையை மௌனியிடம் பெற்று சென்னையில் இருந்த சீதாராமுக்கு அனுப்பி வைத்தார். அக்கதை மிகச்சிறப்பாக 'சிவாஜி' இதழில் வெளிவந்தது. அனேகமாக நானறிந்த வகையில் மௌனி எழுதிய கடைசிக் கதை அதுவாகத்தான் இருக்கும்.

தமிழ்ப் பத்திரிகை நடத்துவது சிரமம். அதுவும் விளம்பரங்கள் கொடுத்து நடத்துவது அதைவிட சிரமம். திருலோக சீதாராம் பெரிய வசதி படைத்தவரும் அல்ல. மௌனியின் கதைக்காக அந்த இதழைப்பற்றி *The Hindu* ஆங்கிலப் பத்திரிகையில் அரைப்பக்க விளம்பரம் கொடுத்திருந்தார் சீதாராம். அந்த அரைப்பக்க விளம்பரத்தில் வேறு எந்த விசயமும் இல்லை. 'சிவாஜி இதழ் ... இந்த மாதம் மௌனியின் கதை' என்று மட்டுமே இருந்தது. ஓர் எழுத்தாளனுக்கு இதைவிட என்ன கௌரவம் செய்துவிட முடியும்? அந்த இதழின் செலவைவிட இந்த அரைப்பக்க விளம்பரத்திற்கு அதிகம் செலவாகியிருக்கும் அவருக்கு.

24 கதைகள் மட்டுமே எழுதிய ஓர் எழுத்தாளனை இவர்கள் எப்படி இவ்வளவு தூரம் கொண்டாடுகிறார்கள்? அப்படி மௌனியை மறுத்தலிப்பவர்கள்கூட 'இது வேண்டாத விசயம்' என்று கிடப்பில் போட்டுவிடவில்லை. வேண்டுமோ வேண்டாமோ மௌனியைப் பற்றிப் பேசுவதற்கு விசயங்கள் இருந்துகொண்டுதான் இருக்கின்றன.

1999ஆம் ஆண்டு. இந்த முறை எப்படியும் மௌனியின் சிறுகதைத் தொகுப்பைப் பெற்று விடுவது என்று 'விடாப்பிடி' மனத்தோடு கோலாலம்பூரில் விமானம் ஏறினேன். சென்னையில் இறங்கிய மறுநாள் முதல் மௌனியின் தேடல் ஆரம்பித்தது. கடைகடையாக மீண்டும் தேடல். மதிய உணவு மறந்து போயிற்று. 'ஒரு சிறுகதைத் தொகுப்பிற்காக இப்படி அலைய வேண்டுமா?' என்று யாராவது கேள்வி கேட்கலாம். ஜெயகாந்தன் பாணியில் 'அவர்கள் உள்ளே இருக்கிறார்கள்' என்பதுபோல் நான் வெளியே இந்த மௌனிக்காகப் பைத்தியமாய் அலைகிறேன்.

இந்த அலைச்சலின் மாலையில் ஓவியர் புகழேந்தி என்னோடு இணைந்து கொண்டார். இருவரும் ஆப்பமும் காப்பியும் சாப்பிட்டுவிட்டு வெளியே வந்த பொழுது, அந்த நூறடிச் சாலையில் வெயில் மண்டையைப் பிளந்தது! சென்னையின் மே மாத வெயிலை அனுபவித்தவர்களுக்கு அதன் கொடுமை புரியும். ஓவியர் புகழேந்தி திடீரென்று ஏதோ ஞாபகம் வந்தவர் போல், 'மௌனி கதையை வெளியிட்டவரை எனக்குத் தெரியும். அவரின் பெயர் கி.அ. சச்சிதானந்தம். கோபாலபுரத்தில் இருக்கிறார் ... வாருங்கள் அவரைப் போய்ப் பார்ப்போம்' என்றார்.

ஆட்டோவில் ஏறி கோபாலபுரம் நோக்கிச் சென்று கொண்டிருந்தோம். எனக்கு மனதில் மட்டற்ற மகிழ்ச்சி! என்றாலும், நூல் கிடைக்குமா, கிடைக்காதா என்ற சந்தேகம்

வேறு அந்த ஆட்டோவைப் போலவே நெஞ்சைக் குலுக்கியது. கி.அ. சச்சிதானந்தத்தின் வீட்டை அடைந்த பொழுது அவர் வெளியே போயிருந்தார். அவர் மகன் எங்களை அழைத்து ஓர் அறையில் அமர வைத்தார். அது சச்சிதானந்தத்தின் படிக்கும் அறையாக இருக்க வேண்டும். அங்கே மௌனியைத் தேடினேன். காணவில்லை. அவர் மகன் காப்பி கொண்டுவந்து கொடுத்தார்.

'அப்பா பக்கத்து தெருவில்தான் இருக்கிறார். நான் அழைத்து வருகிறேன்' என்று கூறிவிட்டு வெளியே சென்றார். ஓர் அரை மணிநேரம் காத்திருந்தோம். சுவரில் இருந்த கடிகாரம் யுகம் யுகமாகக் கழிந்தது.

கி.அ. சச்சிதானந்தம் வந்தார். அவரை எங்கோ பார்த்த ஞாபகம் வந்தது.

'உங்களை முன்பே பார்த்துள்ளேன்!' என்றேன்.

'ஆமாம் உங்கள் 'மண்ணும் மனிதர்கள்' வெளியீட்டு விழா அண்ணாசாலையில் உள்ள புக் பாயிண்டில் நடந்த பொழுது வந்திருந்தேன்' என்றார்.

'மௌனியைத் தேடி வந்துள்ளேன். நூல் எங்கேயும் கிடைக்கவில்லை. உங்களிடம் இருக்குமென்று புகழேந்தி கூறினார்' என்றேன். அவரது விழிகள் ஆச்சரியத்தில் விரிந்தன. ஒன்றுமே பேசாமல் உள்ளே சென்ற அவர் தான் வெளியிட்ட பல நூல்களைத் தந்தார். அதில் மௌனியும் இருந்தார். எனது மகிழ்ச்சிக்கு அளவே இல்லை. பத்துகோடி கிடைத்த மகிழ்ச்சி!

'எனது விவரத்துக்கு வைத்திருந்த கடைசித் தொகுப்பு. மலேசியாவிலிருந்து இவ்வளவு தூரம் மௌனியைத் தேடி வந்துள்ளீர்கள். மனசுக்குச் சந்தோசமாக இருக்கிறது. பரவாயில்லை. என் அன்பளிப்பாக வைத்துக்கொள்ளுங் களேன்' என்று கூறி கையெழுத்துப் போட்டுக்கொடுத்தார். மற்ற நூல்களுக்கு நல்ல கழிவைக் கழித்துக்கொண்டு நூல்களைத் தந்தார்.

'மௌனி கதைகளை அடுத்த பதிப்பு கொண்டு வரலாமே' என்றேன். 'மௌனியின் பையன் முந்நூறு அமெரிக்க டாலர் கேட்கிறார். அவ்வளவு ராயல்டி கொடுத்து புத்தகம் போட்டாலும் எதிர்பார்த்த அளவு விற்காது.' – அவரின் குரலில் சோகம் அதிகமாகியது.

பொருள் சார்ந்து நிற்காமல் மௌனியை இளைய தலைமுறைக்குக் கொண்டு செல்ல வேண்டும், பரவலாக்கப்பட வேண்டும் என்ற எண்ணத்தோடு புறப்பட்டேன்.

மௌனி எனக்குக் கிடைத்ததுபோல் எல்லாருக்கும் கிடைக்க வேண்டும். ஒரு குஜராத்தி, ஒரு தெலுங்கர், ஒரு சௌராஷ்டிரருக்கு மௌனி மேல் உள்ள பற்று நமக்கில்லையா?

சித்தர்களும் பித்தர்களும்

அக்காலத்தில் கடலில் பயணம் செய்யும் கடலோடிகளுக்கு வானத்தின் உயரத்தில் மின்னும் நட்சத்திரங்களே வழிகாட்டியாக இருந்தன. ஆனால் அவனது அடையும் திசை இந்த உலகத்தின் ஏதோ ஒரு மணல் வெளியாகத்தான் இருந்துள்ளது. மனித மனமும் இப்படித்தான் எப்பொழுதும் வானத்தை நோக்கி உயர்ந்த இடத்தை வணங்குகிறது. ஆனால் என்னதான் தாவித்தாவி வானத்தைத் தொட நினைத்தாலும் புவியீர்ப்பு அவனை இந்த மண்ணுக்கே சொந்தமாக்குகிறது.

மனிதன் எப்பொழுது ஆசீர்வதிக்கப்படுகிறான் தெரியுமா? ஒரு மெழுகுவர்த்தியைப் போல தன்னை அழித்துக்கொண்டு சிறிய அளவிலாவது இருட்டை விரட்டி உதவும் பொழுதுதான்! உயர்ந்த சர்வ வல்லமை என்பது சட்டதிட்டங்களில் இல்லை; ஒவ்வொரு மனிதனின் உள்ளேயும் அது உள்ளது.

ஒரு நகரத்தை உருவாக்க எவ்வளவு நீண்ட காலம் தேவைப்படுகிறது! ஆனால் ஒரு நொடியால் அவற்றை நவீன ஆயுதங்களால் இன்று அழித்துவிட முடியும். ஒரு பெருங்காடு உருவாக எத்தனை யுகங்கள் ஆகிறது! ஒரு தீக்குச்சி இந்தக் காட்டை அழித்துவிட இயலும்தானே! அதுபோல்

தான் உங்கள் மனதில் காலம் காலமாக உருவாகும் நல்ல செயல்களை ஒரு கணத்தில் அழித்துவிட நீங்களே காரணமாகி விடுவீர்கள்.

இந்தப் பிரபஞ்சத்தில் அரூபமான ஒலிகள் இருக்கின்றன. பெருவெளியெங்கும் அது நிறைந்திருக்கிறது. இந்த ஒலியின் அதிர்வுகளைச் சாதாரணச் செவிகளால் உணர முடியாது. கண்களால் பார்க்க இயலாது. கிருஷ்ணனின் புல்லாங்குழலைச் சாதாரண மனிதன் வேணுகானம் என்று கொண்டாடுகிறான். ஆழ்ந்த நோக்கில் இந்த இசையும் இந்த அரூப ஒலிதான்!

இந்த ஒலியை அறிந்தவர்களே முக்காலத்தையும் அறிந்த சித்தர்களாகவும் சூஃபிகளாகவும் இருக்கிறார்கள். இந்த ஒலி நாலா திசைகளிலும் இவர்களுக்குக் கேட்பதால் வாழ்க்கையில் வினோத தாக்கத்தை ஏற்படுத்துகிறது. இந்த உலகில் உள்ள புற ஒலிகளில் மனிதனின் மனம் லயித்துவிடுவதால், அல்லது அவற்றோடு பழக்கமேற்பட்டுவிடுவதால் அவனுக்கு அனைத்து வல்லமையும் அற்புதங்களும் அடங்கிய இந்த அரூப பிரபஞ்ச ஒலி கேட்பதில்லை.

ஆர்ப்பாட்டங்கள், கோலாகலங்கள் போன்றவற்றை அதிகமாகக் கொண்டுள்ள மனித வாழ்க்கையில் பிரபஞ்ச ஒலியைக் கேட்க முடியாத காரணத்தால்தான் ஞானிகளும் சித்தர்களும் தீர்க்கதரிசிகளும் தனிமையை நாடி மலைக் குகைகள், கடற்கரைகள், காடுகள் என்று சென்றுவிடுகிறார்கள்.

அப்படிச் சென்று ஞானம் பெற்று வந்தவர்கள் அசாதாரணமான மனிதர்களாக இருப்பதால் அவர்களைப் பைத்தியக்காரர்களாக இந்த உலகம் நினைக்கிறது. சாக்ரடீஸ் பற்றி ஓரிடத்தில் அவரது சீடர் பிளாட்டோ கூறும்பொழுது, "ஒருநாள் காலை சாக்ரடீஸ் ஏதோ சிந்தனையில் ஆழ்ந்து விட்டார். அந்த விசயம் பற்றி அவரால் அறிய முடியவில்லை. காலை வேளை ஓய்ந்தது. உச்சி வேளை வந்துவிட்டது. அப்பொழுதும் அவரது தியானம் கலையவில்லை. ஊர் முழுதும் இச்செய்தி பரவிற்று. இரவு முழுதும் அதே இடத்தில் நின்று காலை வந்ததும் சூரியனை வணங்கிவிட்டு அப்புறம் அகன்றார்."

இச்சம்பவம் ஏதோ சித்தபிரமை பிடித்தவர்கள் செய்வது போல் அன்றைய மக்களுக்குத் தோன்றியுள்ளது. 'இளைஞர்களே! ஏன்? எதற்கு?' என்று கேள்வி கேட்கச்சொன்ன சாக்ரடீஸ் இப்படியான செயல்பாடுகளால் பைத்தியக்காரராக – கோமாளியாகச் சித்தரிக்கப்பட்டு இருக்கலாம்.

சூழ்நிலைகள் பற்றி கவலை கொள்ளாது ஏதோ ஒரு தேடலில் மனம் லயித்து நிற்கும் இப்படியான நிலைகளில்

சாக்ரடீஸ் மட்டுமல்ல, பல ஞானிகள் இருந்துள்ளார்கள். இவர்களைப் பைத்தியங்கள் என்றே மக்கள் நினைத்துள்ளார்கள். சாக்ரடீஸ் புறக்கண்களுக்கு மிகவும் கசப்பான உருவ அமைப்பைக் கொண்டவர். குண்டான முகம், வழுக்கைத் தலை, பிதுங்கிய விழிகள், தடித்த மூக்கு, பருத்த உதடுகள், அழுக்கேறிய உடை என்று அருவருப்பான தோற்றம் கொண்டவர். ஆனால் உள்ளத் தூய்மையும், உயர்ந்த பண்புகளின் இருப்பிடமாகவும் திகழ்ந்தவர்.

"எனக்கு எதுவும் தெரியாது என்பதே எனக்குத் தெரிந்த ஒன்று" என்றே அவர் கூறி வந்தார். தனக்குத் தெரிந்தது ஒன்றும் இல்லையென்று எவன் ஒருவன் உணருகிறானோ அவனே பலவற்றையும் தெரிந்த ஞானியாக இருக்கிறான். சாக்ரடீஸ் எழுதி வைத்தது எதுவுமில்லை. அவர் ஏதன்ஸ் நகரத்தின் வீதிகளில் இளைஞர்களிடத்தில் பேசியதுதான் பிற்காலத்தில் பிளாட்டோவால் எழுதி வைக்கப்பட்டது. அதுவே கிரேக்க தத்துவத்தின் அடிப்படையாக அமைந்தது.

சாக்ரடீஸ் ஒரு தத்துவஞானி என்ற முறையிலேயே சாதாரண மக்களின் பார்வையில் தென்படுகிறார். ஆனால் அவர் ஞானப்பாதையில் பயணித்தவர். அதர்மங்களும் மூட நம்பிக்கைகளும் அதிகமாக உலாவிய கிரேக்கர்களின் வாழ்க்கையில் ஒரு விடிவெள்ளியாகத் தோன்றியவர் அவர். எப்பொழுதுமே மாறாத பதில்கள், புதிய புதிய கேள்விகளுக்கான ஒரே பதிலாகத்தான் இருக்கும். கேள்வியில் மற்றவர்கள் காலந்தோறும் மாறலாம். ஆனால் பதில் ஒன்றாகத்தான் இருக்கும். நேர்மையும் உண்மையும் எப்பொழுதுமே இறைவனின் பக்கத்தில் இருக்கும் பதில்கள்! நாம்தான் கேள்விகள் கேட்பதிலும் வரங்களைப் பெறுவதிலும் வெவ்வேறு நிலைகளில் உள்ளோம்.

சாதாரண மனிதன் எப்பொழுதுமே உயர்ந்த விசயங்களில் கவனம் செலுத்துவதில்லை.

இறைவனே, அவன் முன் தோன்றி, 'உனக்கு என்ன வேண்டும்?' என்ற கேள்வியைக் கேட்டால், உடனே கார், பங்களா, பணம், பதவி, பட்டம் என்றே அடுக்கிக்கொண்டு போவான்.

இறைவனிடம் தனக்குக் கார், பங்களா, பணம், பதவி கேட்பது எப்படியுள்ளது என்றால் எனக்குப் பால், தயிர், மோர், நெய் வேண்டுமென்று தனித்தனியாகக் கேட்பது போலத்தான். இறைவனின் கருணை என்ற பால் மட்டுமே கேட்டால் போதுமானது. அதில் தயிர், மோர், நெய் எல்லாமே இருக்கிறது!

இறைவனைப் பற்றியும் இந்த அரூப ஒலி பற்றியும் இன்னொரு விளக்கமும் விஞ்ஞான முறையில் சொல்லலாம். இதுவும் வைணவ மதம் சார்ந்ததே!

நரசிம்ம அவதாரம் பற்றி உங்களுக்குத் தெரியும்.

'இறைவன் இல்லை' என்கிறான் இரணியன். அவனுடைய மகன் பிரகலாதன் 'உண்டு!' என்கிறான். பிரகலாதனின் உண்டு (பாஸிட்டிவ்), இரணியனின் இல்லை (நெகட்டிவ்) உடன் மோதியதால் ஒளி மிகுந்த தூணிலிருந்து மின்சாரம் உருவாயிற்று. அது உண்டு, இல்லை என்ற இரண்டின் கலவையில் எழுந்த மின்காந்தம்.

அதர்வ வேதம் நரசிம்ம அவதாரத்தை மின்காந்தம் என்றே சொல்கிறது!

தூணைப் பிளந்துகொண்டு நரசிம்ம அவதாரம் வெளிப்படுதல்கூட அணுவைப் பிளப்பதுபோல்தான். அணுகுண்டு ஒரு முறை வெடிக்கும். நரசிம்ம அவதாரமும் ஒரு முறைதான் பிரகலாதனுக்காக அவதாரம் செய்கிறது. குடலைப் பிடுங்கிய பிறகு வேறு எங்கும் நரசிம்மம் புராணத்தில் வரவில்லை.

இதிலிருந்து நமக்குத் தெரிவது, உண்டு – இல்லை என்பதில் கூட இறை இருக்கிறது. விஞ்ஞானம் அதற்குப் பக்கத்தில் இருக்கிறது. நாம்தான் இவற்றை அறியாமல் இருக்கிறோம்.

வேதங்கள், புராணங்கள், அது எந்த மதத்தைச் சார்ந்ததாக இருந்தாலும் அதில் விஞ்ஞான உண்மைகள் இருக்கின்றன. நாம்தான் கொஞ்சம் சிரமம் எடுத்துத் தேட வேண்டும். தேடுதலில் கிடைக்காதது ஏது?

ஸூஃபிகளின் சில வார்த்தைகள் நமக்குப் பைத்தியக்காரத்தனமாகவே தெரியும்! உமர்கய்யாமின் கவிதைகளைப் படித்தவர்கள் அவர் பெரிய குடிகாரர், பெண் பித்தர் என்றே நினைப்பார்கள்.

உண்மையில் மது, மங்கை என்று வரும் அவரின் கவிதைகளில் இறைவனை வைத்துப் பாருங்கள்! அவரின் கவிதைகளின் அர்த்தம் வேறு திசைகளில் பயணிப்பதை அறிய முடியும்!

மூலதனமில்லாமல் வியாபாரம் செய்ய இயலாது. ஒன்றை விற்றுத்தான் பிறிதொன்றை வாங்க முடியும்!

உங்களை முழுமையாக விற்காமல் இறைவனின் அன்பைப் பெறுதல் இயலாது. இந்தக் கோணத்தில் பார்த்தால் இதுவும் வியாபாரம்தான்! ஆனால் இது ஒரு பொருள் சம்பந்தப்பட்டதல்ல, மனம் சம்பந்தப்பட்டது.

லைலா – மஜ்னு காதல் கதையைக் கொஞ்சம் ஞானத் தேடல் பக்கம் திருப்பிப் பாருங்கள், அதன் புனிதம் பளிச் செனத் தெரியும் உங்களுக்கு!

லைலா – மஜ்னு இதில்; மஜ்னு என்ற பாத்திரத்தின் உண்மையான பெயர் காயஸ் என்பதாகும். மஜ்னு என்றால் பித்துப் பிடித்தவன் அல்லது பைத்தியக்காரன் என்றே பாரசீக மொழியில் இருக்கிறது.

லைலா என்ற இறைவனைத் தேடி பைத்தியக்காரனாகப் பாலைவனங்களில் அலைந்து திரிகிறான் மஜ்னு! இன்றும் இந்தத் தேடல் நடந்துகொண்டே இருக்கிறது.

தனது எலும்புகள் மண்ணில் மக்கி அழிந்துவிட்டாலும் தனது இதயம் இறைவனையே நினைத்து உருகி நிற்குமென்று ஞானிகள் நம்புகிறார்கள்.

அரூப ஒலியைக் கேட்கும் நிலைக்கு வந்துவிட்ட ஞானியின் ஒரு சொட்டு ஆனந்தக் கண்ணீர் இந்த உலகின் எல்லா வறட்சிப் பகுதிகளையும் நனைக்கும் ஆற்றல் கொண்டது.

நதியின் கரையில் அமர்ந்து இறைவனைத் தியானம் செய்யும் ஒரு ஞானி இப்படிக் கூறுகின்றார்:

"வற்றாமல் ஓடும் நதியின் நீரை அள்ளி அள்ளிப் பருகிக் கொண்டிருக்கிறேன்; ஆனால் எனது தாகம் இன்னும் தீரவில்லை."

இறைவனின் தூரம் இந்தப் பிரபஞ்சவெளியைப் போல எல்லை இல்லாதது. அவனுடைய இலக்கு இதுதான் என்றும் கண்டுபிடிக்க முடியாதது. நாம் நெருங்க நெருங்க அவன் விலகி விலகிச் சென்றுகொண்டே இருக்கிறான்.

ஞானம் தேடுதல் ஒரு வகை பித்தநிலை.

சித்துக்கும் பித்துக்கும் எப்பொழுதுமே மிக நெருங்கிய தொடர்பு உள்ளது.

சித்தம் உலக வாழ்க்கையிலிருந்து விடுபட்டு பிரபஞ்ச வெளியில் உலாவும் பொழுது பித்தம் தலைக்கேறிவிடுகிறது.

பைத்தியக்காரர்களிடம் பேசிப் பாருங்கள் – அவர்கள் அதற்குப் பதில் சொல்லும் நிலையில் இருக்கமாட்டார்கள். அவர்கள் மொழியில்தான் பேசிக்கொண்டிருப்பார்கள். சில பைத்தியங்களைக் கேலியும் கிண்டலும் செய்துகொண்டிருப் பவர்கள்தான் உண்மையில் பைத்தியங்கள்.

கவிஞர்கள், எழுத்தாளர்கள்கூட மனதளவில் பித்துப் பிடித்தவர்களே!

இதில் வெற்றி பெற்ற கவிஞர்களும் எழுத்தாளர்களும் அடக்கம்!

பாரதி – என் ஞானாசிரியன் தனது கவிதையில் ஓரிடத்தில், 'நானும் ஒரு சித்தனடா!' என்று பாடுகிறான்.

எழுத்தாளர் ஜெயகாந்தன்கூட ஒரு கட்டத்தில் காடு மேடுகளில் அலைந்து திரிந்து ஞானத்தேடலில் இருந்தார். அவரின் 'விழுதுகள்' கதையில் வரும் 'ஓங்கார சாமிகள்' என்ற பாத்திரம் உண்மையானது. அவரோடு சேர்ந்தே வாழ்ந் துள்ளார் ஜெயகாந்தன்.

பாரதியாக 'கப்பலோட்டிய தமிழன்' படத்தில் நடித்த எஸ்.வி. சுப்பையா மிகப் பெரிய நடிகர். சித்த நிலையடைந்து பித்து நிறைந்தவர் – இவரும் சித்தர்களைத் தேடி அலைந் தவர்தான். 'கப்பலோட்டிய தமிழன்' படத்தில் நீங்கள் அவரின் நடிப்பை ஒரு நடிப்பாகத்தான் பார்த்திருப்பீர்கள். அவரை நேரில் பார்த்துப் பழகிய எனக்கு அது நடிப்பாகவே தெரிய வில்லை.

ஒரு முறை மலேசியா வந்த கவிஞர் வைரமுத்துவை ஈப்போவிற்கு எனது காரில் அழைத்துச் செல்லும் நிலை ஏற்பட்டது. தஞ்சோங் மாலிம் வரையிலும் இலக்கிய சர்ச்சை களில் இருவரும் ஈடுபட்டோம். பிறகு எனது கண்ணாடியில், பின்புறம் அமர்ந்திருந்த அவரைப் பார்த்தேன். அவர் தனக்குள் பேசிக்கொண்டும், ஆக்ரோஷமாகச் சண்டைகள் போட்டுக் கொண்டும் பித்த நிலையில் இருந்தார். ஈப்போவை அடையும் வரையிலும் நான் வாயைத் திறக்காமல் அவரது மோன நிலையைக் கலைக்காமலேயே காரைச் செலுத்தினேன்.

உயர்ந்த கவிஞர்கள், எழுத்தாளர்களுக்கு இந்தப் பித்தப் பிறழ்வு கூடவே இருக்கும் போலும்.

மறைந்த கவிஞர் ஆத்மாநாம் ஒருமுறை எழுத்தாளர் கோணங்கிக்கு ஒரு தபால் கார்டு அனுப்பினார்.

அதில் – 'மனிதன் வெற்றுடம்புடன் திரிகிறான்... நகரமெங்கும் அன்பைத் தேடி அச்சத்துடன்!' என்ற வரிகள் இருந்தன. இந்த அச்சத்தில்தான் பித்தம் நிலைகொள்கிறது. பைத்தியம் ஆரம்பித்த நிலையைவிட முற்றிய நிலையில்தான் அவர்களிடமிருந்து சிறந்தவற்றை உலகம் பெறுகிறது!

எனது அடுத்த நாவல்

'எனது அடுத்த நாவல் எப்பொழுது?' இப்படி அடிக்கடி கேட்பவர்கள் இருக்கிறார்கள்.

சிறுகதை எழுதுவதைவிட நாவல் எழுதுவது சுலபமானது. முதல் நாவலான 'பெண் குதிரை' எழுதப்பட்ட பொழுது அதற்கு நிறைய வரவேற்பு இருந்தது. வாராவாரம் எழுதிக் கொடுத்தேன். பத்தாவது வாரம் வந்த பொழுது ஞாயிறு பதிப்பாசிரியர் 'எப்பொழுது முடிக்கப் போகிறீர்கள்?' என்று கேட்டார். பதினோராவது வாரம் முடித்து விட்டேன். எனது கணக்குப்படி அது 35 வாரங்கள் வருவதற்கான அடிப்படைக் கணக்கை வைத்திருந்தேன்.

வாராவாரம் எழுதிக் கொடுப்பதில் பத்திரிகையாசிரியர்களுக்குச் சில சங்கடங்கள் உள்ளன. நான் ஒரே நேரத்தில் இரண்டு தொடர்கள் எழுத வேண்டிய சூழலில் இருந்த காரணத்தால் சொன்ன நாளில் கொடுக்க முடியாத சூழ்நிலைகள் ஏற்பட்டன. 'கைதிகள் கண்ட கண்டம்' என்ற ஆஸ்திரேலியப் பயணக்கட்டுரையும் தொடராக வந்துகொண்டிருந்தது. அப்போது, வாசகர்களோ சில எழுத்தாளர்களோ 'பெண் குதிரை'யின் இரண்டாவது பாகம் எப்போது என்று கேட்ட

பொழுது என்னால் சரியான பதில் தர இயலவில்லை. சகோதரி கல்யாணி மணியம் சந்திக்கும் போதெல்லாம் அந்த நாவலைப் பற்றிக் குறிப்பிடுவார். எஸ்.பி. பாமா அண்மையில் எழுதிய ஒரு சிறுகதையில் இந்த நாவலைப் பற்றி குறிப்பிட்டிருந்தார். 'பில்மோர்' பாலசேனாவும் 'பெண் குதிரை'யின் இரண்டாம் பாகம் எப்போது என்று கேட்டிருந்தார்.

சிங்கப்பூரில் நடந்த இலக்கியக் கருத்தரங்கில் பேசிய தமிழ்நாட்டு எழுத்தாளர் மாலன் 'பெண் குதிரை' நாவல் அதிக சர்ச்சையை ஏற்படுத்திய நாவல் என்று குறிப்பிட்டார். அதன் மொழியும் கதை சொல்லும் விதமும் நா. பார்த்தசாரதியை அடியொட்டியுள்ளது என்றார். எந்த எழுத்தாளனும் தனது படைப்பைப் பெரிதாகத்தான் நினைப்பான். எனக்கோ எழுதி முடித்த பிறகு 'இவ்வளவுதானா?' என்ற கேள்வியே முன் நிற்கும். சென்னையில் நடந்த எனது 'மண்ணும் மனிதர்களும்' நூல் வெளியீட்டுக்குத் தலைமையேற்ற இந்திரா பார்த்தசாரதி, "இவர் தனது மண்ணின் வரலாற்றுப் பின்னணியில் ஒரு நாவல் எழுத வேண்டும். இவரின் இரு பயண நூல்களைப் படித்த பிறகே இதைச் சொல்கிறேன். நிச்சயம் அவரால் நல்ல நாவலைத் தர இயலும்" என்று கூறினார். இதன் பிறகே மலேசியத் தமிழர்களின் 200 ஆண்டு கால வரலாற்றை அடிப்படையாகக் கொண்டு நாவல் ஒன்றை எழுதும் முயற்சியில் நான் குறிப்புகளைச் சேர்த்து வந்தேன்.

'தமிழ் இனி 2000' மாநாட்டில் கலந்துகொள்ளச் சென்னை சென்றிருந்த போது, ஒரு மதிய உணவு வேளையில், ஆதி குமணன் மற்றும் சில நண்பர்களோடு பேசிக்கொண்டிருக்கும் பொழுது, இந்த வரலாற்று நாவலை அவசரப்பட்டு எழுதாமல் முழுமையாக ஆய்வுகள் செய்த பிறகு எழுதலாமென்று கூறினர். அதன் பிறகு எனது நாவல் எழுதும் ஆர்வம் சற்றே குறையத் தொடங்கியது.

பலரும் இந்த நாவல் சிறப்பாக அமையவேண்டுமென்று நினைப்பதே எனது தயக்கத்துக்குக் காரணம்.

என்னால் இந்த எதிர்பார்ப்புகளை நிறைவேற்ற முடியுமா? என்ற கேள்வியே நாவலை எழுத முடியாமல் செய்துவிட்டது. இந்திய கம்யூனிஸ்ட் கட்சியின் துணைப் பொதுச்செயலாளரும், 'தாமரை'ப் பத்திரிகையின் ஆசிரியருமான மகேந்திரன்கூட ஆதி சொன்ன கருத்தையே முன்வைத்துப் பேசினார்.

மாலன் சொல்லும்போது – "1802ஆம் ஆண்டில் பினாங்குத் தீவுக்கு நாடு கடத்தப்பட்ட மருது சகோதரர்களின் மகன் துரைசாமியிலிருந்து நாவலைத் தொடங்குங்கள்" என்றார்.

அண்மைக்காலத்தில் நான் வாசித்த ஆப்பிரிக்க, லத்தீன், அமெரிக்க, மலையாள, கன்னட, தெலுங்கு நாவல்கள் புதிய உத்திகள், உள்ளடக்கங்கள், உருவங்கள் என்று தங்கள் மொழியையும் புதிய குரலாக மனுக்குலத்தின் யதார்த்தமான இன்றைய வாழ்க்கைப் போராட்டத்தையும் பற்றி உரத்த குரலில் பேசுகின்றன.

இவற்றைப் பார்த்து எனக்கு அளவுக்கதிகமான பயமே ஏற்பட்டுள்ளது.

கடந்த 50 ஆண்டுகளாக எழுதி வரும் எழுத்தாளர்களுக்கு இங்கே உரிய மரியாதை இல்லை. பத்திரிகைகள் அதுவும் நாளிதழ்கள் மட்டுமே தொடர்கதைகளுக்கு 500லிருந்து 1000 வெள்ளி வரை தருகின்றன. இது ஒரு நாவலுக்குத் தரும் சரியான தொகைதானா?

ஒரு பத்திரிகையில் துணையாசிரியர்களுக்கு, கணினி வடிவமைப்பாளருக்கு, இயந்திர இயக்குனர்களுக்கு, பத்திரிகையைக் கட்டி லாரியில் ஏற்றுபவர்களுக்கெல்லாம் சம்பளம் உண்டு. அதை ஊர் ஊராக எடுத்துச் செல்லும் வாகனங்களுக்கும் வாடகை தரப்படுகிறது. ஆனால் அந்தப் பத்திரிகையின் உள்ளே இருக்கும் எழுத்தின் மூலகர்த்தாவாகிய எழுத்தாளன் மட்டும் ஓசியில் எழுத வேண்டும். இது என்ன நியாயம்?

நூல் போட்டு வெளியீட்டு விழா செய்தால் ஏதோ போட்ட பணமே சிலருக்கு மிஞ்சுகிறது. பிறகு புத்தகங்களை 'விசிட்டிங் கார்ட்டை'ப் போல ஓசியில் கொடுத்துவிடும் நிலைதான் மிஞ்சுகிறது. நமது நாட்டில் உள்ள நூலகங்கள்கூட ஓசியில் நூலை அனுப்பச் சொல்லித்தான் கேட்கிறார்கள்.

எனது ஞானாசிரியன் பாரதி பாடிய ஒரு பாடல் நினைவுக்கு வருகிறது. "துணி வெளுப்பவனுக்கும் இங்கே கூலி உண்டு. மனம் வெளுப்பவனுக்குக் கூலி இல்லை." பாரதியும் புதுமைப்பித்தனும் வாழ்ந்த காலத்தில் வறுமையும் புறக்கணிப்பும் இருந்துகொண்டுதான் இருந்தது. ஆனால் அவர்கள் தமிழ்மேல் கொண்ட காதலால் ஒரு வெறியில் எழுதிக்கொண்டுதான் இருந்தார்கள். இறக்கும் வரையிலும் இந்த வெறி அவர்களிடம் அடங்கவே இல்லை!

இவ்வளவு மன உளைச்சல்களுக்கிடையில் தமிழில் எழுதினால் எதுவும் கிடைக்காது என்று தெரிந்தும் நான் நாவல் எழுதும் எண்ணத்திலிருந்து மாறவில்லை; என்னால் மாறவும் முடியாது.

என்னையே நான் அடித்துக்கொண்டாலும் அல்லது மற்றவர்களால் அடிக்கப்பட்டாலும் புத்தி வருமென்று நான் நம்பவில்லை. எனது இலக்கிய வாழ்க்கையின் விரிவும் ஆழமாகி விட்டது. நான் நினைத்தாலும் இனி இதிலிருந்து விடுபட முடியாது.

எனவே எனது அடுத்த நாவலை எழுதத் தொடங்கி விட்டேன். அந்த நாவல் உங்களைச் சங்கடப்படுத்துமா; சந்தோசப் படுத்துமா என்று எனக்குத் தெரியாது! இரண்டில் ஒன்று நடந்தே ஆகவேண்டும்தானே?

புதுமைப்பித்தன் – ஒரு பார்வை

ஒரு யுகத்தின் கால மாற்றத்திற்கு ஏற்ப பற்பல மொழி வல்லுனர்கள் – எழுத்தாளர்கள் – கவிஞர்கள் தமிழ்மொழியில் தோன்றிய வண்ணமே உள்ளனர். வாழும் காலத்தில் போற்றப்படாத இவர்களுக்குப் பிற்காலத்தில் சிலை வைப்பதும் நூற்றாண்டு விழா எடுப்பதும் நமது வழக்கமாகி யுள்ளது. பாரதி, புதுமைப்பித்தன் என்று தமிழுக்கு வளம் சேர்த்த அறிஞர்களின் பட்டியல் நீண்டது. தமிழில் இன்று சிறுகதைத் துறை வளர்ந்திருப் பதற்குப் புதுமைப்பித்தனே காரணம். புரட்சியும் புதிய சிந்தனைகளும் மட்டுமல்லாது, தமிழ்நாட்டு வாழ்வியலை அதன் தொன்மம் மாறாது புதிய கோணங்களில் இவரது எழுத்து படம் பிடித்துக் காட்டியது.

இன்றைய புதிய தலைமுறைக்கு புதுமைப் பித்தன் என்ற பெயர் தெரிந்த அளவு அவருடைய படைப்புகளில் பரிட்சயமில்லாதது வருந்தத்தக்கது. புதுமைப்பித்தனின் 50ஆவது ஆண்டு நினைவு நாள் சில ஆண்டுகளுக்கு முன்பு வந்தது. தமிழ் நாட்டில் எழுத்தாளர்கள் எல்லாம் கூடி சென்னை யில் ஒரு விழா எடுத்தார்கள். அதில் தற்செயலாகக் கலந்துகொள்ளும் வாய்ப்பு எனக்குக் கிடைத்தது. அந்த 50வது நினைவு விழாவில் பத்திரிகையாசிரியர்

கள், எழுத்தாளர்கள், அரசியல்வாதிகள், வாசகர்கள், பொது மக்கள் இவற்றுக்கும் மேலாக புதுமைப்பித்தனின் மகள் தினகரியும் கலந்துகொண்டு பேசினார்.

50 ஆண்டுகள் கழிந்தும் அவரின் எழுத்தின் மேல் இன்னமும் மக்கள் வைத்திருக்கும் நம்பிக்கையும் தமிழுக்கு அவர் செய்த தொண்டும் அந்தக் கூட்டத்தில் பேசப்பட்டது ஒன்றும் பெரிதல்ல. ஆனால் சாதாரண வாசகர்கூட அவருடைய கதைகள் பற்றிப் பேசியது எனக்கு ஆச்சரியத்தை விளைவித்தது.

நமது நாட்டில் இன்று இளைய தலைமுறை மட்டுமல்ல வயதானவர்களிடமும் புதுமைப்பித்தனைப் பற்றிய போதிய விசயங்கள் பரவவில்லை என்பதுதான் உண்மை. நான்கு ஆண்டுகளுக்கு முன்பு நமது நாட்டில் நடந்த புதுமைப்பித்தன் 50வது ஆண்டு நினைவு நிகழ்வில் ஒரு பிரபல எழுத்தாளர், தான் புதுமைப்பித்தன் கதைகளைப் படித்ததே இல்லை என்று கூறியபொழுது நான் ஆச்சரியப்படவில்லை. நம் நாட்டில் விரல் விட்டு எண்ணத்தக்கவர்களே புதுமைப்பித்தனை முழுமையாய் படித்துள்ளார்கள்.

சிறுகதை ஒரு கைக்கடிகாரத்தைச் செய்வதைப் போல மிகத் துல்லியமாகக் கைக்கொள்ளப்பட வேண்டும். இப்பொழுதெல்லாம் இயந்திரமாகிவிட்ட கைக்கடிகாரம், ஒரு காலத்தில் வல்லுனர்களால் ஒவ்வொரு பொருளையும் சரியான இடத்தில் வைத்து மிக நுண்ணிய வேலைப்பாடுகளுடன் கையாலேயே தயாரிக்கப்பட்டது.

மிக உயர்ந்த செயல்திறன் உள்ள கலைஞனால் மட்டுமே வெற்றி பெற்ற சிறுகதைகளைப் படைக்க முடியும். எல்லாரும் நினைப்பது போலச் சிறுகதை மிக சுலபமான எழுத்து வடிவம் அல்ல. கலை நேர்த்தியும் சொற் சிக்கனமும் உருவமும் உள்ளடக்கமும் உத்தி போன்றவற்றிலும் அதிக கவனம் பெற்ற சிறுகதைகளே வெற்றி பெறுகின்றன. உலகின் பல மொழிகளில் ஒவ்வொரு நாளும் ஆயிரக்கணக்கான கதைகள் பிரசுரமாகின்றன. ஆனால் இதில் எத்தனை கதைகள் காலத்தை வென்று நிற்கின்றன? கதை எழுதுவது வேறு, அது காலத்தை வென்று நிற்பது வேறு.

புதுமைப்பித்தன் முக்கியமற்ற சூழலிலும் அதன் சரியான பொருளைப் புரிந்துகொண்டு அதனை எப்படிக் கையாளுவது என்பதனை மிகத் தெளிவாகப் புரிந்துகொண்டிருந்தார். அந்தச் சூழல் நம் உள்ளத்தைத் தொடவேண்டும் என்பதில் மிக நேர்த்தியான வார்த்தைகளால் விறுவிறுப்பான வகையில் விவரிப்பார். இருட்டையும் மர்மத்தையும் அசிங்கத்தையும்

அவலத்தையும் ஏழ்மையையும் சுட்டிக்காட்டுவதற்கு எப்பொழுதும் பொருத்தமான சொற்கள் அவரிடம் கைகட்டி சேவகம் செய்யக் காத்திருந்தன. அவை பல வேளைகளில் மரபையும் மீறியனவாக அமைந்து விடுவதும் உண்டு.

புதுமைப்பித்தன் சமூக அவலங்களைச் சுட்டிக் காட்டியதோடு நின்றுவிட்டார். அதற்கான தீர்வுகளைக் காட்டவில்லை என்ற ஒரு குற்றச்சாட்டு சொல்லப்படுகிறது. ஓர் எழுத்தாளனின் வேலை சமூக அவலங்களுக்குத் தீர்ப்பு எழுதுவதல்ல.

புதுமைப்பித்தன் கதைகளில் சமூகப்பார்வை எப்படி இருந்தது? அதை எவ்வளவு கலைபூர்வமாக அவர் செய்தார் என்பதைச் சில கதைகளில் நாம் காண முடியும். 'என்னுடைய கதைகள் ஊருக்கு உபதேசம் செய்யும் நிறுவனமோ பிற்கால நலந்தேடும் ஆயுள் காப்பீட்டுக் கழகமோ அல்ல' என்று புதுமைப்பித்தன் கூறினாலும் அவருடைய கதைகள் சமுதாயக் கொடுமைகளை எதிர்க்கும் போர்க்கருவிகளாகயிருக்கின்றன என்பதுதான் உண்மை. திக்கற்றவர்கள் – புறக்கணிக்கப் பட்டவர்கள் கொடுமைக்குள்ளாக்கப்பட்டவர்கள் – ஏழைகள் என்று புதுமைப்பித்தனின் பார்வையும் எழுத்தும் இவர்களுக்காக நீதி கேட்டுப் போராடியது.

"மனிதனின் மனத்தை உயர்த்துவதன் மூலம் அவனை மேலும் உரம் கொண்டவனாக ஆக்குவதுதான் எழுத்தாளனின் சிறப்புரிமை. மனிதனுடைய கடந்த காலத்து உன்னத உணர்வுகளான மதிப்பு, தன்னம்பிக்கை, பேராற்றல், பேராண்மை, இரக்கம், அவலம், தியாகம் ஆகியவற்றை அவனுக்கு மீண்டும் நினைவுபடுத்துவதன் மூலம் உயர்ந்த தளத்துக்கு அவனுடைய மனதை அழைத்துச் செல்ல இயலும்.

எழுத்தாளனின் குரல் மனிதனைப் பற்றிய வெறும் பதிவுகளாக இருக்க வேண்டிய அவசியமில்லை. எத்தனை இடர்கள் வந்தாலும் அவன் அவற்றையெல்லாம் தாங்கியும் தாண்டியும் வாழ்ந்து காட்டுவதற்கு உதவி செய்யும் தாங்கு கம்பங்களில் ஒன்றாக அல்லது தூண்களில் ஒன்றாக அது இருக்க இயலும்."

1949ஆம் ஆண்டு நோபல் பரிசைப் பெற்ற இங்கிலாந்தின் வில்லியம் ஃபாக்னர், ஒரு சிறந்த இலக்கியப் படைப்பு பற்றிக் கூறிய கருத்தையே இப்பொழுது உங்கள் முன் வைத்தேன். அந்த வகையில் புதுமைப்பித்தனின் படைப்புகள் நம்முடைய மனித குலத்துக்கு எந்த வகையில் தாங்கும் தூணாக உள்ளன? அவருடைய சில கதைகளில் அவரது குரல் மிக உயர்ந்த தன்மையில் ஒலிக்கிறது.

பழைய காவிய மரபுகளில் சமூகத்தில் உயர்ந்த நிலையுள்ளவர்களே கதாபாத்திரங்களாக வரவேண்டும் என்பது ஒரு விதி. மன்னன், சிற்றரசன் போன்றவர்களே கதை மாந்தர்களாக வந்தார்கள். சிலப்பதிகாரம் மன்னனை அன்றி வணிகர்கள் பற்றியும் பேசியது. ஆனால் சாதாரண மக்களைப் பற்றி சிலப்பதிகாரத்தில் எங்குமே இளங்கோவடிகள் எழுதியதில்லை.

உயர்ந்த நிலையுள்ளவர்களைப் பற்றி மட்டுமே இலக்கியம் இருக்க வேண்டும் என்ற நிலையை மாற்றி சாதாரண ஏழை மக்களையும் கலைபூர்வமான இலக்கியப் படைப்பாக மாற்ற முடியுமென்று காட்டியவர் புதுமைப்பித்தன். வாழ்க்கையின் மேலோட்டமான பார்வையில் மட்டுமே மகிழ்ந்து; வாழ்ந்து அது பற்றி மட்டுமே கவிதை பாடி, கதை எழுதி வந்த சூழ்நிலையில் இதயம் கொதிக்க – சிந்தனை படபடக்க – முகம் சிவக்க விமர்சனங்களுக்கும் அப்பால் நின்று தமிழ் இலக்கியப் போக்கை ஒரு எரிமலையாக்கியவர் புதுமைப்பித்தன்.

சமயத்தின் பெயராலும் கடவுளின் பெயராலும் உயர்ந்த தத்துவங்களைப் பேசிக்கொண்டே பொழுதுபோக்குகிற பெரிய மனிதர்களைப் பற்றி 'வாழ்க்கை' எனும் கதையில் நாசூக்காகக் காட்டுகிறார் புதுமைப்பித்தன். வாழ்க்கையின் உயர்ந்த தத்துவங்களைப் பற்றிப் பேசிக்கொண்டு மண்டபத்தில் கூடியிருக்கிறது ஒரு உயர்நிலை வகுப்புக் கூட்டம். இந்தப் பேச்சுக்களைக் கேட்டுக்கொண்டிருந்த ஒரு நாடோடி அவர்களைக் கிண்டல் செய்துகொண்டிருக்கிறான். அப்பொழுது பசியோடு அங்கு வந்த ஓர் ஏழைப்பெண்ணுக்கு இட்லி ஒன்றைத் தந்து அவள் பசியைப் போக்குகிறான். அப்பொழுது பெருமழை பெய்கிறது. மழைக்கு ஒதுங்க அந்தப் பெரியவர்கள் இருந்த மண்டபம் நோக்கி ஓடுகிறாள் அந்த ஏழைப்பெண்.

"சீ... மூதேவி எங்கே ஏறுறே?... இங்கே ஆள் இருக்கிறது தெரியலே... போ!" என்று அவளை விரட்டுகிறார்கள். மனித வாழ்க்கையில் பேதங்கள் இல்லை என்று பேசிய அந்தப் பெரிய மனிதர்கள்தான் அப்படிப் பேசினார்கள். அவர்களை அந்த நாடோடி விமர்சனம் செய்கிறான். சமூகத்தில் பேசுவது ஒன்றாகவும் நடைமுறையில் வேறு விதமாகவும் நடக்கும் பெரிய மனிதர்களைப் படம் பிடிக்கிறார் புதுமைப்பித்தன் இந்த 'வாழ்க்கை' கதையில்.

'கொடுக்காப்புளி மரம்' என்பது புதுமைப்பித்தனின் ஆரம்பகாலக் கதைகளில் ஒன்று. சுவாமிதாஸ் என்பவர் பெரும் பணக்காரர் – நல்லவர் – தர்மவான் – பெரிய பக்திமான் என்று புதுமைப்பித்தன் எள்ளல் செய்து அவரை அறிமுகப்படுத்து

கிறார். அவர் வீட்டு வாயிலில் ஒரு கொடுக்காப்புளி மரம் இருக்கிறது. அதை ஓர் ஏழை விதவைக்கு நாள் ஒன்றுக்கு கால் ரூபாய்க்குக் குத்தகைக்கு விட்டுள்ளார். மரத்திலிருந்து விழும் பழங்களைக் காலையிலும் மாலையிலும் பொறுக்கிக் கொண்டு கால் ரூபாயைச் செலுத்திவிட வேண்டும். சுவாமிதாஸ் தனது தர்ம சிந்தனையை வெளிப்படுத்த வேறு என்ன செய்ய முடியும் என்று கிண்டலடிக்கிறார் புதுமைப்பித்தன்.

ஒரு நாள் அந்த மரத்தைக் குத்தகைக்கு எடுத்த விதவைப் பெண் வருவதற்குச் சிறிது நேரமாகிவிடுகிறது. அப்பொழுது பிச்சை கேட்டு வருகிறான் பெர்னான்டஸ் என்ற பிச்சைக் காரன். அவனோடு அவனது பெண் குழந்தையும் வருகிறது. கீழே கொட்டிக்கிடந்த கொடுக்காப்புளிப் பழத்தை ஆசையோடு எடுத்துத் தின்பதோடு, தனது பாவாடையை மடித்து அதிலும் பழங்களை நிரப்புகிறது. பசி நிறைந்த ஓர் ஏழைக்குழந்தை அதைவிட என்ன செய்யும்?

இதைப் பார்த்துவிட்ட சுவாமிதாஸ், "போடு கீழே ...! போடு கீழே ...!" என்று வாய்விட்டுக் கத்திக்கொண்டே வெளியே ஓடி வருகிறார். அந்த ஏழைக்குழந்தை சிரித்துக் கொண்டே ஒரு பழத்தை எடுத்து வாயில் வைக்கிறது. சுவாமிதாஸ் உடனே கையில் இருந்த தடிக்கம்பைக் குழந்தையின் மேல் எறிகிறார். படாத இடத்தில் பட்டு, அந்தக் குழந்தை இறந்துவிடுகிறது. திகைத்துப் போன குழந்தையின் தந்தை பெர்னான்டஸ் சுவாமிதாஸின் மண்டையில் அடிக்க அவரும் இறந்துவிடுகிறார்.

பிறகு நீதிமன்றத்தில் வழக்கு நடைபெறுகிறது. சுவாமிதாஸ் எதிர்பாராமல் அடித்தார் என்றும், பெர்னான்டஸ் திட்ட மிட்டுக் கொலை செய்தாரென்றும் நீதிமன்றம் தீர்ப்பு வழங்கு கிறது. இதில் உள்ள முரண்பாட்டை, சமூக விமர்சனத்தை முன் வைக்கிறார் புதுமைப்பித்தன்.

புதுமைப்பித்தனின் சில படைப்புகளில் கதை என்று பார்த்தால் அதில் அதிகம் சொல்வதற்கு ஒன்றுமிருக்காது. ஆனால் சிறிய சூழலை வர்ணிப்பதிலும் மிகத் துல்லியமாக விளக்கங்களைச் சொல்லுவதிலும் அவரிடம் அபாரத் தன்மை இருந்தது. இதுவே, புதுமைப்பித்தனை மற்றவர்களிடமிருந்து வேறுபடுத்திக் காட்டியது. இன்றைய தமிழ் இலக்கியம் என்று பார்க்கும்பொழுது பாரதியையும் புதுமைப்பித்தனையும் அருகருகே வைத்துப் பார்ப்பது தவிர்க்க முடியாதது. பாரதி கவிதையில் சாதித்ததைப் புதுமைப்பித்தன் சிறுகதையில் சாதித்தார். இருவருமே இன்றைய இலக்கியத்துக்குப் புதுப்பாதை அமைத்தவர்கள்.

புதுமைப்பித்தன் காலத்தில் அவரோடு சமமாகப் பேசக்கூடியவர்களாக கு.ப. ராஜகோபாலன், மௌனி, ந. பிச்சமூர்த்தி, பி.எஸ். ராமையா என்று சிலர் இருந்தார்கள். இவர்களில் யாருமே புதுமைப்பித்தனைத் தாண்டி பாரதியின் அருகில் வர இயலவில்லை. புதுமைப்பித்தன்தான் பாரதி போலத் தன் காலத்தில் ஒரு கலகக்காரனாகச் செயல் பட்டிருக்கிறார்.

புதுமைப்பித்தன் எப்படி ஒரு கலகக்காரர்? வழி வழியாக வந்த இந்தச் சமூகக் கோட்பாடுகளை உடைத்தெறிந்து, இதுவரை இலக்கியத்தில் பேசுவதற்குக் கூசிய பகுதிகளைத் தனது பூதக்கண்ணாடி கொண்டு நமக்குக் காட்டினார். பழைய சித்தாந்தங்களில் இருப்பது அல்ல வாழ்க்கை. நடைமுறையில் நமது நீதி நூல்கள் – காவியங்கள் – ஓவியங்கள் காட்டுவது வாழ்க்கையின் அழகிய பகுதிகளை மட்டுமே. இதோ எனது கதைகளில் உள்ளது மட்டுமே உண்மையான வாழ்க்கை. இதுதான் இன்றைய யதார்த்தம் என்று கன்னத்தில் அறைவது போல் கூறினார் அவர்.

'பொன்னகரம்' என்ற கதையில் உள்ள யதார்த்தம் இன்றளவிலும் சமூகத்துக்கு ஒரு திடுக்கிடும் சம்பவமே.

'பொன்னகரம்' மதுரைப் பகுதியில் உள்ள உண்மைப் பெயர் என்று புதுமைப்பித்தனின் நெருங்கிய சகாவும் அவரது வாழ்க்கை வரலாற்றை எழுதியவருமான ரகுநாதன் கூறுகிறார். ஆனால் கதையில் அது ஓர் உருவகமாகவே செயல்படுகிறது. மனிதனைப் புனிதனாகக் காட்டி வரும் இலக்கிய உலகில், ஈவிரக்கம் இல்லாமல் குத்தலும் கிண்டலும் சார்ந்த 'பொன் னகர'த்தில் சமூகத்தைக் காட்டுவதில் அவர் பெரிய கலகக்காரர் என்பதை நிரூபித்துள்ளார். இந்தப் 'பொன்னகரம்' கதையில், 'கற்பு கற்பு என்று கதைக்கிறீர்களே ஐயா, இதுதான் பொன்னகரம்' என்பது வெறுமனே ஒரு கதையின் முடிவல்ல. சமூகத்தை நோக்கி எய்த அம்பு வார்த்தைகள் அது.

சொந்தமாகக் குதிரை வண்டி வைத்துப் பிழைப்பு நடத்துகிறான் முருகேசன். அவனுடைய மனைவி அம்மாளு கூலி வேலை செய்கிறாள். முருகேசனின் தாயார், தம்பி, குதிரையையும் சேர்த்து ஐந்து பேர் கொண்ட குடும்பம். முருகேசன், அம்மாளு ஆகிய இருவரின் வருமானத்தில்தான் அந்த ஐந்து பேரும் சாப்பிட வேண்டும். வீட்டு வாடகை இன்னும் பலவற்றையும் சரிசெய்துகொள்ள வேண்டும். இதில் அனைவருமே குடிகாரர்கள்.

இந்தக் கதையில் சமூகத்தை வம்புக்கிழுக்கிறார் புதுமைப் பித்தன். "பசி வந்தால் பத்தும் பறந்து போகுமென்று மிகவும்

ஒய்யாரமாகப் பாடுகிறீர்களே; அங்கு ஒரு நாள் இருந்தால் உமக்கு அடி வயிற்றிலிருந்து வரும் அதன் அர்த்தம்!” என்று இடிக்கிறார்.

ஒரு நாள் குடிபோதையில் அடிபட்டு பேச்சு மூச்சில்லாமல் கிடக்கும் குதிரை வண்டிக்காரன் முருகேசன் பால்கஞ்சி வேண்டுமென்று கேட்கிறான். மனைவி அம்மாளுக்குக் கூலி கிடைக்க இன்னும் இரண்டு நாட்கள் இருக்கிறது. வீட்டில் காசில்லை. அம்மாளு தண்ணீர் எடுக்க வருகிறாள்.

சந்தின் பக்கத்தில் ஒருவன் நின்றுகொண்டிருக்கிறான். அம்மாளுவின் மேல் வெகுநாளாக ஒரு கண் வைத்திருப்பவன். இருவரும் இருளில் மறைகிறார்கள். அம்மாளு முக்கால் ரூபாய் சம்பாதித்துவிட்டாள். ஆம், புருஷனுக்குப் பால்கஞ்சி வார்க்கத் தான். இந்தக் கதையின் கடைசி வரியில்தான் புதுமைப்பித்தன் ‘என்னமோ கற்பு, கற்பு என்று கதைக்கிறீர்களே! இதுதான், ஐயா, பொன்னகரம்’ என்று கன்னத்தில் அறைகிறார். நமக்கு மனதில் நெருடுகிறது.

‘பொன்னகரம்’ என்ற கதையைப் பொறுத்தமட்டில் புதுமைப்பித்தனின் சமூகப் பார்வை மீது இரண்டு வித கருத்துக்கள் வராமல் இல்லை. “கற்புத் தீயால் மதுரையை எரித்த இளங்கோவடிகளின் கண்ணகியைவிட கணவனைக் காப்பாற்றுவதற்காக கற்பை விற்ற புதுமைப்பித்தனின் அம்மாளு எனக்கு உசத்தி” என்று சு.சமுத்திரம் ஒரு கருத்தரங்கில் கூறினார்.

“புதுமைப்பித்தனைப் போல் என்னால் சிரிக்க முடியவில்லை. என் கண்கள் கலங்குகின்றன புதுமைப்பித்தனுக்காக! அமரர் புதுமைப்பித்தனின் கறைபட்ட – கரைக்கப்பட்ட கற்புக்காக. என் கண்ணீரிலே ஓர் அணுப்பங்குகூட – ஒரு பரம அணுவின் பாகம்கூட பொன்னகரத்தின் கதாநாயகி ஸ்ரீமதி அம்மாளுக்கு – திருமதி அம்மாளுக்குச் சேராது. சேரவே சேராது! சேரவும் கூடாது! சேரவும் விடமாட்டேன்” என்று குதிக்கிறார் பூவை எஸ். ஆறுமுகம்.

இப்படி இருதரப்பு வாதங்கள் இக்கதையைப் பற்றி அதிகமாக இருப்பதே இக்கதையின் வெற்றி எனலாம்.

மற்றொரு கதையான ‘கவந்தனும் காமனும்’ என்ற கதையில் நம்மையும் இழுத்து வம்பு செய்கிறார் புதுமைப்பித்தன். ‘அதோ மூலையில் சுவரின் அருகில் பார்த்தீர்களா? சிருஷ்டித் தொழில் நடக்கிறது. மனிதர்களா? மிருகங்களா? நீங்கள் போட்டிருக்கிறீர்களே பாப்ளின் ஷர்ட்டு. உங்கள் ஷெல் பிரேம் கண்ணாடி எல்லாம் அவர்களின் வயிற்றில் இருக்க வேண்டியதைத்

திருடியதுதான். ரொம்ப ஜம்பமாக நாசூக்காகக் கண்ணை மூட வேண்டாம். எல்லாம் இந்த வயிற்றுக்காகத்தான். பசி. ஐயா பசி!'

சமூகத்தின் அவலமான பகுதிகளைத் தனது கதையில் அதன் யதார்த்தம் கெடாமல் விமர்சனத்துக்கு வைத்துள்ள புதுமைப்பித்தன் மிக அழகிய கலை நயம் சொட்டும் அற்புத மான கதைகளையும் எழுதியுள்ளார். உலகத்துச் சிறந்த கதை களாக இன்று பத்துக் கதைகள் தேர்ந்தெடுக்கப்பட்டால் அதில் நிச்சயமாக புதுமைப்பித்தனின் 'சாப விமோசனம்' என்ற கதை இருக்கும். இந்தக் கதையிலும் நமது மரபு மீறியே அவர் எழுதியிருந்தார். இராமாயணப் பரிச்சயம் உள்ளவர் களுக்கு அகலிகையின் கதை தெரிந்திருக்கும். அந்தக் கதையை மாற்றி இறுதியில் வேறு விதமாக முடித்திருக்கிறார். இக்கதையைப் படித்த ராஜாஜி அவர்கள் அக்கதையின் முடிவை மாற்றிப் பழைய மரபுக்கு ஏற்றவாறு எழுதச் சொன்னார். நீங்கள் வேண்டுமானால் மாற்றிப் படித்துக்கொள்ளுங்கள். என் கதையை நான் எழுதியது எழுதியதுதான் என்று ஆணித்தரமாகக் கூறியவர் புதுமைப்பித்தன்.

தனது 'கடவுளும் கந்தசாமிப்பிள்ளையும்' என்ற கதையில் கடவுளைக்கூட கேலியும் கிண்டலும் செய்யாமல் அவர் விட்டதில்லை. அவருடைய 'துன்பக் கேணி' என்ற நீண்ட கதை இலங்கைத் தோட்டப்புறத்தில் நடக்கும் கதை. அங்கே கூலி வேலைக்காகச் சென்ற தமிழ்நாட்டுப் பெண்ணின் அவலம் சொல்லப்படுகிறது. 'பிரம்ம ராக்ஷஸ்' என்ற கதை வந்தபோது அப்போதைய எழுத்தாளர்கள் அனைவரும் அவரை ஒரு மேதை என்று ஒப்புக்கொண்டார்கள்.

நவீன எழுத்துலகில் புதுமைப்பித்தனின் அளவு யாரும் விமர்சிக்கப்பட்டதில்லை. அவரே தமது எழுத்துக்களைப் பற்றிக் கூறும் பொழுது, "வேதாந்திகள் கைக்குள் சிக்காத கடவுள் மாதிரிதான் நான் பிறப்பித்துவிட்டவைகளும். அவை உங்கள் அளவுகோல்களுக்குள் அடைபடாதிருந்தால் நானும் பொறுப்பாளியல்ல; நான் பிறப்பித்து விளையாடவிட்டுள்ள ஜீவராசிகளும் பொறுப்பாளிகளல்ல; உங்கள் அளவுகோல்களைத் தான் என் கதைகளின் அருகில் வைத்து அளந்து பார்த்துக் கொள்ளுகிறீர்கள் என்று உங்களுக்குச் சொல்லிவிட விரும்பு கிறேன்" என்று தனது எழுத்துக்கு ஒரு முன்னுரையையும் கூறுகிறார்.

புதுமைப்பித்தன் மறைந்து 50 ஆண்டுகளுக்கு மேலாகியும் இன்னும் அவர் எழுத்து படிக்கப்படுகிறது. தமிழ் இலக்கி

யத்தின் ஒரு திருப்புமுனையில் நின்று சிறுகதைகள் எழுதிய புதுமைப்பித்தனின் படைப்புகளை இன்றைய சமூகமும் இளைய தலைமுறையும் நிச்சயம் படித்துத் தெரிந்து கொள்வதற்கு நிறையவே உள்ளன.

சிதைவுகளைக் கொண்டுவரும் இலக்கியப் பிற்போக்கு!

இலக்கியம் என்பது ஒருபோதும் நாட்டு எல்லைகள் சார்ந்ததல்ல. மனித குலத்தின் ஒட்டுமொத்த பிரச்னைகளைப் பொதுத்தன்மை யுடன் பார்த்து தனது சிறகு விரித்து எல்லை களைக் கடப்பது இலக்கியத்தின் பொதுத்தன்மை. படைப்பாக்கம் என்பது மொழி தாண்டிய உலக மொழி என்கிறார் ஆப்பிரிக்க எழுத்தாளர் சினுவா ஆச்சிபி.

நமது நாட்டைப் பொறுத்த அளவில் நமது இலக்கியங்கள் இந்த நாட்டுச் சூழலில்தான் எழுதப் பட வேண்டும என்று ஒரு கட்டாயத்தை உண்டு பண்ணிவிட்டார்கள். அதிலும் தமிழ்ச் சூழலில் உள்ளவர்களுக்கு எப்போதுமே எல்லைகளைத் தாண்டுவதில் விருப்பமே இருப்பதில்லை. சுதந்திரக் கட்டுடைத்து வெளியேறுவதில் இவர்களின் பார்வை மிகக் குறுகிய வட்டத்தில்தான் சுழன்று வந்துள்ளது.

ஆங்கில, பிரஞ்சு, லத்தீன் மொழி இலக்கியங்கள் இன்று உலக மனிதனைத் தனது சொந்தக்கார னாகக் கருதி இலக்கியம் படைக்கின்றன. இருண்ட கண்டம் எனக் கூறப்படும் ஆப்பிரிக்க நாட்டு இலக்கியங்கள் நோபல் பரிசு பெறும் அளவு

உயர்ந்துள்ளன. அடிமைகளாக விற்கப்பட்டு – கேவலம் ஒரு கோப்பைக் கரும்புச் சாற்றுக்காகப் பண்டமாற்று போல இடம் மாற்றம் பெற்றவர்கள் இன்று உலக இலக்கியத்தில் கவன ஈர்ப்புக்கு ஆளாகி வருகிறார்கள்.

நைஜீரிய எழுத்தாளரும் கவிஞரும் நாடக ஆசிரியருமான வோல் சோயிங்கா 1987லேயே நோபல் பரிசைப் பெற்றார். 2002ஆம் ஆண்டிற்கான நோபல் பரிசும் ஓர் ஆப்பிரிக்க எழுத்தாளருக்கே கிடைத்துள்ளது. வரிவடிவமில்லா மொழியைக் கொண்டவர்கள், உலகில் ஒதுக்கப்பட்ட கறுப்பின மக்களில் மிகக் கேவலமாக நடத்தப்பெற்றவர்கள் இன்று நோபல் பரிசு, அதுவும் புத்திக் கூர்மை அதிகம் வேண்டப்படும் இலக்கியத் துறையில் பெறுகிறார்கள்.

ஆனால் 3000 ஆண்டுப் பழமையான மொழி, இலக்கியச் செல்வமும் நாகரிக மேம்பாடும் கொண்ட நமது இனம் ஏன் நோபல் பரிசுக்குப் பக்கத்தில்கூட போக முடியவில்லை? எண்ணக் குறுகலும், பரந்த பார்வைகளுமற்ற இந்தக் குறுமுனி களால் நிச்சயமாக உலக இலக்கியம் படைக்க முடியாது.

ஒரு எஸ்கிமோ இனத்தவனின் வாழ்க்கை அவலங்களை மிகச் சிறப்பாக எழுதினாலும் இது தமிழனைப் பற்றி இல்லை, அதுவும் நமது நாட்டின் வாழ்க்கை இல்லை, எனவே இது பரிசுக்கு உரியதாகத் தேர்வு பெறக்கூடாது என்று பேசுபவர்களே இங்கே அதிகம். எஸ்கிமோ என்ன மனிதனா என்று இவர்கள் கேட்கக் கூடும். மலேசியத் தமிழ் எழுத்தாளர்களுக்கு இந்த வேளையில் ஒரு தாழ்மையான வேண்டுகோள்: மறந்தும் நீங்கள் மலேசியாவுக்கு வெளியே உள்ள வாழ்க்கையை எழுதி விடாதீர்கள். உங்களுக்கு இங்கே தரப்படுகின்ற புத்தகப் பரிசுகள் கிடைக்காமல் போய்விடும். நீங்கள் கோலாலம்பூரைப் பற்றி எழுதுங்கள் – பரிசு கிடைக்கும். மறந்தும் கோயம்பத்தூரைப் பற்றி எழுதிவிடாதீர்கள். அங்கே மனிதர்களே வாழவில்லை என்பது இங்குள்ள சிலரின் முடிவு. உண்மையில் இந்த நாட்டுத் தமிழ் இலக்கியத்தைக் குட்டிச்சுவராக்கிக்கொண்டிருக்கிறார்கள். சிலர் பொறுப்பான இலக்கியம் வளர்க்கும் இடத்தில் உட்கார்ந்து நாற்காலிகளைப் பழசாக்கிவிட்டிருக்கிறார் களேயன்றி வேறு எதுவும் செய்துவிடவில்லை.

இடம், குடிப் பிறப்பு, வளர்ப்பு, கல்வி, பொருளாதாரம் சார்ந்து மனிதனைப் பிரிக்கும், இழிவுபடுத்தும் கோட்பாடு களைத் தாண்டினாலொழிய நம்மால் உலக இலக்கியத்தைப் படைக்க இயலாது. நமது நாட்டுச் சிந்தனை அதுவும் தமிழ்ச் சிந்தனை இன்னமும் 19050களில்தான் சுற்றிச் சுற்றி வருகிறது. நமது பக்கத்தில் இருக்கும் சீனர்களும் மலாய்க்காரர்களும்

அல்லது சரவாவில் இருக்கும் ஈபான், கடசான் மக்களைப் பற்றிக்கூட நமது தமிழ் இலக்கியத்தில் வந்துவிடக் கூடாது என்பதில் நாம் அதிகபட்ச கவனத்தில் இருக்கிறோம்.

மனித குல விடுதலைக் குரல் கொடுக்கப்படும் அடுத்த கட்ட எழுத்துகள் இங்கே வருவதற்கு வாய்ப்பே இல்லை என்பது போல்தான் நிலைமை உள்ளது. ஏன் நமது சொந்த மக்களின் குரலையே நம்மால் பதிவு செய்ய முடிந்துள்ளதா? அதற்கான முயற்சிக்கு ஆதரவு உள்ளதா? எதெல்லாம் முடியும் என்பதில் நமது சிந்தனை செல்வதைவிட எதை எதைச் சொல்லக் கூடாது என்பதில் நமது பொறுப்பாளர்கள் அதிகபட்ச நெகட்டிவ் தன்மையுடன் செயல்படுகிறார்கள் – இலக்கியமாவது; மண்ணாங் கட்டியாவது?

ஏகப்பட்ட கட்டுப்பாடுகள், தடைகள், குறுகிய மனநிலை கள், கோஷ்டிகள், வேண்டப்பட்டவன், வேண்டப்படாதவன், பொறாமைக்குணம் போன்ற ஏகப்பட்ட தடைச்சட்டங்களால் நமது மலேசியத் தமிழ் இலக்கியம் மாட்டிக்கொண்டு தடுமாறுகிறது. இப்பொழுது இதில் மதம், சாதி என்ற புதிய பரிணாமம் வேறு சேர்ந்துகொண்டு பேயாட்டம் போடுகிறது.

அண்மையில் டான்ஸ்ரீ மாணிக்கவாசகம் புத்தகப் பரிசு ஒரு புதிய பாதையில் அடியெடுத்து வைத்துள்ளது மனதுக்குச் சற்று மகிழ்ச்சியைத் தருகிறது. 1998ஆம் ஆண்டு நடந்ததை இப்பொழுது நினைத்துப் பார்க்கிறேன். எனது நூலான 'மண்ணும் மனிதர்களும்' நாவல் அருமையான நூலென்றும், ஆனால் மண் மணம் இல்லாததால் அதற்குப் பரிசு தர இயலாமல் போய்விட்டது என்றும் சொல்லப்பட்டது. அதற்கு முன்பே எழுத்தாளர் சங்கச் செயலவைக் கூட்டத்தில் 'சில நல்லவர்கள்' வெளிநாட்டுத் தன்மை கொண்ட நூலுக்குப் பரிசு தரக்கூடாது என்று பேசினார்கள். இது எனது 'மண்ணும் மனிதர்க'ளையும் அடிப்படையாக வைத்தே பேசப்பட்டது.

பரிசு கிடைக்கவில்லை. அதுபற்றி நான் அதிகபட்ச கவலையும் கொள்ளவில்லை. ஆனால் மலாக்காவில் நடந்த அதன் பரிசளிப்பு நிகழ்வுக்குப் பிறகு மண்டபத்தை விட்டு வெளியே வந்த தலைமை நீதிபதி இரா. பாலகிருஷ்ணன், "மலேசியத் தன்மை இல்லாததால் அதற்குப் பரிசுக் கொடுக்க முடியவில்லை" என்றார். நான் எதுவும் பேசவில்லை. அவரின் கருத்தை மட்டும் ஏற்று நன்றி சொன்னேன்.

ஆனால் இவ்வாண்டு பரிசு பெற்ற புலவர் ப.மு. அன்வரின் காவியம் பாரசீக நாட்டு வாழ்க்கை முறையைக் கொண்டது. 'நம் குரல்' என்ற இதழில் அவர் தொடர்ந்து எழுதி அண்மை

யில் மலேசிய முஸ்லிம் இலக்கிய மாநாட்டில் நூலாக வெளிக்கொண்டு வந்தார்கள். அற்புதமான ஒரு காவியம். நல்ல நூலுக்குப் பரிசு தந்துள்ளார்கள்.

ஆனால் எவ்வளவுதான் நல்ல நூலாக இருந்தாலும், அது மலேசிய மண் மணம் கொண்டதாக அமைய வேண்டும் என்று வாதிட்ட அதே 'நல்லவர்கள்' ஏன் இப்போது வாய் திறக்கவில்லை...? எல்லை தாண்டிய இலக்கியத்துக்கு இம்முறை பரிசு தந்த இரா. பாலகிருஷ்ணனின் நீதிபதிக் குழுவினரைப் பாராட்டத்தான் வேண்டும். மனம் மாறிவிட்டார்களே! இனிமேல் கொசுக்களுக்கு இடம் கொடுக்க இவர்கள் சூரியனைச் சுருங்க வைக்கமாட்டார்கள் என்று நம்பலாம்! ஓடினால் நதி, தேங்கினால் குட்டை. இவர்கள் குட்டையாகத் தேங்கப் போகிறார்களா? நதியாக ஓடப்போகிறார்களா?

நமது நாட்டில் உள்ள இந்தத் தடைச்சட்டக் குறுமுனிகள் போலவே ஆப்பிரிக்காவிலும் காலனித்துவ காலத்திலும் அதற்கடுத்த காலகட்டத்திலும் இருந்துள்ளார்கள். ஆனால் இந்தக் குறுகிய மனம் கொண்டவர்களின் தடைகளைத் தாண்டி ஆப்பிரிக்க இலக்கியம் உலகப் பார்வைக்கு வந்துள்ளது. ஆப்பிரிக்க எழுத்தை இன்று உலகத்தரத்துக்கு உயர்த்தியுள்ளார்கள்.

சினுவா ஆச்சிபி நைஜீரிய நாட்டைச் சேர்ந்தவர். 1930இல் பிறந்தவர். மிகவும் பின்தங்கிய ஈபோ இனத்தைச் சேர்ந்தவர். இன்று இவரது பல்வேறு ஆப்பிரிக்கப் படைப்புகளில் – *Things Fall Apart (1958), No Longer At Ease (1960), Arrow of Tod (1964), A Man of the People (1966), Ant Hills of Saavannah* - மிகப் புகழ் வாய்ந்து உலகப்பார்வைக்கு வந்துள்ளன. கடைசி நாவல் புக்கர் பரிசுக்குப் பரிந்துரை செய்யப்பட்டது. எந்த ஆண்டிலும் இவருக்கு நோபல் பரிசு கிடைக்கலாமென்று எதிர்பார்ப்பு இருக்கிறது.

இவரைப்போலவே கூகி வா தியாங்கோ. இவர் கென்யா நாட்டைச் சேர்ந்தவர். முன்பு ஒருமுறை இவரது 'சிலுவையில் தொங்கும் சாத்தான்' என்ற நாவலை அறிமுகப்படுத்தி யுள்ளேன். சிறையில் அடைபட்டிருந்தபோது எழுதுவதற்குக் காகிதங்கள் இல்லாமல் மலம் துடைக்கும் தாளில் அந்த நாவலை எழுதி முடித்தவர். இது எவ்வளவு பெரிய அதிர்வான விசயம்! ஆனால் இது பற்றி ஒரு விசாரிப்போ, ஒரு வாசகர் கடிதமோ வரவில்லை என்கிறபோது நமது வாசகத்தன்மையை நாமே எடைபோட்டுக் கொள்ளலாம்.

சில சமயங்களில் மிக ஆழமான விரிவான விசயங்களை எழுதும்போது நாம் வெறும் சுவரின் எதிரே நின்று பேசிக்

கொண்டிருக்கிறோமோ என்ற எண்ணமே எழுகிறது. கூகி வா தியாங்கோ எழுதிய மற்றொரு நாவல் *Weep Not Child (1964)*. இதுவும் உலகம் முழுதும் இலட்சக்கணக்கான பிரதிகள் விற்று உலக நாவல் வரிசையில் இடம்பெற்றது. 'தேம்பி அழாதே பாப்பா' என்ற தலைப்பில் இந்நாவலைத் தமிழில் எஸ்.பொ. மொழி பெயர்த்துள்ளார். அதே போல சினுவா ஆச்சிபியின் *Things Fall Apart (1958)* நாவலை இலங்கையைச் சேர்ந்த என்.கே. மகாலிங்கம் 'சிதைவுகள்' என்ற தலைப்பில் மொழி பெயர்த்துள்ளார். இந்தச் 'சிதைவுகள்' நாவல் உலகின் பல்வேறு மொழிகளில் மொழியாக்கம் செய்யப்பட்டுள்ளது.

பிரெஞ்சு, போர்த்துக்கீசிய, பிரிட்டிஷ் காலனித்துவ ஆட்சிக் காலத்தில் தங்களது வாழ்க்கையை முழுதுமாக இழந்தவர்கள் ஆப்பிரிக்க மக்கள். எண்ணற்ற மொழிகள் பேசும் சிறு சிறு பிரிவுகளாக ஆப்பிரிக்கக் கண்டத்தில் பல நாடுகளைக் கொண்ட மக்களாக வாழ்ந்தவர்கள். காலனித்துவம் பிரித்தது பாதி என்றால் அவர்களுக்குள்ளாகவே இனங்களாகப் பிரிந்து வெட்டிக் குத்திக்கொண்டவர்கள் மறுபாதி. இன்றுகூட ஆப்பிரிக்கக் கண்டத்தில் 53 நாடுகள் இருக்கின்றன.

காலனித்துவ ஆட்சியிலிருந்து இவர்கள் சுதந்திர மனிதர் களாக மாறினாலும் இன்னமும் அவர்களுக்குள் பிரிவினைச் சண்டைகள் நடந்த வண்ணமே உள்ளன. சர்வாதிகார ஆட்சிகளும், ராணுவ ஆட்சிகளும் இன்னமும் ஒரு நிம்மதி யான வாழ்க்கையை அங்கே கொண்டுவரவில்லை. பசியும் பிணியும் பக்கத்துப் பக்கத்து வீடுகளில் குடியேறியுள்ளன. என்றாலும் வீறுகொண்ட இலக்கியம் அங்கே உருவாகி உலக மனித நேயத்தை முன் எடுத்துச் செல்கின்றன.

இதில் மற்றொரு விசயத்தையும் இங்கே குறிப்பிட வேண்டும். காலனித்துவ ஆட்சியில் இருந்த தடைகள் காரணமாகச் சொல்லமுடியாத விசயங்கள் பல எழுத்தாளர் வசம் இருந்தன. இன்றும் அதே நிலைதான் நீடிக்கிறது. பல எழுத்தாளர்கள் குடியுரிமை; வாழ்வுரிமை போன்றவற்றை இழந்தார்கள். சொந்த நாட்டைவிட்டு வெளிநாடுகளில் வசிக்கும் நிலையும் இவர்களுக்கு உண்டானது. விடுதலைக்குப் பின்னும் இதே நிலை நீடித்து வருகிறது. ஆனால் புதிய சிந்தனைகள் கொண்ட இலக்கியங்கள் வந்த வண்ணம் உள்ளன. மூன்றாம் உலக நாடுகளின் உரத்தகுரல் இன்று இலக்கியத்தின் வழியாகவே கேட்கிறது. நமது மலேசியத் தமிழ் இலக்கியம் உலக வரை படத்தில் எங்கே இருக்கிறது? கொஞ்சம் உங்களையே நீங்கள் கேட்டுக்கொள்ளுங்கள்.

அண்மையில் எனக்கொரு கடித நகல் வந்தது. அதில் நான் மலேசியத் தமிழ் முஸ்லிம் எழுத்தாளர்களின் பழைய வரலாற்றை எழுதியதில் அவருக்கு ஏகக் கோபமாம். பழையதை எழுதி என்ன பயன்? என்று கேட்டிருந்தார். எனக்கு ஒரே ஆச்சரியம். நமக்குள்ளேயே இத்தனைப் பிரிவுகளை உண்டாக்கி னால் எங்கே உலக எல்லைக்குப் பக்கத்தில் போய் நின்று இலக்கியம் பேசுவது?

'செய் அல்லது செத்துமடி' என்று சுதந்திரத்துக்காக இந்தி யாவில் குரலெழுப்பினார்கள். நமது இலக்கியவாதிகள் நிச்சயம் செய்வதற்கு ஆதரவு தர மாட்டார்கள். அதற்கேற்ற பரந்த அறிவும் நிச்சயம் அவர்களுக்குக் கிடையாது. செத்துமடி என்பது நமக்குப் பொருத்தமான சொல்! அனைவரும் இலக்கி யத்தைப் பொறுத்தமட்டில் செத்து மடிவோம்! நமக்கெதற்கு இலக்கியமும் புண்ணாக்கும்? இதையெல்லாம் படித்து நமது சமூகம் முன்னேறப் போகிறதா என்ன? வள்ளுவன் சொல்லியே திருந்தவில்லை, நாம் சொல்லியா திருந்தப்போகிறது?

சுந்தர ராமசாமி வருகையும் நமது நிலையும்

இலக்கியம் பற்றிப் பேசும் பொழுதும் அல்லது பொது வாழ்க்கை பற்றி எழுதும் பொழுதும் கடந்த 45 ஆண்டுக்கால வரலாற்றில் ஏதோ ஒரு வகையில் நான் சம்பந்தப்பட்டு விடுவதால் – அது பற்றி எழுதுவது தவிர்க்க முடியாததாகிவிடுகிறது. அது சுயபுராணம் அன்று. வரலாற்றின் சில இடங்களில் நானும் சம்பந்தப் பட்டிருப்பதால் அது பற்றிக் கூறவேண்டிய கட்டாயம் எனக்குள்ளது.

'இலக்கிய வட்டம்' என்ற ஓர் அமைப்பை உருவாக்கி, முதன் முதலில் அப்பொழுது கோலாலம்பூரில் இருந்த டாக்டர் ரெ. கார்த்திகேசுவின் இல்லத்தில் முதல் சந்திப்பை நடத்தினோம். இதில் இரா. தண்டாயுதம், ரெ. கார்த்திகேசு, சி. வடிவேலு. எம். குமாரன், சாமிமூர்த்தி, அருசு ஜீவானந்தன், நான் (இன்னும் சிலர் இருக்கலாம் பெயர் ஞாபக மில்லை) ஆகியோர் கலந்துகொண்டு தீவிர இலக்கிய சர்ச்சைகளைப் பற்றி நீண்ட விவாதங்கள் செய் தோம். மாதம் ஒரு முறை ஒருவரின் இல்லத்தில் கூடுவதாக ஏற்பாடு செய்யப்பட்டது. கூட்டத்தின் இறுதியில் ஒரு விருந்து – அவரவர் வீட்டிலேயே

ஏற்பாடு செய்யப்பட்டது. இரண்டாவது கூட்டம் இரா. தண்டாயுதம் வீட்டிலும் மூன்றாவது கூட்டம் ஜாலான் ஈப்போவில் இருந்த எனது அலுவலகத்திலும் நடைபெற்றது. இலக்கியம் பற்றி ஆக்ககரமான புதிய புதிய விஷயங்களை ஆழமாக அக்கூட்டங்களில் விவாதிப்பதற்கு அருமையான வாய்ப்புகள் ஏற்பட்டன.

பொன்முகம் அந்த நேரத்தில் 'உதயம்' பத்திரிகையின் ஆசிரியராகப் பொறுப்பேற்றார். அதன் பிறகு எங்களின் இலக்கியச் சந்திப்புகள் ஒரு அன்றாட வேலையைப்போல் ஆகிவிட்டன.

பொன்முகம் ஒரு பழைய கார் வாங்கினார். சில நேரங்களில் நாங்கள் அனைவரும் அம்பாங் சாலையில் பூமிபுத்ரா பேங்கிற்குப் பின்புறமிருந்து தள்ளிய பிறகே அக்கார் உயிர் பெறும். சன்பெங் சாலையில் இருந்த அடுக்குமாடி வீட்டில் பொன்முகம் தனது தாயார், சகோதரர்களோடு குடியிருந்தார். அந்த வீட்டில் அவர் உடற்பயிற்சி செய்து கொண்டே எங்களோடு இலக்கியம் பற்றிப் பேசுவார். நான், குமாரன், சாமிமூர்த்தி, அருசு.ஜீவானந்தன் நால்வரும் தரையில் அமர்ந்துகொண்டு விமர்சனங்களில் ஈடுபடுவோம்.

இக்காலகட்டங்களில் சு. அப்துல் முத்தலீப் (பரிதாமணாளன்) சில நேரங்களில் எங்களோடு வந்து கலந்துகொள்வார். வேலை பெர்மிட் காரணமாகத் 'தமிழ் நேசன்' ஞாயிறு பதிப்பு ஆசிரியர் வேலையை விட்டுவிட்டு சிறிய அளவில் சொந்தத் தொழில் தொடங்கி, பிறகு தனது உழைப்பால் ஓகோவென்று வளர்ந்தவர். இவர் 'தமிழ் நேசனி'ல் ஞாயிறு பதிப்பைப் பார்த்த நேரத்தில் பல நல்ல கதைகள் வந்தன. பரந்த படிப்பறிவு உள்ளவர். நல்ல இலக்கியத்தை மனந்திறந்து பாராட்டும் குணம் கொண்டவர். இவர் காலத்தில்தான் 'நேசன் பவுன் பரிசு'த் திட்டம் உருவாகியது. வி.சா. முத்தையாவைக் கொண்டு வாரந்தோறும் மலேசியக் கதைகளை ஆய்வு செய்ய வைத்து, பெரிய பரபரப்பை உண்டுபண்ணியவர். சிறந்த இலக்கியவாதியான வி.சா. முத்தையா அப்பொழுது 'தமிழ் நேச'னில் துணையாசிரியராகப் பணியாற்றினார். இதற்கு முன்பு ஈப்போவிலிருந்து வந்த 'மலைமகள்' பத்திரிகையிலும் ஆசிரியராகப் பணியாற்றிய அனுபவம் பெற்றவர். சிறந்த சிறுகதைகளை எழுதியவர். பரிதாமணாளன், வி.சா. முத்தையா இருவரும் இப்பொழுது உயிரோடு இல்லை. மலேசியத் தமிழ் இலக்கிய உலகம் மறந்துவிட்ட பலரில், இந்த இருவரைப் பற்றிச் சிறிது எழுத முடிந்த இந்த வாய்ப்பை நான் பெரிதாக மதிக்கிறேன்.

பரிதாமணாளன் எழுதிய ஒரு கதை கோலாலம்பூர் தமிழ் இளைஞர் மணிமன்றம் வெளியிட்ட 'மணிக்கதைகள்' தொகுப்பில் இடம் பெற்றிருந்தது. அக்கதையை அண்மையில் நான் தொகுத்த 'வேரும் வாழ்வும்' தொகுப்பில் சேர்க்கும் பாக்கியம் கிடைத்தது. அவர் மட்டுமல்ல இன்று உயிரோடு இல்லாத முப்பதுக்கும் மேற்பட்ட எழுத்தாளர்களின் கதை களையும் மிகுந்த சிரமமான தேடலுக்குப் பின் அத்தொகுப்பில் சேர்க்க முடிந்தது நான் செய்த ஒரு நன்றிக் கடன்! இந்த நாட்டு இலக்கியவாதிகளுக்குப் பெயரைத் தவிர வேறு என்ன மரியாதையை நாம் செய்துள்ளோம்?

ஒருநாள் பொன்முகம் இனி 'உதயம்' பத்திரிகையில் வரும் சிறுகதைகளுக்கு 100 வெள்ளி சன்மானம் வழங்க ஒப்புக்கொண்டுவிட்டார். நீங்களெல்லாம் எழுதவேண்டும் என்று கேட்டுக்கொண்டார். உண்மையில் நாங்கள் அனை வரும் பெருமகிழ்ச்சி அடைந்தோம் மலேசிய இலக்கியத்துக்குக் கிடைத்த பெரிய வெற்றியாகக் கருதினோம். இதில் வேடிக்கை என்னவென்றால் நாங்கள் யாரும் 'உதயம்' பத்திரிகையில் கதை எழுதவில்லை என்பதுதான்!

முதலில் மாதம் ஒரு முறை கூடி இலக்கியம் பற்றிப் பேசுவதற்கு நாங்கள் செய்த ஏற்பாட்டில் தொய்வு ஏற்பட்டது. ரெ. கார்த்திகேசு உயர்கல்வி கற்க வெளிநாடு போய்விட்டார். பொன்முகம் வழக்கறிஞர் படிப்பிற்காக லண்டன் சென்றுவிட்டார்.

ஒரு நாள் மாலைத் தேனீக்களாக நானும் எம். குமாரன், அருசு, ஜீவானந்தன், சாமிமூர்த்தி ஆகியோர் பிரிக்பீல்ட்ஸில் உள்ள ஓர் உணவகத்தில் கூடினோம். நமக்கென்று ஓர் அமைப்பு வேண்டும். அது தவிர இலக்கியம் பற்றிப் பேசுவதாக இருக்க வேண்டும் என்று முடிவெடுக்கப்பட்டது. 'இலக்கியச் சிந்தனை' (முன்பு செயல்பட்ட 'இலக்கிய வட்டம்' என்ற பெயர் மாறி 'இலக்கியச் சிந்தனை'யாக உருப்பெற்றது) என்ற பெயரை நான் முன் மொழிந்தேன். எல்லாரும் ஏற்றுக் கொண்டார்கள்.

முதலில் சிறுகதைப் போட்டியும் கருந்தரங்கும் நடத்த ஆலோசிக்கப்பட்டது. சிறுகதைக்கு முதல் பரிசாக 1000 வெள்ளி என்று முடிவெடுத்தோம். கருத்தரங்கிற்கு சுந்தர ராமசாமியை வரவழைக்கலாமா என்று ஆலோசனை கூறினேன். நீண்ட விவாதத்தில் சுந்தர ராமசாமியின் ஆளுமை, இலக்கியத் திறன் மற்றும் நவீன இலக்கியத்தில் அவருக்குள்ள ஈடுபாடு, முதிர்ச்சி பற்றியெல்லாம் விவாதித்த பிறகு அவரை அழைப்பதென்று முடிவெடுக்கப்பட்டது.

இதன் பிறகு அம்பாங் சாலையில் உள்ள லட்சுமி விலாஸில் மாதம் ஒரு முறை கூடி ஒரு கதையைப் படித்து விவாதங்கள் செய்தோம். தனது வழக்கறிஞர் கல்வியை முடித்து ஆதி நாகப்பன் வழக்கறிஞர் கம்பெனியில் சேர்ந்து பயிற்சிகள் பெற்று, அதன் பிறகு அம்பாங் சாலையில் இருந்த பழைய ம.சீ.ச கட்டடத்தில் தனது சொந்தக் கம்பெனியை ஆரம் பித்தார் பொன்முகம். வழக்கறிஞராகத் தனது நிலை உயர்ந்து விட்டாலும் அவரிடம் அந்தப் பழைய இலக்கியத் தாகம் குறையவில்லை. தனது அலுவலகத்தில் இலக்கியச் சிந்தனை கூட்டங்கள் நடைபெறுவதற்கு ஏற்பாடுகள் செய்து கொடுத்தார். நானும் சில கூட்டங்களில் கலந்துகொண்டேன்.

இலக்கியக் கருத்தரங்கு நடைபெறுவதற்கு சாமிமூர்த்தி தீவிரமாகத் தமிழகத்தில் சுந்தர ராமசாமியோடு தொடர்பு கொண்டிருந்தார். டத்தோஸ்ரீ சாமிவேலுவோடு தொடர்பு கொண்டு அவரிடம் நன்கொடை பெறுவதற்கும் கூட்டத் திற்குத் தலைமை ஏற்கவும் பேச்சுவார்த்தை நடந்துகொண் டிருந்தது.

இக்காலகட்டத்தில் எனது தொழில் விஷயத்தில் மோசமான நிலை ஏற்பட்டது. 1972ஆம் ஆண்டு ராணுவத்தி லிருந்து வெளியாகி நான்கு பேர்களுடன் கூட்டாகத் தொழில் ஆரம்பித்து நல்ல இலாபத்துடன் நடந்த தொழிலில் பங்கு தாரர்களுக்குப் பேராசை வந்து எனக்குப் பிரச்னைகள் ஏற்பட்டன. இலாபத்தைப் பார்த்ததும் அவரவர் என்னை அவர்கள் பக்கம் இழுக்க முற்பட்டார்கள். அக்கம்பெனியின் நிர்வாகியாக இருந்த நான், இரவு பகல் பார்க்காது உழைத்து அந்த இலாபத்தை ஈட்டினேன். மற்ற மூன்று பங்குதாரர்களும் பணம் போட்டதோடு சரி. எவ்வளவு சொல்லியும் கேட்காமல் இலாபத்தை உடனே பங்குபோடத் தீர்மானித்தார்கள். வேறு வழியில்லாமல் நான் கம்பெனியை விட்டு வெளியேறி எனது சொந்தத் தொழிலை ஆரம்பித்த நேரமது. என்னால் முழுமை யாக இலக்கியச் சிந்தனை கூட்டங்களில் கலந்துகொள்ள இயலவில்லை.

சொன்னபடி இலக்கியக் கருந்தரங்கிற்கான ஏற்பாடுகளை மிகுந்த சிரமத்திற்கிடையே சாமிமூர்த்தி, எம். குமாரன், அருசு, ஜீவானந்தன் செய்திருந்தார்கள். சுந்தர ராமசாமியும் வர வழைக்கப்பட்டார். இந்த நேரத்தில் நான் கிறந்தான் மாநிலத்தில் தாய்லாந்து எல்லைக்கருகில் பெல்டா நிலக் குடியேற்றத் திட்டத்தில் சாலைகள் அமைக்கும் வேலையில் இருந்தேன். பண பலமோ, ஆள் பலமோ இன்றித் தனியாகத் தொழில் நடத்திக்கொண்டிருந்த எனக்கு இலக்கியம் பற்றிச்

சிந்திக்கவே நேரம் இருந்ததில்லை. ஏறக்குறைய முற்றிலுமாக இலக்கிய வாழ்க்கையிலிருந்து நான் விடுபட்டேன்.

எனக்கும் இலக்கியச் சிந்தனைக்கும் இருந்த தொடர்பு முற்றிலுமாக அறுபட்டது. சுந்தர ராமசாமியைச் சந்திக்க வாய்ப்பு கூட எனக்கு ஏற்படவில்லை.

இந்த நேரத்தில் வந்து சேர்ந்துகொண்ட நண்பர்கள் ‘சுந்தர ராமசாமிக்கு நண்டுக்கறி வைத்து விஸ்கி கொடுத்து விருந்து’கள் நடத்தியதெல்லாம் சத்தியமாக எனக்குத் தெரியாது. அந்த நேரத்தில் நான் பாத்ரூமுக்குப் போய் சிரம பரிகாரம் செய்துகொள்ளவுமில்லை. ஏன் என்றால், எனது எதிர் காலத்துக்காகவும் எனது நிலையை உயர்த்திக் கொள்வதற் காகவும் காடுமேடுகளில் வியர்வை சிந்திக்கொண்டிருந்தேன்.

ஏறக்குறைய 20 ஆண்டுகள் நான் இலக்கிய உலகிலிருந்து வனவாசம் மேற்கொண்டேன். 1994ஆம் ஆண்டுதான் மீண்டும் இலக்கிய உலகில் அடியெடுத்து வைத்தேன். இன்று எனது பெயர் சொல்லப்படாத கருத்தரங்குகள் இல்லை. ஆனால் அந்தப் பழைய 20 ஆண்டுகளில் எங்கேயும் நான் பேசப்பட்ட தில்லை. இதுதான் நமது மலேசிய இலக்கியத்தின் மனநிலை. நான் உயிரோடு இருக்கும்பொழுதே இலக்கியச் சிந்தனைக்கும் எனக்கும் சம்பந்தமில்லை என்பதுபோல் தகவல்கள் தரப்படு கின்றன. ‘இலக்கியச் சிந்தனை’ என்று பெயர் வைத்தவனுக்கே இந்த நிலை.

இலக்கியச் சிந்தனை, சுந்தர ராமசாமி என்ற நிலைகளில் சம்பந்தப்பட்டவர்கள் என்ன கோடி கோடியாகச் சம்பாதித்துக் கொண்டார்கள் ...? அல்லது அதில் சம்பந்தப்பட்டதால் நான் என்ன பெரிய பெயர் வாங்கிவிட்டேன்? உண்மையில் அந்த நேரத்தில் கைப்பணத்தைச் செலவழித்து ஏற்பாடுகள் செய்த நண்பர்கள்தான் அதிகம் பாதிக்கப்பட்டவர்கள்.

உலக இலக்கியத்தரத்துக்கு நமது இலக்கியம் உயர்த்தப் படுவற்குப் பதிலாக நமது சொந்த விஷயங்களே அதிகம் எழுதப்படுவதாகக் கருத்துக்கள் கூறப்படுகின்றன. நமது இலக்கியம் உலகத்தரத்துக்கு உயர்த்தும் நோக்கத்தில் எழுத்தாளனின் நலன்கள் பாதுகாக்கப்பட வேண்டும். அவன் எழுதுவதற்கு ஒரு மரியாதை ஏற்படுத்த வேண்டும். 50 ஆண்டு களில் மலேசியத் தமிழ் எழுத்தாளன் போதும் போதுமென்ற அளவு இங்கே இலக்கியச் சேவை செய்துவிட்டான்.

கடந்த காலங்களில் சுந்தர ராமசாமி, இலக்கியச் சிந்தனை என்ற வகைகளில் நான் இருந்தேனா இல்லையா என்பது பெரிய வரலாற்றுப் பதிவல்ல. அது நமக்குச் சோறு போடாது.

இப்போதைய அவசியமான வேலை எழுத்தாளனுக்கு நியாய மான சன்மானம் கிடைக்க வழி செய்வதுதான். அதற்காக உரத்த குரல் கொடுங்கள்.

ஒருமுறை நான் எழுத்தாளர் சங்கச் செயலாளராக இருந்தபொழுது ஆண்டறிக்கையில், "பத்திரிகைகள் பெரும் இலாபம் சம்பாதித்து தங்களது இதயத்தையும் இரும்புப் பெட்டியையும் இந்தியாவில் கொண்டு வைத்துவிட்டார்கள்" என்று எழுதியிருந்தேன். இதற்குப் பெரிய அளவில் எதிர்ப்பு கிளம்பியது. அதைப்பற்றி மறு அறிக்கை வெளியிடும்படி செயலவையில் கேட்டுக்கொண்டார்கள். நான் பதவியை விடத் தயாராக இருக்கிறேன்; அறிக்கையைத் திரும்பப் பெற மாட்டேனென்று கூறிவிட்டேன். அதன் பிறகு, செயலவையில் இருந்த பைரோஜி ஒரு மாற்று அறிக்கையைத் தயார் செய்து அனுப்பினார். நான் அனுப்பிய அந்த அறிக்கை அனை வருக்கும் ஏற்கெனவே சென்றுவிட்டது. நமது எழுத்தாளர் களின் மன ஆதங்கத்தை ஓரளவாவது அக்காலகட்டத்தில் எழுதிய மன ஆறுதல் எனக்கிருந்தது. கடந்த காலத்தில் யார் எதில் இருந்தோம், எதில் இல்லை என்பதைவிட – ஒட்டு மொத்த எழுத்தாளர்கள் நலனுக்காக நாம் குரல் கொடுப்போம்.

ஒரு காலத்தில் கோபால் பற்பொடி விளம்பரங்கள் மட்டுமே நமது தமிழ்ப் பத்திரிகைகளில் விளம்பரமாக ரூபாய் கணக்கில் வந்துகொண்டிருந்தன! இன்று ஞாயிறு பதிப்புகளில் இரட் டிப்பு விளம்பரக் கட்டணங்கள் வாங்கப்படுகின்றன. ஞாயிறு பதிப்பு அதிகம் விற்பதே கதை, தொடர்கதை, கட்டுரை, கவிதைகளை முன் வைத்துத்தானே? இந்த இரட்டிப்பு வருமானத் துக்கு எழுத்தாளர்களும் காரணம்தானே? அவனுக்கேற்ற ஊதியம் தருவது சரியா – இல்லையா? எழுத்தாளனின் படைப்பு களைக் கணினியில் அச்சடிப்பவர்களுக்கு, அதை 'புரூப்' பார்ப்பவர்களுக்கு, பிலிம் செய்பவர்களுக்கு, ஓவியம் வரைபவர் களுக்கு, பிளேட் செய்பவர்களுக்கு, மிஷினில் ஏற்றி அச்சடிப்பவர்களுக்கு, பிறகு அதைக் கட்டுக்கட்டாகக் கட்டி லாரியில் ஏற்றுபவர்களுக்கு, பட்டுவாடா செய்யும் லாரிக்காரர் களுக்கு, மாநில ஏஜெண்டுகளுக்கு, சில்லறை வியாபாரிகளுக்கு என்று அனைவருக்கும் பணம் கிடைக்கிறது. ஆனால் எழுத் தாளனுக்கு மட்டும் எதுவுமில்லை என்றால் என்ன நியாயம்? கோபப்படாமல் நியாயமாகச் சிந்தித்துப் பாருங்கள் – இன்று நமது நாட்டில் பரிசு மழை பொழிகிறது என்று சமாதானம் சொல்கிறார்கள். பரிசு மழை எல்லா எழுத்தாளனின் கையிலுமா கொட்டுகிறது? ஏதோ வருடத்தில் சிலருக்குக் கிடைக்கிறது. அதிலும் ஏகப்பட்ட தில்லுமுல்லுகள்! எழுதுகின்ற எழுத்தாள

னுக்கு நியாயமான தொகையை ஒவ்வொரு பத்திரிகையும் தந்தால் இங்கே இலக்கியம் வேகமாக உலகத் தரத்தை எட்டும்.

இன்று பத்திரிகைகள் தரும் பரிசுகள் எதுவும் அவர்களே தரவில்லை. ஆங்காங்கே நன்கொடைகள் பெற்றே தருகிறார்கள். இது கடைத் தேங்காயை எடுத்து வழிப் பிள்ளையாருக்கு உடைக்கும் கதைதான்!

ஒரு சிறுகதைக்குத் தாராளமாக 100 வெள்ளி கொடுக்கலாம். கட்டுரைகளுக்கு 50 வெள்ளியும், கவிதைகளுக்கு 25 வெள்ளியும் தரலாம். வாரத்திற்கு ஒரு கதை தான் பிரசுரமாகிறது. அதற்கு 100 வெள்ளி, ஒரு கட்டுரைக்கு 50 வெள்ளி, நான்கு கவிதைகளுக்கு 25 வெள்ளி என்றால் அது 100 வெள்ளியாக, வாரத்திற்கு 250 வெள்ளிதான். வருமான வரி கட்டும் பணத்தில் எழுத்தாளனுக்கு ஒதுக்குவது ஒன்றும் நஷ்டமில்லையே! யார் யாருக்கோ நிதி சேர்த்துக் கொடுக்கிறார்கள். ஆனால் இந்தப் பரிதாபப்பட்ட எழுத்தாளனை ஏன் கவனிக்க மறுக்கிறீர்கள்? நியாயமான வாதங்களைச் செவிமடுப்பீர்கள் என்ற நம்பிக்கை எனக்குள்ளது. இங்கே தொடர்ந்து பல எழுத்தாளர்கள் எழுதாமல் இருப்பதற்கு இதுவும் ஒரு காரணம்தானே? பிறகு எப்படி உலகத் தரத்துக்கு எழுதி வெற்றி பெற முடியும்?

நமது நாட்டைவிடக் குறைந்த அளவு விற்பனையும் விளம்பரங்களும் பொருளாதாரப் பின்னடைவும் உள்ள நாடு இலங்கை. அங்கே நடக்கும் தமிழ்ப் பத்திரிகைகள் சிறுகதைக்கு 100 ரூபாய் தருகிறார்கள். நமது பத்திரிகைகள் 100 வெள்ளி தர முடியாதா? தமிழ்நாட்டில் ஒரு சிறு துணுக்குக்கூட 10 ரூபாய் உடனே அனுப்பி வைக்கிறார்கள் – 'ஆனந்த விகடன்,' 'குமுதம்' போன்ற பத்திரிகைகள் தொடர்கதைகளுக்கு வாரம் 750 ரூபாய் தருகிறார்கள். எனது கதைகள் வந்த 'ஓம் சக்தி' போன்ற சிறு பத்திரிகைகள்கூட 250 ரூபாய் தந்தார்கள். மனமிருந்தால் மார்க்கமுண்டு.

நமது நாட்டில் உள்ள இந்த அவல நிலை மாற நமது எழுத்தாளர்கள் குரல் கொடுக்க வேண்டும். செய்வார்களா? இல்லை, சுந்தர ராமசாமி வந்த பொழுது பாத்ரூமுக்குப் போனதைப் பற்றி எழுதிக்கொண்டிருக்கப் போகிறார்களா?

காலந்தோறும் பெண் கவிஞர்கள்!

என் நிலைப்பாடு
காலத்தாலும்
வரலாற்றாலும்
தெளிவாக்கப்பட்டிருக்கிறது

உன்னிடமிருந்து
கலங்கலானதே எனினும்
சிறிது அன்பைப் பெற

உனது குழந்தையின்
தாய் என்னும் பொறுப்பை
நிறைவேற்ற

வெளியுலகில் இருந்து
சானிட்டரி நாப்கின்களையும்
கருத்தடை சாதனங்களையும் பெற
இன்னும் சிறு சிறு உதவிகள் வேண்டி
முடியுமானால்

உன்னைச் சிறிதளவு அதிகாரம் செய்ய

நான் சிறிதளவு அதிகாரத்தை
ஸ்திரப்படுத்திக்கொள்ள

எல்லா அறிதல்களுடனும்
விரிகிறதென் யோனி.

சல்மா

இந்தக் கவிதையில் 'யோனி' ஓர் ஆயுதமாய் பயன்படுத்தப் படுவதைக் காணமுடிகிறது. இந்தக் கவிதை போலவே மாலதி மைத்ரி, குட்டி ரேவதி போன்றவர்கள் தங்களின் கவிதைகளில் 'யோனி', 'முலைகள்', 'சுயபுணர்ச்சி', 'காமம்' போன்ற சொற் களைப் பயன்படுத்துகின்றனர்.

தமிழில் பெண் கவிஞர்கள் ஔவையார் (பல ஔவை யார்கள்), காரைக்கால் அம்மையார், ஆண்டாள் என்று விரல் விட்டு எண்ணத்தக்கக் கவிஞர்களே இருந்தார்கள். அண்மை யில் பெண் கவிஞர் கிருஷாங்கனி தொகுத்த 'பறத்தல் அதன் சுதந்திரம்' என்ற கவிதைத் தொகுப்பில் 52 கவிஞர்கள் பெண் குரலில் பேசியுள்ளார்கள். இந்த 52 கவிஞர்களையும் தவிர்த்து வேறு சில பிரபல பெண் கவிஞர்களும் இருக்கிறார்கள். அவர் களில் கவிஞர் கனிமொழியும் ஒருவர். புலம்பெயர்ந்த பல ஈழத்துப் பெண் கவிஞர்களை இங்கே கணக்கில் எடுத்துக் கொண்டால் இன்று 75க்கும் மேற்பட்ட பெண் கவிஞர்கள் தமிழில் தீவிரமாகப் பாடி வருகிறார்கள்.

கவிஞர் குட்டி ரேவதியை ஆசிரியராகக் கொண்டு 'பனிக் குடம்' என்ற கவிதைச் சிற்றிதழ் கடந்த 2003 ஜூலையிலிருந்து வெளிவருகிறது. இதில் சுகிர்தராணி என்ற பெண் கவிஞர் 'காற்றுச்சூலி' என்ற கவிதையை எழுதியுள்ளார்.

சிறிதும் வெட்கமில்லாது
தினவு கண்ட பெண்ணின் மார்புபோல்
விறைப்புடன் உள் நுழைந்து
தாளிடுகிறாய் . . .

என்றே கவிதை ஆரம்பமாகிறது.

பெண் என்பவர் முதலில் என் அம்மா, சகோதரி, மனைவி, மகள், தோழி இதற்கு மேல் அவள் ஒரு தேவதை இப்படித்தான் எனக்குப் படுகிறது. மிக இளம் வயதிலேயே தாயை இழந்து அந்த அன்பிற்காக ஏங்கிய தருணங்கள் என் வாழ்க்கையில் அதிகம். அந்தத் தாய்மைக்குள் கடந்த கால வாழ்க்கை முறை வேறாகவும் இன்றைய நவீனச் சூழலில் வேறாகவும் இருக்கிறது. உண்மையில் நமது தமிழ்ப்பெண்களின் வாழ்க்கை முறை கடந்த காலங்களில் சமையலறை இருட் டிலும் பிள்ளைப்பேற்று அறைகளிலும் முடக்கி வைக்கப் பட்டது என்பதில் நமக்குக் கருத்து வேறுபாடு கிடையாது.

பெண்ணின் உடல் தீட்டானது என்று நமது வட்டத்தில் மட்டும் பேசப்படுகின்றது. அந்தத் தீட்டுக் காலத்தில் அவள் வீட்டுக்கு வெளியே படுக்க வைக்கப்பட்டாள். சமையல் செய்யவும், பூஜை செய்யவும் தடுக்கப்பட்டாள். மேல் நாட்டில்

இந்தத் தீட்டு ஒரு தடைக்கல்லே அல்ல. ஞாயிற்றுக்கிழமைகளில் 'மோடஸ்' அணிந்துகொண்டு அவர்கள் தேவாலயங்களுக்குச் சென்று வருகிறார்கள். தீட்டு பற்றி அங்கே பேசுவதே இல்லை.

பெண்ணைப் பற்றிய தீட்டு பற்றி மட்டுமே கீழ்த்தேச மதங்கள் பேசவில்லை. இன்னும் அது விரிவாகப் பல தீட்டுகள் பற்றிப் பேசுகிறது. தீட்டு விஷயத்தில் ஆண்கள் அடைந்துள்ள அவமானங்கள் அதிகம். பெண் தீட்டு கோயில், குளம், வீட்டின் பின் கட்டு என்ற முறையில் குறுகியது. ஆண் தீட்டு சமூக அளவில் மிக விரிவானது. இதைப் பெண் கவிஞர்கள் புரிந்து கொள்ள வேண்டும்.

ஓர் ஆண் தனக்கான சுயமரியாதைக்காக மட்டுமே குரல் கொடுப்பதில்லை. ஒட்டு மொத்தச் சமூகத்துக்காகவும் அவன் பேசுகிறான். இன்றைய பெண்களின் முன்னேற்றத்துக்கு ஆண் வர்க்கமே குரல் கொடுத்துள்ளது என்பதை ஏனோ இந்தப் பெண் கவிஞர்கள் உணர்வதில்லை. ஒரு காலத்தில் பெண்ணடிமை என்பது தமிழ்ச் சமூகத்தில் மட்டுமே இருந்தது என்று சொல்ல முடியாது. அது உலகளாவிய அளவில் இருந்தது. மேல் நாட்டில் 19ஆம் நூற்றாண்டின் இறுதி வரையில் பெண்களுக்கு வாக்குரிமைகூட இல்லாமல் இருந்தது.

ஒரு காலகட்டத்தில் தமிழ்ச் சமூகத்தைப் பொறுத்த மட்டில் பெண்கள் மட்டுமல்ல ஆண்களுக்கும் போதிய கல்வி வசதி இருந்ததில்லை. கல்வி உயர்சாதிக்கு மட்டுமே உரியதாக இருந்தது. இதன் காரணமாகவே 20ஆம் நூற்றாண்டு வரையில் தமிழர்களின் வாழ்க்கையில் பிற சாதியினரின் ஆக்கிரமிப்பு இருந்துள்ளது.

இருபதாம் நூற்றாண்டு ஓர் இணையற்ற விடியலாக அனைத்து மக்களுக்கும் விடிந்தது என்று சொல்லலாம். இதுவரை பயணித்த திசையிலிருந்து மாற்றுத் திசையில் மனித குலம் தனது பயணத்தைத் தொடர்ந்தது. இரண்டு உலகப் போர்கள் நடந்த இந்த 20ஆம் நூற்றாண்டு மனித குலத்துக்கு அழிவை மட்டுமே தந்தது என்று சொல்வதற்கில்லை. அது ஆக்கத்தையும் போரின் கொடூரத்திலிருந்து புதிய விடியலையும், வாழ்வதற்கான கடும் போராட்டத்தையும் மனுக்குலத்திற்கு வழங்கியது.

மாற்றுப் பாதையில் ஆண்கள் மட்டுமல்ல பெண்களும் மாற்றத்துக்கு உள்ளானார்கள். இன்று வாழ்க்கை மட்டுமல்ல அவர்களுக்குப் புதிய வார்த்தைகளும், இதுவரையில் தமிழில் பேசக்கூடிய மொழிகளும் கை வரப் பெற்றவர்களாக இருக்கிறார்கள். அவர்களின் விடுதலைக்குரலை உலகின் பல பாகங்களிலும் கேட்க முடிகிறது.

சமூக மறுப்பு எல்லாத் தளங்களிலும் அன்று பெண்களுக்கு இருந்தது. அவள் தாயாக ஒரு குழந்தையைப் பெற மட்டுமே அங்கீகாரம் பெற்றவளாக இருந்தாள். ஆனால் அக்குழந்தை யின் எதிர்காலம் பற்றி முடிவெடுக்கும் உரிமைகூட அவளிட மிருந்து பறிக்கப்பட்டிருந்தது. குடும்பம் என்ற தங்கக்கூண்டுக்குள் பெண் அடைத்து வைக்கப்பட்டாள். இன்று கூடு திறந்து பறத்தல் அதன் சுதந்திரமாக ஆகிவிட்டது.

கூடு விட்டு வெளியே வரும் எந்தப் பறவையும் உல்லாச மாகப் பறக்காது. அதனிடம் ஒரு வேகம் இருக்கும். தனது விடுதலை உறுதி செய்யப்படும் வரையிலும் அதன் பறக்கும் வேகம் குறையாது. இன்று தமிழ்க் கவிதை உலகில் விடுதலை பெற்ற பெண்களின் குரலும் அப்படித்தான் வேகமாக உரத்து ஒலிக்கிறது. தனது விடுதலையை உறுதி செய்யும் வரையிலும் அதன் ஓங்கிய குரலை அடக்கிவிட இயலாது.

இலக்கிய வகைகளுள், மொழியின் உள்ளே ஆழமாகப் பயணிக்கும் பொழுதுதான் தனது இருப்பைப் பெண் மட்டுமல்ல எந்த எழுத்தாளனாலும் வெளிப்படுத்த இயலும். இன்று இதுவரையில் சொல்லப்படாத அல்லது பேசக் கூச்சப் பட்ட மொழியில் பெண்களின் கவிதைகள் பேசப்படுவதற்குக் காரணம் அதிர்ச்சி வைத்தியம்தான். புதிய பார்வை, சொல் என்ற வகையில்தான் இந்தச் சமூகத்தைத் திரும்பிப் பார்க்க வைக்க முடியும். அதைத்தான் அவர்கள் செய்கிறார்கள்.

காலம் காலமாக நியதிகளுக்கும் கட்டுப்பாடுகளுக்கும் உட்பட்டே தமிழ் இலக்கிய உலகம் செயல்பட்டு வந்துள்ளது. திடீர் மாற்றங்களை விரும்பாத, ஏற்றுக்கொள்ளாத பழமை வாதிகள் எப்போதுமே தமிழில் அதிகம். இலக்கியம் என்ற பெயரில் கருத்தியல் திணிப்புகள், மத விவகாரங்கள், சாதிய மேலாண்மைகள், மொழியின் மேன்மை, திகட்டும் அளவு பெண் வர்ணனைகள் நிறைந்த கவிதைகளே அதிகம் வந்துகொண்டிருந்தன.

மேற்கண்ட வழக்கமான பாதை மாறி பெண் கவிஞர்கள் இன்று பேச ஆரம்பித்துள்ளார்கள். இன்று இவர்களின் கவிதைகள் வெறும் கவிதையாக மட்டுமே இருக்கவில்லை. தன்னைச் சார்ந்த ஒட்டு மொத்தப் பெண் குரலாகவும் ஒலிக் கிறது. இவர்களின் அதிர்வு தரும் வார்த்தைகள் இவர்களின் ஆன்மாவின் குரலாகவும் ஒலிக்கிறது.

பெண் உடல் மீதான கவிதைகளே தமிழில் அதிகமாக ஆண்களால் எழுதப்பட்டுள்ளன. பாரதிதாசன் தனது உள்ளார்ந்த பெண் மீட்சி பற்றிப் பாடிய மிகப் பெரிய

ஆண் கவிஞன், இதை இன்றையப் பெண் கவிஞர்கள் உணர்ந் திருந்தாலும் அதை வெளிப்படுத்துவது குறைவாகவே உள்ளது.

இதில் மிகவும் கவனிக்கத்தக்க ஓர் அம்சம் எந்த உடலுறுப்பு களை வைத்து ஆண்கள் வர்ணித்தார்களோ அதே உறுப்பு களைக் கூர் தீட்டி மீண்டும் வேறு ஆயுதமாகப் புதிய மொழியில் பெண்கள் பேச ஆரம்பித்துள்ளார்கள். அக்குள், யோனி போன்ற வார்த்தைகளைக் கம்பன் பயன்படுத்தியுள்ளான். இடையும் தனங்களும் பெண்களை வர்ணிக்கவும் காமம் கொள்ளவும் கவிதைகளில் அபரிதமாகப் பயன்படுத்தப்பட்டுள்ளன. ஆனால் அதே சொற்களும் வர்ணனைகளும் பெண் கவிஞர்களின் கவிதைகளில் வேறு தளங்களில் பேசப்படுகின்றன.

இதுவரையில் தமிழ்மொழியில் தனக்களிக்கப்பட்ட இடத்தை – அர்த்தங்களைச் சிதைத்துப் புதிய உருவாக்கம் செய்ய வேண்டிய கட்டாயத்தில் பெண் இருக்கிறாள். மறுதலிப்பு ஒன்றுதான் தனது இருப்பை நிலைநிறுத்தும் ஆயுதமாகப் பெண் கவிஞர்கள் நினைப்பது தவறில்லை.

அவனும் அவளும் பார்த்தார்கள். பிறகு காதலால் கட்டுண்டார்கள். மாமியார், மாமனார், நாத்தனார் சண்டைகள் என்ற ரீதியில்தான் எழுத்தாளர்கள் எழுதிக் கொண்டிருந்தார்கள். தமிழ்ச் சமூகமும் இந்தச் சண்டைகளில் மனந்தோய்ந்து மனதிற்குள் ரசித்துப் படித்துக்கொண்டு கடந்த 20 நூற்றாண்டுகளை ஓட்டி விட்டது. நமது மலேசியப் பெண் எழுத்தாளர்களில் பலரும் இப்படித்தான் எழுதிக்கொண்டு வருகிறார்கள். ஒரு சிலர் தங்களது சொந்த விவகாரங்களை வேறு மொழியில் சொல்லப் பார்க்கிறார்கள். ஆனால் ஒட்டு மொத்தப் பெண் விடுதலை பற்றிய அதிர்ச்சி தரும் எழுத்துக்கள் இங்கே காண்பது மிகவும் அரிதாக உள்ளது.

முதிர்கன்னிகள் பற்றி நான் சில கவிதைகள் எழுதினேன். அதற்கு ஆண் எழுத்தாளர்கள் எனக்கிட்ட பட்டப் பெயர் என்ன தெரியுமா? ‘முதிர்கன்னிக் காப்பாளன்’ என்பதுதான். ஒரு பெண் எழுத்தாளரோ வாசகரோ இந்தக் கவிதைகள் பற்றி வாய்திறக்கவேயில்லை. இதிலிருந்து நான் அறிந்து கொண்டது ஒன்றுதான். நமது மலேசியப் பெண் எழுத்தாளர் களுக்கு இந்தப் பெண் விடுதலை என்றாலே என்னவென்று புரியவில்லை அல்லது அதற்கேற்ற பக்குவம் இன்னும் வரவில்லை என்பதுதான்.

‘பெண்புத்தி பின் புத்தி’ என்பதெல்லாம் இன்று நடைமுறைக்கு ஒத்துவராது. ஒரு பெண்ணின் இருப்பு என்பது பாலினம் மட்டும் சார்ந்தது அல்ல. நமது பண்டைய இலக்கிய

மும் வரலாறும் பெண்களின் மேல் இந்தக் கட்டமைப்பையே பிரதானமாகக் கொண்டுதான் கட்டப்பட்டுள்ளன. இந்த அமைப்பைப் பெண் கவிஞர்கள் உடைத்துக்கொண்டு வெளியே வருகிற காலமாக இந்த நூற்றாண்டு திகழ்கிறது. நமது மலேசியப் பெண் எழுத்தாளர்களும் இந்த மாற்றத்திற்குத் தங்களைத் தயார்படுத்திக்கொள்ள வேண்டும்.

சிகரம் காத்துக்கொண்டிருக்கிறது!

மலேசியாவைப் பொறுத்தமட்டில் பிரபலமான எழுத்தாளர்கள் மற்றவர்களின் படைப்புகளைப் படிப்பதில்லை என்ற குற்றச்சாட்டு எப்பொழுதும் இருந்து வருகிறது. அதிலும் இளம் எழுத்தாளர்கள் எப்பொழுதும் இதை வலியுறுத்திப் பேசி வருகிறார்கள். என்னைப் பொறுத்தமட்டில் இதில் உண்மையில்லை.

'தென்ற'லில் வரும் 'சுவாசம்', 'சிணுங்கும் தென்றல்', என்று எல்லாவற்றையும் விடாமல் படிப்பவன். அதில் புதிய அடையாளம் தெரியும் எழுத்துக்களைப் படிக்கும் பொழுது நான் அடையும் மகிழ்ச்சிக்கு அளவே இல்லை. 'தென்றல் முதலாம் ஆண்டு விழா'வில் பேசும் பொழுது கொஞ்சம் காட்டமாகவே பேசினேன். அதற்குக் காரணம், நமது வாசகர்கள் அடுத்த கட்ட வளர்ச்சிப் பாதையில் அடியெடுத்து வைக்க வேண்டுமே என்ற ஆதங்கம்தான்.

நானும் கேள்வி பதில் கேட்டு – வாசகர் பகுதிக்குக் கடிதம் எழுதி – 'தமிழ் முர'சின் 'உங்கள் எழுத்து'ப் பகுதிக்கு எழுதி – பிறகு நிறைய படித்து – கதை, கட்டுரை, கவிதை, நாவல் எழுத

வந்தவன்தான். இதை வளர்ச்சி என்று எடுத்துக்கொண்டால் அதில் எனக்குச் சம்மதம் இல்லை. இன்னும் மலையடி வாரத்திலிருந்து சில அடிகளே மேல் நோக்கி எடுத்து வைத் துள்ளேன், அவ்வளவுதான். உச்சிக்குப் போக நான் நிறைய உழைக்க வேண்டியுள்ளது. எனது வாழ்நாள் அதற்குப் போதுமானதாகக்கூட இல்லாமல் போகலாம். ஆனால் எனது முயற்சிகளை நான் விடாமல் செய்துகொண்டிருப்பேன்.

நமது வாசகர்கள் 'சுவாசம்' பகுதிக்கு நிறைய எழுது கிறார்கள் – ஆனால் அதில் 'ஆஹா ஓஹோ' என்ற புகழ் வரிகள்தான் ஒட்டுமொத்தப் படைப்புகளைப் பற்றி இருக்கின் றனவே ஒழிய, ஒரு படைப்பைப் பற்றிய சரியான விமர் சனங்கள் வருவதில்லை. பல ஆண்டுகளாக வாசகர் பகுதிக்கு விடாமல் எழுதி வரும் ஒரு வாசகர் இன்னமும் அங்கேயே இருப்பது எனக்கு மிகுந்த மனவருத்தத்தைத் தருகிறது. சில வாசகர்களை நான் பல ஆண்டுகளாகப் பின்பற்றி வருகிறேன். எந்தவித முன்னேற்றமும் தெரியாத பொழுது எனக்குக் கோபம் வருகிறது.

ஓர் எழுத்தாளன் எப்பொழுதும் கோபங்கள் கொண்ட வனாக இருக்க வேண்டும். சமூகம், அரசியல், மொழி, இலக்கியம், பொருளாதாரம் இவற்றைக் கூர்ந்து பார்ப்பவ னாகவும் இருக்க வேண்டும். எங்கெல்லாம் அநியாயம் நடக்கிறதோ அங்கெல்லாம் அவனது எழுத்து பாய வேண்டும். இப்பொழுது எனக்கு மலேசிய வாசகர்கள் மேல் கோபம் அதிகம். அதனால் உங்களை வெறுக்கிறேன் என்பதல்ல; உங்களைச் சரியான பாதைக்குத் திசை திருப்ப வேண்டும் என்பதே எனது நோக்கம்.

'நடிகர் சிம்புவின் கதை சிறப்பாக இருந்தது' என்று ஒரு வாசகர் எழுதுகிறார். சிம்பு நடிகர் என்பதால் உடனே பாராட்டுகிறீர்கள். ஆனால் அதைவிடச் சிறப்பாக நமது நாட்டு எழுத்தாளர் எழுதினால் நமது வாசகர்கள் மூச்சு விடுவதே இல்லை. இப்படியான கடிதங்களைப் பார்க்கும் பொழுது நமது எழுத்தாளர்களும் இனி சினிமாவில் நடிக்கப் போய்விடலாமென்று தோன்றுகிறது – அப்பொழுதாவது வாசகர்கள் அவர்களின் படைப்புகளைப் பாராட்டுவார்கள் அல்லவா!

'ஆண்டு விழா'வன்று ஒரு சகோதரி மிக ஆவேசமாய் பேசினார். எனக்கு உடல் வியர்த்துவிட்டது. அவர் செய்த விமர்சனம் சற்று கவனிக்கத்தக்கதே. ஆனால் மறைந்த எழுத் தாளர்கள் பற்றிய நினைவுகளைத் 'தென்றல்' வெளியிட வேண்டும் – அவர்களின் சேவைகளை நினைவுகூர வேண்டும்.

குறிப்பாக முருகு சுப்பிரமணியம் பற்றியெல்லாம் எழுத வேண்டுமென்று கூறினார். இங்கேதான் நான் கோபத்தின் உச்சிக்குக் போனேன்.

எனது 'சிந்தையே என் சித்தமே' தொடரில் இரண்டு வாரங்கள் முருகு சுப்பிரமணியம் நினைவுகளை அவர்தம் சேவையை எழுதினேனே, அந்தச் சகோதரி அதைப் படிக்க வில்லையா? இல்லை மற்ற வாசகர்களும் எனது தொடரைப் படிக்கவில்லையா என்ற கேள்வி எழுந்த பொழுது, இனி தொடர்ந்து எழுதுவதில் பயனில்லை என்றே நினைத்தேன். என்னால் 'அண்ணாமலை' தொடர் பற்றியும் – அது ஒளியேறும் நேரம் பற்றியும் எழுத முடியாது. அப்படி அதுபற்றி எழுது வதாய் இருந்தால், வானவில் அலுவலகத்திற்கே எழுதி எனது ஆதங்கத்தை வெளிப்படுத்துவேன்.

நமக்குச் சமூகக் கடமை என்று ஒன்று இருக்கிறது. அதிலும் எழுத்துச் சம்பந்தப்பட்டவர்களுக்கு இந்தப் பொறுப்பு மிக அதிகம். அதை நாம் உணர வேண்டாமா? எத்தனை காலத் திற்குத்தான் 'படைப்புகள் அனைத்தும் அருமை – கவிதைகள் பிரமாதம்' என்று எழுதிக்கொண்டிருப்பீர்கள்? கடிதம் எழுது வதில்கூட இலக்கியம் படைக்க முடியும்.

அறுபதுகளில் 'ஆனந்த விகடன்' பத்திரிகை தொடர்ந்து ஜெயகாந்தன் சிறுகதைகளை முத்திரைக் கதையாக வெளியிட்டு வந்தது. அது பற்றிய ஒரு வாசகரின் கடிதம் இன்றும் பலரின் நினைவில் நிற்கிறது. ஒரு வாசகரின் கடிதம்கூட இலக்கியமாக நிலைக்க முடியும் என்பதற்கு அந்தக் கடிதமே நல்ல சாட்சி. நாம் கொஞ்சம் அறிவைப் பயன்படுத்த வேண்டும் – அப்படி ஒன்று இருந்தால்!

எப்பொழுதும் முத்திரைக் கதையாக வரும் ஜெயகாந் தனின் கதை, அந்தக் குறிப்பிட்ட இதழில் முத்திரை இல்லாமல் வந்தது. அந்தக் கதையின் தலைப்பு 'நேர்மை'. அதே இதழில் வேறு ஓர் எழுத்தாளர் எழுதிய 'இரக்கம்' என்ற கதை முத்திரைக் கதையாக வெளிவந்திருந்தது. முத்திரைக் கதையில் அதிருப்தி யடைந்த வாசகர் இப்படி எழுதியிருந்தார்:

"நீங்கள் கதைகளுக்கு முத்திரை கொடுக்கும் விசயத்தில் 'இரக்கம்' காட்டக்கூடாது. உங்களுக்கு அதில் 'நேர்மை' வேண்டும்!" – என்று இரண்டு அடைப்புக்குறிக்குள் தனது ஆதங்கத்தை அந்த வாசகர் வெளிப்படுத்தி இருந்தார். அந்தக் கடிதத்திற்கு ஆசிரியர் பதில் எழுதியிருந்தார். அதுதான் மிகவும் சுவாரசியமானது. "இதுவெல்லாம் 'தர்க்கத்திற்கு அப்பால்' பார்க்க வேண்டிய விசயம்!"

இப்படியான பதில் வந்த அந்த இதழில் ஜெயகாந்தனின் 'தர்க்கத்திற்கு அப்பால்' என்ற கதை முத்திரைக் கதையாகப் பிரசுரமாகியிருந்தது. ஆசிரியருக்கும் அந்த வாசகருக்கும் இடையில் நடந்த அந்தக் கடிதம் பற்றிய நினைவு இன்றும் வாழ்கிறது. இப்படியான ஒரு கடிதத்தைப் பார்க்க மலேசியாவில் நான் பல ஆண்டுகள் காத்திருக்கிறேன்.

சில தரமான வாசகர்கள் இருக்கிறார்கள். அவர்கள் மௌனமான வாசகர்கள் – பத்திரிகைகளுக்குக் கடிதம் எழுத மாட்டார்கள் – ஆனால் சந்தர்ப்பம் கிடைத்து அவர்களோடு உரையாடும்போது, பொழுது போவதே தெரியாது. படைப்புகள் பற்றிய அவர்களின் பார்வையே வேறு. உண்மையில் இப்படிப்பட்ட வாசகர்களைக் கண்டு நான் அதிகம் பயப்படுவேன். அவர்களுக்காகவே எழுதும் பொழுது எனது எழுத்தில் அதிகபட்ச கவனம்கொள்ள வேண்டியிருக்கும்.

தமிழகத்தில் ஒரு நாள் கவிக்கோ அப்துல் ரஹ்மான் வீட்டு விருந்துக்குச் சென்றிருந்தேன். விருந்து முடிந்து அவர் என்னை அவரது நூலக அறைக்கு அழைத்துச் சென்றார். அங்கே சில நூல்களைப் பார்த்து நான் மிகவும் ஆச்சரியப் பட்டேன். அன்று புதிதாக எழுதிய ஓர் எழுத்தாளரின் நூல்கூட பாக்கி இல்லாமல் இருந்தது.

"அண்ணே, உங்களின் உயரத்திற்கு இந்த இளம் எழுத்தாளனின் நூல்களைப் படிக்க வேண்டுமா?" என்று கேட்டேன். "என் உயரம் என்பதெல்லாம் நீங்களே நினைத்துக் கொண்டது. இன்று புதிதாக இலக்கியத்தில் என்ன நடந்து கொண்டிருக்கிறது என்பதை அறியாமல் இருப்பதைவிட வேறு மூடத்தனம் கிடையாது" என்று சூடாகக் கூறினார். நானும் இன்றைய இளம் எழுத்தாளர்களின் அத்தனை படைப்புகளையும் படிக்கிறேன் – எங்கே ஆரம்பித்தார்களோ அங்கேயே நின்றுகொண்டிருக்கிறார்கள். சில அடையாளங்கள் தெரியாமல் இல்லை! இடத்தை விட்டு மேலே நகருங்கள் – உங்களுக்கான சிகரம் காத்துக்கொண்டிருக்கிறது.

லா.ச. ராமாமிருதம் என்ற பிரபலமான எழுத்தாளர், 90 வயது ஆகிறது. இன்னமும் எழுதிக்கொண்டிருக்கிறார். நான் எனது 18 வயதிலிருந்து அவரின் கதைகளை விடாமல் படித்துக்கொண்டிருக்கிறேன். அவரின் 'இதழ்கள்' என்ற கதை 'கலைமகள்' பத்திரிகையில் அந்த வயதில் படித்த பொழுது அவ்வளவாகப் புரியவில்லை. அவரின் எழுத்து புரியாது என்று சொன்னவர்களை மிஞ்சி இன்றும் எழுதிக்கொண்டிருக்கிறார். கவிக்கோ அவரைப் பற்றிச் சொன்ன பொழுது நான் ஒரு

கணம் திகைத்து நின்றேன். கவிக்கோ உருகி உருகி வாசித்த எழுத்தாளர் லா.ச.ரா.

"லா.ச.ரா. இப்பொழுதெல்லாம் எழுதுவதில்லையே?" என்றேன். "ஏன் எழுத வேண்டும்? அவர் எழுதியதே பல நூற்றாண்டுகளுக்குப் போதும்" என்றார். கண் பார்வை மங்கிய அவரை நேரில் சென்று பார்த்து ரசித்து ரசித்துப் பூரித்துப் போன வரிகளைக் கவிக்கோ எடுத்துக்காட்டிய பொழுது எனக்குப் புல்லரித்தது.

அதில் ஒரு வரி – சங்கு ஒன்றை லா.ச.ரா. இப்படி வர்ணிக்கிறார்:

"சற்றே பெருத்து அவசரமாக சுருங்கிய சங்கு."

வெண்சங்கைச் சற்றே உங்கள் கற்பனையில் கொண்டு வந்து பாருங்கள். 'அவசரமாக சுருங்கிய' என்ற வரியில் எவ்வளவு அழகான கவித்துவம் நிறைந்துள்ளது. இப்படி யெல்லாம் நீங்கள் ரசித்துப் படிக்க வேண்டும்.

இலக்கியப் பரிசுகளும் நீதிபதிகளும்!

மலேசியாவில் நடந்த பல இலக்கியப் போட்டிகளில் நான் கலந்துகொண்டுள்ளேன். ஒவ்வொரு போட்டியிலும் நடக்கும் தில்லுமுல்லு களை வெளிக்கொண்டு வந்து பொதுமக்களின் முன் வைக்கவேண்டுமென்பது எனது ஆசை.

சில சமயங்களில் நீதிபதிகளாக இருப்பவர்கள் அந்தப் பொறுப்பிற்குத் தகுதியே இல்லாதவர் களாக ஆகிவிடுகிறார்கள்! அண்மையில் எழுத்தாளர் சங்கமும் அஸ்ட்ரோ வானவில்லும் இணைந்து நடத்தும் நாவல் போட்டிக்கு இதுவரை மலேசியத் தமிழ் எழுத்துலகில் தரப்படாத சிறப்புப் பரிசாக 10,000 வெள்ளி அறிவிக்கப்பட்டுள்ளது. பிறகு முதல் பரிசு, இரண்டாவது, மூன்றாவது பரிசு என்பது சரியானதாக எனக்குப் படவில்லை. சிறப்புப் பரிசு என்பது பிற்காலத்தில் அது நூலாக வரும் பொழுது முதல் பரிசுக்கு மேற்பட்டது என்று எப்படித் தெரிய வரும்? சிறப்புப் பரிசு என்பதே 'ஆறுதல்' பரிசு போன்றதுதான்.

அடுத்த சரியான முடிவுகளை நமது நீதிபதி கள் எடுப்பார்களா என்பது மற்றொரு கேள்வி. கடந்த காலப் பல தவறுகள் மீண்டும் நிகழாது

என்பதற்கு எந்த உத்தரவாதமும் இல்லை. பாடல் திறன் போட்டியில் கடந்த ஆண்டு நடந்த தவறுகளால் எவ்வளவு பெரிய பிரச்னைகள் உருவானது என்பதை அஸ்ட்ரோ அனுபவத்தில் உணர்ந்துள்ளது. இப்பொழுது நடப்பது எழுத் தாளர்களுக்கான போட்டி, தவறுகள் நடந்தால் வாழ்நாளெல் லாம் அதை எழுதிக்கொண்டே இருப்பார்கள்.

அண்மையில் என்னைச் சந்தித்த எழுத்தாளர் அன்பர் ஒருவர், 'முதல் பரிசுக்குரியவரை முன்பே தீர்மானித்துவிட்டார் களாமே?' என்று கேட்டார். அப்படி ஏதும் நடந்துவிடாது என்று அவரிடம் நான் உறுதி கூறினேன். முதன் முறையாகப் பெரிய விளம்பரங்களோடு நடைபெறும் இந்த நாவல் போட்டியில் சொந்தக்காரனுக்குப் பரிசு, அண்ணன் தம்பிக்குப் பரிசு என்ற நிலை வராமல் பார்த்துக்கொள்ள வேண்டும்.

கடந்த காலங்களில் நடந்த போட்டிகளில் சில வெட்கக் கேடான சம்பவங்கள் நடந்துள்ளதை இங்கே சுட்டிக்காட்டுவது எனது கடமையென்று நினைக்கிறேன். ஓர் அரசியல் தலைவரின் 50வது ஆண்டு விழாவையொட்டி இலக்கியப் போட்டிகள் நடைபெற்றன. இந்தப் போட்டியில் நடந்த கூத்து தான் இந்நாட்டு இலக்கிய வரலாற்றில் பொன் எழுத்துகளால் பொறிக்கப்பட வேண்டியது. நீதிபதியாக இருந்த ஒருவரே ஒரு பெண் எழுத்தாளரின் பெயரில் கதை எழுதி, அதை முதல் பரிசுக்கும் பரிந்துரை செய்தார். அந்தப் பெண்ணுக்குச் சில நூறுகளைத் தந்துவிட்டு, நீதிபதி ஆயிரங்களை எடுத்துக்கொண்டார்.

டத்தோஸ்ரீ சாமிவேலு, பாரதிதாசன் நினைவு நாளோடு எழுத்தாளர் தினத்தையும் ஆண்டுதோறும் சிறப்பாகக் கொண்டாடி வருகிறார். ஆண்டுதோறும் இதிலும் பல இலக்கியப் போட்டிகள் நடைபெறுகின்றன. ஒரு முறை நானும் இப்போட்டியில் சிறுகதைப் பிரிவில் கலந்துகொண்டேன். எனக்கு மூன்றாவது பரிசு கிடைத்தது. முதல் பரிசு பெற்ற கதை அந்த விழா மலரில் பிரசுரிக்கப்பட்டிருந்தது. அதை எழுதியவர் இதுவரை சிறுகதையே எழுதாதவர். அவரின் கதைகளை அதற்கு முன்னோ அதற்குப் பின்னோகூட இது வரை படித்ததில்லை. அந்தக் கதை எந்தவகையிலும் முதல் பரிசுக்குத் தகுதியானது அல்ல.

இதில் தலைமை நீதிபதியாக இருந்தவரின் பிடிவாதமே அக்கதை பரிசு பெறுவதற்கு ஏதுவாக ஆகிவிட்டது. நீதிபதி குழுவில் இருந்தவர்கள் என் கதையை முதல் பரிசுக்கு முன்மொழிந்தும் தலைமை நீதிபதி பெரிய 'பத்மா'சனம் போட்டு அமர்ந்துகொண்டு, பெரிய எழுத்தாளர்களுக்கு ஏன்

பரிசு கொடுக்க வேண்டும்? ஆரம்ப எழுத்தாளர்களை நாம் வளர்த்து விட வேண்டுமென்று கூறி, எனக்கான பரிசை மூன்றாவது இடத்திலாவது தருவதற்கு மற்ற நீதிபதிகள் கூறி யதைக் கடைசியில் ஆமோதித்தாராம்!

இதோ போல்தான் டத்தோஸ்ரீ சாமிவேலு தனது பெற்றோர் களின் பெயரில் ஆண்டுதோறும் 5000 வெள்ளிப் பரிசைச் சிறந்த நூலுக்கு வழங்கி வருகிறார். கடந்த ஆண்டு பாரதி தாசன் விழாக்குழுவில் முக்கியப் பொறுப்பில் இருந்தவர் என்ன செய்தாரென்றால், நாலைந்து ஆண்டுகளுக்கு முன்பு வந்த ஒரு நூலுக்குப் பரிசைப் பரிந்துரை செய்துள்ளார். தடித்த புத்தகத்துக்குப் பரிசு தர வேண்டுமென்பதே அவரின் நோக்கமாக இருந்துள்ளது. தரத்தைப் பற்றி அவர் கவலைப் படவில்லை. பரிசு பெறும் நூல் அதற்கு முந்தைய ஆண்டு எழுதிப் பிரசுரிக்கப்பட்டதாக இருக்க வேண்டும் என்பது ஒரு நிபந்தனை. இவரோ ஐந்து ஆண்டுப் பழமையான நூலுக்குப் பரிசைப் பரிந்துரை செய்துள்ளார். அதிலும் ‘50% – 50%’ பேரம் பேசப்பட்டதாகக் காற்றுவாக்கில் செய்தி கிடைத்தது.

இதுவரை நான் கலந்துகொண்ட இரண்டு நாவல், சிறுகதைப் போட்டிகளின் தேர்வுக்கான நீதிபதிகளில் ஒரு பேராசிரியர் இருந்துள்ளார். அவர் நீதிபதியாக இருந்தால் எனது படைப்பு நோபல் பரிசு பெறத் தகுதியானதாக இருந் தாலும் அதற்கு நிச்சயம் பரிசு கிடைக்காது என்பதை நான் முதலிலேயே முடிவு செய்து கொள்வேன். எனது கணிப்பு இதுவரை தவறியதே இல்லை! பரிசு அறிவிப்பு வந்ததும் வேறு வேறு சமாதானங்கள் கூறுவார். நானும் செவிடன் காதில் ஊதிய சங்கைப் போல எதையும் உள்வாங்கிக்கொள்ள மாட்டேன். பரிசு கிடைக்காது என்று தெரிந்த பிறகு அதில் ஏன் சமாதானங்கள் உண்டாக்கிக்கொள்ள வேண்டும். அவரிடம் இருக்கும் நட்பை நான் குறைத்துக்கொள்வதும் கிடையாது. பரிசு கிடைக்காததால் எனது படைப்புகள் வாசகர்களால் வாசிக்கப்படாமலா போய்விடுகின்றன?

ஒருமுறை சங்கு சண்முகம் ஒரு போட்டியில் முதல் பரிசு பெற்றார். ஆனால் வேறு பெயரில் அவர் கதையை எழுதி யிருக்கிறார். அதற்குக் காரணம் தனது சொந்தப் பெயரில் எழுதிய எத்தனையோ படைப்புகள் பரிசு பெறாமல் போன தற்கு நீதிபதிகள்தான் காரணம் என்றார். அதனாலேயே புனைபெயரில் எழுதுவதாகக் கூறினார். எவ்வளவு பெரிய உண்மை!

‘அவனுக்குக் கொடுக்காதே – இவனுக்குக் கொடு’ என்று வரும்பொழுது அங்கே சாதி, மதம் என்பவையெல்லாம்

தலையெடுக்கின்றன. பல போட்டிகளின் முடிவுகளை நமது வாசகர்களும் சரி, எழுத்தாளர்களும் சரி, எதிர்த்துக் குரல் கொடுப்பது இல்லை. நியாயமான தீர்ப்பு வராது போகும் பொழுது வாசகர்கள்தான் நியாயத்துக்குக் குரல் கொடுக்க வேண்டும்.

ஒருமுறை ஒரு பெரிய சிறுகதைப் போட்டிக்கு நீதிபதியாக இருந்தவர் போட்டி முடிவு வெளியானதும் என்னைத் தொலைபேசியில் அழைத்து, 'இனி நீங்கள் போட்டிகளில் கலந்துகொள்ளாதீர்கள்' என்றார். 'ஏன்?' என்று கேட்ட பொழுது, மிகுந்த தயக்கத்துடன் அவர் கூறிய வார்த்தைகள் என்னை ஆச்சரியப்பட வைக்கவில்லை. அவரின் கணிப்புப்படி எனது கதையே முதல் பரிசு பெற்றுள்ளது. ஆனால் முடிவு வெளி யாகிய பொழுது எனக்கு இரண்டாவது பரிசு என்று அறிவிக்கப் பட்டது. இது போலப் பல எழுத்தாளர்களுக்கும் நடந்துள்ளது. சில போட்டிகளில் தலைமை நீதிபதியாக இருப்பவரின் கொள்கைப்படியே போட்டி முடிவுகள் இருந்து வந்துள்ளதைக் காண முடியும்.

நீதிபதிகளாக இருப்பவர்களுக்குப் பரந்துபட்ட வாசிப்புத் தன்மை அதிகமாக வேண்டும். அப்பொழுதுதான் வந்த கதை களில் எத்தனை காப்பிக் கதைகள் அல்லது மற்ற கதைகளின் சாயல்கொண்ட கதைகள் என்பதைக் கண்டுபிடிக்க முடியும். பினாங்கு மாநிலத்தில் நடந்த *YTL* நிறுவனப் போட்டியில் ஊர் பேர் தெரியாத ஒரு பெண் எழுத்தாளர் முதல் பரிசைப் பெற்றார். அது அப்பட்டமான காப்பிக் கதை என்று பிரசுர மானதும் அனைவருக்கும் தெரிந்துவிட்டது. *YTL* நிறுவனம் எங்கே அடுத்த ஆண்டு இப்படியான – தமிழுக்கான போட்டியை நிறுத்திவிடுமோ என்ற ஆதங்கத்தில் அதைப்பற்றி யாரும் வாய்திறக்கவில்லை அல்லது பெரிதுபடுத்தாமல் விட்டு விட்டார்கள்.

இரண்டு ஆண்டுகளுக்கு முன்பு ஒரு பெரிய போட்டியில் முதல் பரிசு பெற்ற கதை 'ஆனந்த விகட'னில் வந்து பிரபல மாய் பேசப்பட்டது. மனிதநேயத்தைச் சொல்லும் அக்கதையைக் கொஞ்சம் 'உல்டா' செய்து அந்த எழுத்தாளர் முதல் பரிசை யும் பெற்றுவிட்டார். எனக்குக் கதையைப் படித்ததும் தெரிந்து விட்டது. ஆனால் நான் அவரைக் காட்டிக்கொடுக்க விரும்ப வில்லை. பல சந்தர்ப்பங்களில் நான் முந்திரிக்கொட்டை போல உண்மைகளைச் சொல்ல, அது என்னையே சாணி வாரி அடித்துக்கொள்வது போல் ஆகிவிடுகிறது. கவிஞர் – எழுத்தாளர் மைதீ. சுல்தான் அந்தக் கதையை என்னிடம் காட்டி, 'என்னய்யா ... இப்படி உல்டா செய்து முதல் பரிசு

வாங்கியுள்ளாரே?' என்று ஆதங்கப்பட்டார். நானும் அதைப் படித்துத் தெரிந்துகொண்டதைச் சொல்லி வேதனைப்படத் தான் முடிந்தது. 'ஆனந்த விகடனி'ல் வந்த கதையையே அந்த நீதிபதிகள் குழு தெரிந்துகொள்ளவில்லை என்றால் வேறு எதில் வருவதை அறிந்து பரிசு கொடுக்கப் போகிறார்கள்?

பரிசுகள் ஓர் எழுத்தின் தரத்தை நிர்ணயித்துவிடுவதில்லை. பாரதி ஒருமுறை காரைக்குடி கம்பன் விழாவில் நடந்த கவிதைப் போட்டியில் கலந்துகொண்டார் – அதில் அவரின் கவிதைக்கு இரண்டாவது பரிசு கிடைத்தது.

> செந்தமிழ் நாடென்னும் போதினிலே – இன்பத்
> தேன் வந்து பாயுது காதினிலே . . .

என்ற பாட்டுதான் அது! இன்றும் தமிழர் அனைவரும் அறிந்த பாட்டாக இருக்கிறது. ஆனால் முதல் பரிசு பெற்றவர் யார்; அது எந்தப் பாட்டு? வரலாற்றில் அது மறைந்துவிட்டது. ஆனால் நூற்றாண்டு கடந்தும் பாரதியின் பாட்டு உயிரோடு இருக்கிறது!

போட்டி நடத்துபவர்களின் தலையீடுகள் இன்றி நீதிபதிகள் நல்ல முடிவுகளை எடுக்க வேண்டும். எடுப்பார்களா? எனக்கு நம்பிக்கை இல்லை.

நூற்றாண்டு அழுக்குகள்!

நமது இலக்கியத்தில் – நூற்றாண்டுக் காலமாக மரபான வழியில் சேர்த்து வைத்த செல்வங்கள் எல்லாமே இன்று அருங்காட்சியகத்தில் பார்வைக்கு வைக்கப்பட்டுவிட்டன!

அருங்காட்சியகத்தில் உள்ளவற்றைப் பார்க்கலாம் – பிரமிக்கலாம். ஆனால் பாவிக்க முடியாது. நமது இலக்கியங்களும் இப்படித்தான் ஆகிவிட்டன. அப்படி ஆனதற்கு யார் காரணம்?

அண்மையில் எழுத்தாளர்களிடையே நடந்த ஒரு கலந்துரையாடலின் பொழுது ஓர் இலக்கியவாதி இப்படிக் கூறினாராம்:

"முஸ்லீம் எழுத்தாளர்கள் தங்களின் சீறாப்புராணம் பற்றி அதிகமாகப் பேசுகிறார்கள் – தமிழ் முஸ்லீம்கள் தமிழ் இலக்கியத்துக்கு நிறையச் செய்துள்ளதாகக் கூறுகிறார்கள். இது தமிழ் இலக்கியத்துக்கு எப்படிச் சிறப்புச் சேர்க்கும்"... இது மட்டுமல்லாது, "கிறிஸ்தவ பாதிரிமார்கள் மதத்தை வளர்ப்பதற்காகத் தமிழ் படித்து தமிழில் எழுதினார்கள். இவர்களும் தமிழ் வளர்ச்சிக்கு உதவிடவில்லை" என்றும் கூறினாராம்.

நான் இதைக்கேட்டுத் திடுக்கிடவில்லை. குறுகிய மனமும் நல்லதை எப்பொழுதுமே

ஏற்றுக்கொள்ளாத மனமும் கொண்ட ஒட்டுமொத்தப் பொறாமையின் வடிவம்தான் இது. மதக்கருத்து இல்லாத தமிழ்க் காப்பியங்கள் நமக்கு எத்தனை இருக்கின்றன? ‘சிலப்பதிகார’த்தில் சொல்லப்படாத மாற்று மதக்கருத்துகள் உண்டா? இளங்கோவடிகள் சமண முனிவர்தானே?... சிலப்பதி காரத் தொடர்ச்சியாக வந்த ‘மணிமேகலை’ பௌத்தக் காவியம் தானே? ‘இனி கவிதையில் மிஞ்ச எவனுமில்லை’ என்று சொல்லப் படும் கம்பனின் ‘இராமாயணம்’ வைணவக் காவியம்தானே? ‘மதக்கருத்துகள்’ கொண்டதால், அவற்றில் நூற்றாண்டுக்கால அழுக்கு சேர்ந்துவிட்டது என்று கூறுவது சரியா?

அறம் செழிப்பதற்கு இலக்கியம் மிக மிகத் தேவை. அது இஸ்லாத்தை – கிறிஸ்துவத்தை – பௌத்தத்தை – சமணத்தை – வைணவத்தை – சைவத்தைப் பற்றிச் சொன்னாலும் தமிழில் சொல்லப்பட்டிருக்கிறது என்பதுதானே உண்மை! காலம் காலமாகத் திருத்தொண்டர் புராணமும், வியாசர் விருந்தும், ஆழ்வார்களின் பாடல்களும் தமிழைச் சிறப்பிக்கவில்லையா? எத்தனையோ விரிவுரையாளர்கள் இராமாயணத்தை –அதன் அழகை எடுத்துச்சொன்னதற்கும், நீதிபதி மு.மு. இஸ்மாயில் எடுத்துச் சொன்னதற்கும் வேறுபாடுகளைக் கண்டு தமிழுலகமே வியக்கவில்லையா? ஓர் இந்துமதக் காவியம் என்றா இஸ்மாயில் இராமாயணத்தைப் பார்த்தார்? தமிழும் அதன் நயமும்தானே அவரை இந்த அளவு அதில் பற்றுக்கொள்ள வைத்தது?

உலகின் மிகச்சிறந்த கல்வெட்டு ஆய்வாளர்களில் ஐராவதம் மகாதேவனும் ஒருவர் – அண்மையில் அவர் மிகுந்த ஆராய்ச் சிக்குப் பிறகு *Early Tamil Epigraphy* (முற்காலத் தமிழ்க் கல்வெட்டுகள்) என்ற நூலைப் பதிப்பித்துள்ளார். இந்த நூலில் பல்வேறு உண்மைகள் வெளிவந்துள்ளன. தமிழ்நாட்டில் பல்வேறு பகுதிகளில் கிடைத்த கல்வெட்டுகள் பல உண்மை களைச் சொல்கின்றன – சங்ககாலக் கல்வெட்டுகளில் சில தொல்காப்பியத்திற்குப் பல ஆண்டுகள் முந்தியவை – தொல் காப்பியக் காலத்துக்கு முன்பே, தமிழர் கவிதை படைக்கவும், படிக்கவும், புரிந்தவர்களாகவும் இருந்துள்ளார்கள். ஒட்டு மொத்தத் தமிழ்ச் சமூகத்தில் கல்வியறிவு பரவலாக இருந் துள்ளது. சமூகத்தில் எல்லாப் பிரிவைச் சார்ந்தவர்களும் கல்வெட்டுகளில் தங்களது பதிவைச் செய்து வைத்துள்ளார்கள்.

இந்த நூலின்வழி இருநூற்றுக்கும் மேற்பட்ட கவிஞர்களின் பெயர்கள் நமக்குத் தெளிவாகக் கிடைத்துள்ளன. முன்பு ‘யாரோ’ பாடிய பாடல்களாகச் சொல்லப்பட்டவை, இப்பொழுது இவர்தான் பாடினார் என்ற தெளிவு கிடைத்துள்ளது. சமூகத் தின் எல்லாத் தரப்பினரும் தமிழ் இலக்கியத்துக்குச் சங்க

காலத்தில் பணியாற்றியுள்ளார்கள். சாதியால் – மதத்தால் இந்தச் சங்கப் பாடல்களை நாம் ஒதுக்க வேண்டுமா? 'யாதும் ஊரே யாவரும் கேளிர்' என்ற உயர்ந்த மனித நேயத்தை ஏதோ ஒரு சிறிய கிராமத்தில் பிறந்த புலவன் பிரகடனப் படுத்தினான். இங்கோ பிரிவுகளை விரிவாக்கி மேலும் பிளவு களை உண்டுபண்ணுகிறார்கள்.

இலக்கியம் மதம் சார்ந்த தேடல் அல்ல! தமிழ் தொய்வு கண்ட காலங்களில் எல்லாம், எல்லா மதக்காரர்களும் இனத் தாலும் மொழியாலும் மாறுபட்டவர்களும் – இனத்தாலும் மொழியாலும் ஒன்றுபட்ட தமிழ் கிறிஸ்துவர்கள் – தமிழ் முஸ்லிம்கள் – அனைவரும் அதன் வளர்ச்சிக்காக உழைத் துள்ளார்கள் என்பது வரலாறு.

பதினாறாம் நூற்றாண்டிலிருந்து பத்தொன்பதாம் நூற்றாண்டு ஆரம்பம் வரை தமிழின் இருண்ட காலமென்று வரலாற்று ஆசிரியர்கள் குறிப்பிடுவார்கள். தமிழ்நாட்டை அக்காலத்தில் வேற்று மொழிக்காரர்கள் ஆண்டார்கள். ராணி மங்கம்மா போன்றவர்களின் ஆட்சியில் சங்கம் வைத்து வளர்த்த மதுரையில் தெலுங்கு ஆட்சி மொழியாக இருந்தது. தமிழ்ப் புலவர்கள் பேரிலக்கியங்களோ, சிறு படைப்புகளோ இயற்ற முடியாத சூழல் இருந்தது.

இந்த இக்கட்டான காலக்கட்டத்தில்தான் தமிழ் இலக்கியச் சுடர் அணையாமல் காத்து அடுத்தத் தலைமுறையினரிடம் இஸ்லாமியத் தமிழ்ப் புலவர்கள் ஒப்படைத்தார்கள். இதை நன்றியுடன் தமிழுலகம் நினைக்க வேண்டாமா? இந்த இருண்ட காலக்கட்டத்தில் ஐந்நூறுக்கும் மேற்பட்ட தமிழ் முஸ்லிம் புலவர்கள், ஆயிரத்துக்கும் மேற்பட்ட நூல்களைத் தமிழுக்குத் தந்துள்ளார்கள். இஸ்லாமியக் கவிஞர்கள் இருபத் திரண்டு தமிழ்க்காவியங்களைத் தமிழ் இலக்கியத்துக்குத் தந்துள்ளார்கள். கணக்கின்படி மற்ற சமயக் காவியப் பங்களிப்பை விட இது கூடுதலானது. இதுவரை எழுதப்பட்ட தமிழ் இலக்கிய வரலாற்றில் இது சரியாகச் சொல்லப்படவில்லை. அறிஞர் தெ.பொ. மீனாட்சிசுந்தரம் அவர்களும் கி.ஆ.பெ. அவர் களும் இதை அறியப்பட்ட பொழுது வியந்து பாராட்டிய தோடு அன்றி, 'இவை பதிவு செய்யப்பட வேண்டும்' என்றும் வலியுறுத்தினார்கள்.

மதுரை காமராஜர் பல்கலைக்கழகத்தில், இஸ்லாமியத் தமிழ் இலக்கியத்துக்கான தனி ஆய்வுகள் மேற்கொண்ட பொழுது இதுவரையில் மறைந்துபோன பல வரலாறுகள் வெளிவந்தன. 'முக்கூடற்பள்'ளுவை இயற்றியவர் என்னயினாப் புலவர். இவர் முஸ்லிமாக மதம் மாறியவர் என்று

பூர்ணலிங்கம் பிள்ளை கூறுகிறார். பிரபலமான விக்கிரமாதித்தன் கதையைத் திரட்டித் தந்தவர் இப்ராஹிம் ராவுத்தர் என்பதை நம்மில் எத்தனை பேர் அறிந்திருப்பார்கள்? உ.வே. சாமிநாதையர் தமிழில் பதிப்பித்த நூல்களுக்காகக் காலம் காலமாக நாம் நன்றி சொல்லக் கடமைப்பட்டவர்கள்தான். அவர் பிராமணர் என்று ஒதுக்கிவிட்டோமா? 'உ.வேசா'வைவிட அதிகமான நூல்களைப் பதிப்பித்தவர் கண்ணகுமது மகுமூது என்ற இஸ்லாமியர்தான் என்பது எத்தனைப் பேருக்குத் தெரியும்?

முஸ்லிம் தமிழ்ப்புலவர்கள் வழக்கமான தமிழ் இலக்கிய வடிவங்கள் மட்டுமல்லாது, புதிய வடிவங்களையும் தமிழுக்குச் கொண்டு வந்துள்ளனர். 'படைப்போர்,' 'மசாலா,' 'கிஸ்ஸா,' 'நாமா' போன்ற வடிவங்களை அரபி, பாரசிக மொழி களிலிருந்து தமிழுக்குக் கொண்டு வந்தனர். இன்று ஜப்பானிய வடிவமான 'ஹைக்கூ' பேசப்படுகிறது. ஆனால் 400 ஆண்டு களுக்கு முன் வந்த மேற்கண்ட வடிவங்கள் பேசப்படு வதில்லை. இது யார் குற்றம்?

கவிஞர் ஈரோடு தமிழன்பன் "தமிழுக்கென முஸ்லீம் தமிழ்ப் புலவர்கள் செய்த கொடை மதிக்கத்தக்க அளவினது. அக்கொடை யினுள் தமிழ் கண்டறியாப் புதுவகை இலக்கியங்கள் குறிப் பிட்டுச் சொல்லத்தக்க தனிச்சிறப்புடையவன" என்று தனது ஆய்வொன்றில் குறிப்பிடுகிறார்.

இனியாவது மாற்றுப் பார்வையுடன் இவர்கள் தமிழ் இலக்கியத்தைப் பிரித்துப் பார்க்கமாட்டார்கள் என்று நம்புவோம்.

நிர்வாணத்துக்கு அப்பால் ஒரு பெண்குரல்!

இன்றைய நவீன இலக்கியச் சிந்தனையில் பெண் படைப்பாளிகளின் பங்கு என்ன? அதிலும் தமிழ் இலக்கியத்துறையில் இவர்கள் எவ்வளவு தூரம் முன்னேறியுள்ளார்கள்? தமிழ் இலக்கிய வரலாற்றில் பெண்கவிகள் என்ற 'தனிச்சாதி' ஏன் ஒதுக்கி வைக்கப்பட்டுள்ளது? இதுவரையில் வாழ்க்கையில் சொல்லப்படாத பகுதிகளை – நம் சிந்தனைக்குச் சுகப்படாத துறைகளில் இவர்களின் தூரநோக்குப் பார்வை பதிந்துள்ளதா? வாழ்க்கை யிலும் வரலாற்றிலும் ஒதுக்கப்பட்ட கறுப்பின மக்கள், பழங்குடி மனிதர்கள், மூன்றாம் உலக ஒடுக்கப்பட்ட மக்களின் குரல்கள் பெண்கவிஞர் களின் கவிதைகளில் உக்கிரமாக எதிரொலித் துள்ளதா?

இந்தக் கேள்விகளுடன் அண்மையக்கால பெண் கவிஞர்களின் கவிதைகளை அணுகும் பொழுது – நமக்கு மாற்றத்துக்கான அல்லது நிச்சயம் மாறும் என்ற நம்பிக்கையுடன் சில பெண் கவிஞர் கள் தெரிகிறார்கள். காலம் காலமாகப் பெண்களின் உறுப்புகள் காதலுக்காகவும் காமத்துக்காகவுமே தமிழ் இலக்கியத்தில் பேசப்பட்டு வந்துள்ளது.

ஒட்டுமொத்தத் தமிழ் வாசகர் உலகமே திடுக்கிட்டுத் திரும்பிப் பார்க்கும் அளவு, இன்று தமிழகத்து (ஈழத்துப் புலம் பெயர்ந்த) பெண் கவிஞர்கள் நிர்வாணத்தை – அதுவும் பெண் உறுப்பு களையே ஆயுதமாக மாற்றி வருகிறார்கள்.

ஒட்டுமொத்த வாசகர் உலகமே ஒதுக்கி வைத்த பெண் கவிஞர்களை, இன்று திடுக்கிட்டுத் திரும்பிப் பார்க்கவும் – உக்கிரமாக விமர்சனங்கள் செய்யவும் முற்பட்டுள்ளது அவர் களின் வெற்றி என்றே சொல்லவேண்டும். ஆண்களின் வன் முறையின் – மேலாதிக்கத் தன்மையின் ஓர் எதிர் விளைவாகப் பெண்கள் பெரும் குரலெடுத்துக் கவிதைகள் படைத்து வரும் சூழல் மிக ஆரோக்கியமானதே.

இதுவரையில் பழகிப்போன பழைய பாதையில் நடந்து பழக்கப்பட்டுப்போன பழமையானவர்களை – மரபான சிந்தனையுடையோரை இது திடுக்கிட வைத்துள்ளது.

நமது மலேசியப் பெண் கவிஞர்களின் வாசிப்புத் தன்மையும் – புதிய விசயங்களை உள்வாங்குதலும் 19ஆம் நூற்றாண்டைத் தாண்டவில்லை என்பது நாம் அறிந்த பரம ரகசியம். நமது ‘மாதர் பகுதி’ ஊடகங்களில் இன்னமும் முட்டை பொரிப்பது – கோழியை எப்படி விதவிதமாகச் சமைப்பது – முகத்தின் பருக்களைத் தவிர்ப்பது என்ற வட்டத் துக்குள் அல்லது சமையலறையைத் தாண்டி வரமுடியாத எல்லைகளை வகுப்பதில்தான் அதிகம் கவனம் செலுத்து கின்றன. அதில் பெரிய பின்னடைவு என்னவென்றால் ஊடகங் களில் பெண்களே இந்த மாதர் பகுதிகளில் பொறுப்பாக இருப்பதுதான்! இந்தப் பொறுப்பாளர்களுக்குத் தங்களின் பெண் இனத்தின் ‘விடுதலை’ என்பதில் எக்காலத்திலும் தீர்க்கமான பார்வை வந்ததில்லை. அண்மையக்காலத்தில் தமிழ் இலக்கியத்தில் ஏற்பட்டு வரும் மாற்றங்களை இவர்கள் கண்டுகொள்ளாமல் இருப்பது ஏன் என்பதற்கு மிகச் சுலப மான பதில் இதுதான். பரந்த வாசிப்பும் மாற்றங்களும் இவர் களை வந்தடையவில்லை.

தமிழ்நாட்டிலும் – புலம் பெயர்ந்த ஈழத்து இலக்கியத்திலும் ஏற்பட்டுள்ள பெண் எழுத்தாளர்களின் – கவிஞர்களின் மாற்றம் பிரமிக்க வைக்கும் அளவு வளர்ந்துள்ளது.

உலக வரைபடத்தில் குழு – இன – மத – சாதி – பால் பிரிவுகளே ஒவ்வொரு மனிதனுக்கும் எதிரியாக அமைந் துள்ளன! உலகில் ஏற்பட்டுள்ள எல்லா வன்முறைகளும் மேற்கண்ட எல்லைகளில்தான் செயல்படுகின்றன. இதற்கான மாற்று என்ன? மாற்றத்தை யார் செய்வது அல்லது சொல்வது?

பிரிவுகள்தான் இன்றைய உலக அமைதிக்குப் பெரும் சங்கட மாக இருக்கின்றன. கொழுத்துப் பெருத்துவிட்ட 'நான்' என்ற அகங்காரம் ஒட்டுமொத்த மனித குலத்தையே சின்னாபின்ன மாக்கி வருகிறது.

கற்காலம் தொட்டு இன்றைய நவீன காலம்வரை – மனிதனின் ஆயுதங்கள் மாறி வந்துள்ளன. ஆனால் தனது 'நான்' என்ற பாதுகாப்புக்காக, அவன் தனது மனித இனத்தின் மேல் தொடுத்த வன்முறையில் மாற்றமே ஏற்படவில்லை. கற்கால மனிதன் 'ஒண்டிக்கு ஒண்டி' என்று சண்டை போட்டான். இன்றைய நவீனகால மனிதன் ஒரு பொத்தானின் அழுத்தத்தில் உலகத்தையே அழித்து விடும் ஆற்றலை வளர்த்துக் கொண்டுள்ளான்.

பெண் கவிஞர்களில் இன்று நவீன சிந்தனை வளத்துடன் புதுப்பார்வை கொண்டவர்களில் என்னை மிக ஆச்சரியப்பட வைத்தவர் சிங்கப்பூர் கவிஞர் செல்வி கனகலதா.

சென்ற நூற்றாண்டின் கடைசிப்பகுதியில் (1875–1900) தோன்றிய தற்கால மறுமலர்ச்சி இலக்கியத்தின் வரலாற்றுப் பாதையில் சிங்கப்பூர் – மலேசிய இலக்கிய வரலாறும் உள்ளடக்கியதுதான். இதில் சிங்கப்பூரின் நான்கு ஆட்சி மொழிகளில் ஒன்றாகத் தமிழும் இருப்பதால், அதன் வளர்ச்சி ஆசியான் நாடுகளையும் சார்ந்துள்ளது. செல்வி கனகலதா (லதா) வின் அண்மையக் கவிதைத் தொகுப்பான 'தீ வெளி' எனது பார்வைக்கு வந்தபொழுது, சிங்கப்பூரின் கவிதை வளர்ச்சியில் இவரின் பங்களிப்பின் உழைப்பையும் மாறுபட்ட பார்வையையும் காண நேரிட்டது.

சிங்கப்பூர் 'தமிழ் முரசு' பத்திரிகையில் ஆசிரியர் – சிறப்புப் பகுதியில் பணியாற்றி வரும் லதாவின் கவிதைகள் 'காலச் சுவடு' போன்ற தரமான தமிழ்நாட்டுப் பத்திரிகைகளில் வெளி வந்துள்ளன. சிங்கை தேசியப் பல்கலைகழகம் 1995ஆம் ஆண்டு பதிப்பித்த தொகுப்பிலும், சிங்கப்பூர் கலைக்கழகம் பதிப்பித்த (2000) தொகுப்பிலும் இவரின் கவிதைகள் இடம் பெற்றுள்ளன. 2003ஆம் ஆண்டில் இந்திய சாகித்திய அகதமி பதிப்பித்த 'கனவும் விடியும்' என்ற பெண் கவிஞர்களின் உலகளாவிய தொகுப்பிலும் இவரின் கவிதை இடம்பெற்றுள்ளது. மிகச்சிறந்த கவிதைகளைச் சிங்கப்பூர் தேசியக் கலைக்கழகம் மொழி பெயர்த்து, சிங்கை MRT ரயிலில் பதிப்பித்து மக்களின் பார்வைக்குக் கொண்டு செல்கிறது. அந்தவகையில் லதாவின் கவிதையும் இதில் இடம்பெற்றுள்ளது. தமிழ்நாட்டின் 'கணையாழி', பிரான்ஸின் 'உயிர்நிழல்', இலங்கையின் 'சரிநிகர்' போன்ற பத்திரிகைகளிலும் இவரின் கவிதைகள் வந்துள்ளன.

லதாவின் கவிதைகள் இதுவரையில் சொல்லப்படாத பல விசயங்களைப் பேசுகின்றன. அதே போலச் சொல்லப் பட்ட விசயங்களையும் வேறு பார்வையில் சொல்கின்றன. தனக்கான தனி கவிமொழியே இவரை வேறுபடுத்திக் காட்டு கிறது. எப்பொழுதும் நான், கவிதை வாசிக்கும் பொழுது என் ரசனைக்கு அது ஒத்துவருமா என்று வாசிப்பதில்லை. தனக்கான பாணியில் எனது முடங்கிக் கிடந்த ரசனை அனுபவங்களைப் புதுப்பிக்கவும் பல கவிதைகள் துணை புரிந்துள்ளன. லதாவின் 'தீ வெளி' கவிதைத் தொகுப்பு எனக்குப் பல்வேறுபட்ட தளங்களில் ரசனை நரம்புகளை மீட்டியதை மறுக்க முடியாது.

மலேசியப் பெண் கவிஞர்களின் மலடு தட்டிப் போன கவிதைகளிலிருந்து – காகிதக் குவியல்களிலிருந்து – லதா வேறுபடுகிறார்; மாறுபட்ட பார்வை கொண்டுள்ளார். 'தீ வெளி' தொகுப்பின் முதல் கவிதை 'வெளி' இவரை வேறு பட்ட சிந்தனையாளராகக் காட்டுகிறது. படித்தபோதே எனக்குள் அதிர்வுகளைத் தந்தது. 'நிர்வாணத்தை ஆயுதமாக'க் கொண்ட தமிழ்நாட்டுப் பெண் கவிஞர்களிலும் – இவர் வேறு தளத்திலும் பாதையிலும் பயணிப்பது தெரிகிறது.

'வெளி' கவிதையில் வரும் இந்த வரிகள் மிகப்பெரிய அகன்ற பார்வை கொண்டது. சர்வதேச அரசியலை அதன் கோபத்தை இப்படியும் காட்ட முடியுமென்று லதா நிரூபித் துள்ளார்.

> கப்பல் இல்லாமல் குப்பை இல்லாமல்
> சுழன்றோடும் கால்வாயில்
> குதித்தோடுகிறது
> நாட்டுப்பற்றோடொருவன்
> வீசியெறிந்த 'கொக்கோ கோலா.'

இதில் 'கொக்கோ கோலா' என்ற வார்த்தையின் வரி விளக்கம் ஆழமானது; மிகமிக அகன்றது.

இரண்டாவது கவிதை 'பாடம்' மிகச்சிறந்த பாடத்தை நமக்குத் தருகிறது:

> வானத்தில்
> பறந்துகொண்டிருந்த
> பட்டங்களுக்குள்
> ஒரு போட்டி
> விழுவது யாரென்று.

கீழிறங்குவது பற்றி அறியாத
பட்டங்கள் விழ முடியாமல்
தவித்தன.

தற்செயலாய்
ஒரு பட்டம் வாலறுந்து
விழுந்தபோது
பறப்பது பற்றித்
தெரிந்து கொண்டது.

மனிதவாழ்க்கையில் வெற்றிகள் உடனே ஏற்பட்டுவிடுவதில்லை. தோல்விகளின் பாடங்களில்தான் வெற்றி உறுதி செய்யப்படுகிறது. கவிதை சொல்லப்பட்ட விசயங்களைவிட, அதில் சொல்லப்படாமல் விட்ட பகுதிகளே விரிந்த பொருளுடையவை.

இவரின் 'தீ வெளி'யில் உள்ள ஒவ்வொரு கவிதையும் வாழ்க்கையின் வெளிச்சப்பகுதிகளையும், இருள் சூழ்ந்த மோன நிலைகளையும், ஞான 'வெளி'களையும் காட்டுகின்றது.

'மென்மை' என்ற கவிதையில் இவரின் ஓங்காரக் குரலைக் கேட்க முடிகிறது:

கொக்கரிப்புகளில் கும்பல் சேர்க்கும்
கோழி அல்ல;
சத்தமின்றி கொத்தித் தின்னும் கழுகு நான்.

இது 'பெண்மை'யின் இந்த நூற்றாண்டின் ஆவேசக்குரல்; வன்மத்தில் விடுதலையுணர்வு தெரிகிறது.

'என்னாலா மைக்' என்ற கவிதை இன்றைய இளைய சமூகத்தை அதன் மொழியிலேயே கேலி செய்கிறது.

உங்கப்பன் யாரோ
எங்கப்பன் யாரோ
நாம மக்கள்ஸ்லா
நமக்குள்ளாற என்னாலா?
எவன்டா முறைச்சான்
காட்ரா,
சொருவிடலாம்.

இந்த மொழிகள் இவருக்கு எப்படி வந்தன? தேடல்! நீங்காத தேடலே இவரை இப்படி எழுத வைத்துள்ளது.

புல்வெட்டி மிஷினுக்குத் தப்பி
கண்சிமிட்டி நிற்கும் ஒரு
பொன்னாங்கண்ணி...

என்ற வரிகளில்தான் எவ்வளவு பரிவு. காடுகள் போலக் கட்டடங்கள் அமைந்த சிங்கையில் ஒரு 'பொன்னாங்கண்ணி கீரை'யும் இவர் பார்வைக்குத் தப்பவில்லை! இதுதான் – இந்தப் பார்வைதான் இன்னும் நம்மை மனிதனாக வைத்திருக்கிறது.

சிங்கப்பூர் தமிழ்க்கவிதை வரலாற்றில் நிச்சயம் லதாவுக்கு ஓர் இடமுண்டு. 'தீ வெளி'த் தொகுப்பில் என்னைத் திகைக்க – அதிர – அழ – சிரிக்க – சிலிர்க்க – முறுக்கேற வைத்த கவிதைகள் உண்டு. மனிதனை மனிதனாக நேசிக்க வைத்தவை; மறக்க முடியாதவை!

தேடுதல் – தவம் செய்தல் எல்லாமே மனிதன் தன்னைத் தெய்வநிலைக்கு உயர்த்திக்கொள்ளும் ஒரு முயற்சிதான். அதை விட மனிதன் மனிதனாக வாழ இந்தத் தேடுதல் பயன்படுவது தான் முக்கியம். அந்த வகையில் லதாவின் 'தீ வெளி' மனிதனுக்கு மனிதனை அடையாளப்படுத்துகிறது.

'இன்னும் மனிதனாக வைத்திருக்கிறது' என்ற கவிதையில் இப்படிச் சொல்கிறார்:

> பதினேழாம் மாடிச் சாடியில்
> ஒற்றை மொட்டைச்
> சுற்றி வரும் வண்ணத்தி . . .

இன்றைய மனித வாழ்க்கையில் – மாடி வீடுகளில் மனிதன் தன்னை உயர்த்திக்கொண்டே போகிறான். பைபிளில் ஒரு கதை – 'இறைவனைவிட உயர்ந்தவன் என்று காட்ட, மாடி கட்டி மேலே மேலே செல்ல முற்படுகிறான் மன்னன் ஒருவன்.' இங்கே பதினேழாவது மாடியில் உள்ள ஒரு பூச்சாடியில் வண்ணத்துப்பூச்சி ஒன்றை வலம் வர வைக்கிறார் லதா.

44 கவிதைகள் – 86 பக்கங்கள். எந்தத் தமிழ்ப் பெண் கவிஞரும் பார்க்காத புதிய அணுகுமுறைகள். தமிழ்க்கவிதை புதிய பாதையில் நடைபோட ஆரம்பித்து விட்டது.

சிங்கப்பூர் கவிமாலையில்

கடந்த 26–2–2005 அன்று – சிங்கப்பூரில் கடற்கரைச் சாலை 'கவிமாலை' நிகழ்ச்சியில் கலந்து கொண்டு நான் சிறப்புச் சொற்பொழிவு ஆற்ற வரவேண்டுமென்றும், கூடவே 'தென்றல்' ஆசிரியர் வித்யாசாகரையும் அழைத்து வரவேண்டுமென்றும், முன்பு மலேசியாவில் பணியாற்றி இப்பொழுது சிங்கையில் நிரந்தரக் குடிமகனாக வாழும் அப்பாவி சோழன் தொலைபேசியில் அழைத்தார். வித்யா சாகருக்கு வேறு வேலைகள் இருந்தது போலவே, எனக்கும் தொழில் சம்பந்தமான வேலைகள் இருந்தன.

"விருட்சம் மாலை நடத்தியுள்ளீர்கள். 'தென் றலி'ல் படித்தேன். அதேபோன்ற இந்தக் கவிமாலை கடந்த ஐந்து வருடங்களாக தொடர்ந்து நடைபெறு கிறது. கட்டாயம் கலந்துகொள்ள வேண்டும்." அப்பாவி சோழன் – இப்பொழுது பாலு மணிமாறன் என்று சொந்தப் பெயரில் சிங்கையில் பரவலாக அறியப்படும் நண்பரின் வற்புறுத்தல் தொலை பேசியில் விடாமல் தொடர்ந்தது! நமது 'விருட்சம் மாலை' முதல் நிகழ்வின் வெற்றி சிங்கைவரை சென்றதைக் கேட்க மகிழ்ச்சியாக இருந்தது. அதோடு 'தென்றல்' படிக்கும் சில தீவிர வாசகர்கள் அங்கே இருப்பதை அறிந்து மனம் சலங்கை கட்டி ஆடியது!

வித்யாசாகர் 'எஸ்.எம்.எஸ்'ஸில் எனக்குத் தகவல் வைத்தார், தான் வரமுடியாது என்பதை. வெள்ளிக்கிழமை புறப்பட்டால்தான் சனிக்கிழமை நிகழ்ச்சியில் கலந்துகொள்ள லாம். அருமை நண்பர் ப. சந்திரகாந்தத்தின் 'வலை' சிறுகதைத் தொகுப்பு வெளியீடு பூச்சோங் மஇகா தொகுதி காங்கிரஸின் ஏற்பாட்டில் வெள்ளிக்கிழமை இரவு 7.00 மணிக்கு. நான்தான் சிறப்புச் சொற்பொழிவு.

25–2–2005, 8.30 மணிக்கெல்லாம் முடித்து வீடு திரும்பி, பிறகு புறப்பட்டுவிடலாமென்ற சந்திரகாந்தத்தின் வற்புறுத் தலில் நம்பிக்கை வைத்து இரண்டு நிகழ்வுகளுக்கும் சம்ம தித்தேன்.

சந்திரகாந்தத்தின் 'வலை' தொகுப்பு மிகச்சிறந்த முறையில் பூச்சோங்கில் வெளியீடு கண்டது. எனது இளமைக்கால நண்பர் சந்திரகாந்தம், எழுத்துலகில் எனது ஆரம்பகால வழிகாட்டி களில் ஒருவர். இன்று 'தமிழ் நேசன் ஞாயிறு பதிப்பு' ஆசிரிய ராகச் சிறந்த முறையில் பணியாற்றி வருகிறார். 'தங்கப்பதக்கம்,' இப்பொழுது 'முத்திரைகதை' என்று தனது இலக்கியக் கனவு களை நடைமுறைப்படுத்தி வருகிறார். 'பத்திரிகை உண்மையில் படிக்கும்படியாக உள்ளது' என்று நாட்டின் பரவலான கருத்தாக இருந்து வருகிறது. 50 பேர்கள் மட்டுமே கூடிய அவ்வெளியீட்டு விழாவில் 12,000 வெள்ளி சேர்ந்தது பெரிய விசயம்தான். விழா முடிய இரவு 10.45 ஆகிவிட்டது.

பல பகீரதப் பிரயத்தனங்களுடன் கடைசி பஸ் 12.30 மணிக்குப் புறப்படும் வேளையில், டிக்கெட் வாங்கி 12.28 மணிக்கு சிங்கை செல்லும் பஸ்ஸில் ஏறி அமர்ந்த பின்தான் நிம்மதி பிறந்தது. காலை 6.30 மணிக்குச் சிங்கை அடைந்ததும், பாலு மணிமாறன், நான் எந்த ஹோட்டலுக்குச் செல்ல வேண்டுமென்று தொலைபேசியில் தகவல் தந்தார்.

இரவு முழுதும் தூக்கமே இல்லை. களைப்புடன் டாக்ஸி பிடித்து எழுத்தாளர் மா. அன்பழகனின் கடையை அடைந்தேன். 'செல்வி ஸ்டோர்' என்ற மளிகைக்கடை சிராங்கூன் சாலையை ஒட்டிய கெர்பாவ் ரோட்டில் இருக்கிறது. இந்த மளிகைக் கடையில் சில்லறை மற்றும் மொத்த வியாபாரம் செய்து வருகிறார் அன்பழகன்.

மா. அன்பழகன் டைரக்டர் கே. பாலச்சந்தரிடம் துணை இயக்குநராகப் பணியாற்றியவர் – சொந்தமாக ஜெயகாந்தனின் 'புதுச்செருப்பு கடிக்கும்' என்ற நாவலைப் படமாக்கியவர். பிறகு சொந்தமாக 'பாதபூஜை' என்ற படத்தைத் தயாரித்து இயக்கியவர். முன்பே எனக்கு அறிமுகமானவர். வெற்றி

கரமாகத் தொழில் செய்து வந்தாலும், பல நூல்கள் எழுதியவர். அண்மையில்தான் அவரின் ‘விடியல் விளக்குகள்’ என்ற சிறுகதைத் தொகுப்பு வெளிவந்துள்ளதை மணிமாறன் வழி அறிந்து, அதைக் கேட்டு வாங்கிக்கொண்டேன். மிகுந்த பொருட்செலவில் தமிழகத்தில் அச்சடித்து வெளிக்கொண்டு வந்துள்ளார்.

ஹோட்டலுக்கு என்னை அழைத்துச் சென்று பேசிக் கொண்டிருந்த பொழுது, கவிஞர் ‘பிச்சினிக்காடு’ இளங்கோ வந்தார். கூடவே அண்மையில் வெளிவந்த அவரின் ‘இரவின் நரை’ என்ற கவிதைத் தொகுப்பைத் தந்தார். இருவரும் விடைபெற்ற பின் குளித்துவிட்டு சிறிது ஓய்வெடுக்கலாமென்று படுத்தபொழுது, கையில் கிடைத்த இரண்டு நூல்களும் என் முன்னே ‘படி படி’ என்று வற்புறுத்தின.

முதலில் மா. அன்பழகனின் சிறுகதைத் தொகுப்பின் முதல் கதையைப் படித்தேன். ஒரு சொற்பொழிவையே கதை யாக புதிய உத்தியில் எழுதியிருந்தார் – ஒரு மேடைப்பேச்சைக் கதையாக எழுதியது இதுதான் முதல் முறை என்று நினைக் கிறேன். அவரின் கதை சொல்லும் பாணி எனக்குப் புதிதாக மட்டுமல்ல, ஆச்சரியமான விசயங்களும் இருந்தன. முன்பே இவரின் இரண்டு நூல்களைப் படித்துள்ளேன். தனது வாழ்க் கையையே புதிய பாணியில் கூறி இருந்த நூல் எனக்குப் பிடித்திருந்தது. அடுத்து கவிஞர் ‘பிச்சினிக்காடு’ இளங்கோவின் ‘இரவின் நரை’யைப் பிரித்தேன். கீழே வைக்க முடியவில்லை. பஸ்ஸில் தூக்கமின்றி வந்தது, களைப்பு எல்லாமே எங்கோ பறந்து போய்விட்டன.

சிங்கப்பூரில் முடிந்தவரை பல கவிஞர்கள் ஆளுக்கொரு கவிதைத்தொகுப்பைப் போட்டுள்ளார்கள். இளங்கோ இன்னும் மூன்று தொகுப்புகள் தயார் செய்து வருகிறார். அவரின் முயற்சியைப் பார்த்ததும் மலேசியாவிலும் இப்படிப் பலர் கவிதைத் தொகுப்பு கொண்டு வரவேண்டுமென்ற ஆசை என்னுள் பிறந்தது.

‘கவிதை நூல்களை வாங்க ஆளில்லை’ என்று நமது நாட்டுக் கவிஞர்கள் பலர் என்னிடம் கூறியுள்ளார்கள். தமிழ் வாசகத்தளம் குறைவாக உள்ள சிங்கப்பூரில் இத்தனை நூல்கள் வந்துள்ளதைப் பார்க்கும் பொழுது, ஒரு 500 பிரதிகள் விற்க இங்கே நிச்சயம் வாய்ப்புண்டு என்று நினைக்கிறேன். சரக்கிருந்தால் நிச்சயம் சந்தை கிடைக்கும். இளங்கோவின் தொகுப்பைப் பார்த்த பிறகு, இவ்வாண்டு எனது கவிதைத் தொகுப்பொன்றைக் கொண்டு வரும் ஆவல் பிறந்துள்ளது.

எனது 300க்கும் மேற்பட்ட கவிதைகளில் ஒரு 100 தேறுமென்ற நம்பிக்கை வந்துள்ளது.

சிங்கை கவிஞர்கள் உண்மையில் உலகத் தரத்தை எட்டியுள்ளார்கள். அவர்களின் தேடலும் புதிய செய்திகளும் கவிதை சொல்லும் திறத்தாலும் நம்மைவிட உயர்ந்துள்ளார்கள். செல்வி லதாவின் 'தீ வெளி' குறித்து முன்பு எழுதியிருந்தேன். இப்பொழுது 'காலச்சுவடு' வெளியீடாக மற்றொரு தொகுப்பு வந்துள்ளது. 'பாம்புக்காட்டில் ஒரு தாழை' என்ற அத்தொகுப்பு சென்னையில் 10.1.2005 அன்று பல பெண் எழுத்தாளர்களின் நூல்களோடு வெளியீடு கண்டது. சல்மாவின் 'இரண்டாம் ஜாமங்களின் கதை' என்ற நாவல், 'இரவு மிருகம்' என்ற சுகிர்தாராணியின் கவிதைத் தொகுப்புகளோடு 'காலச்சுவடு' நடத்தியுள்ள வெளியீடே லதாவின் கவிதைத் தரத்தை நமக்குச் சொல்கிறது.

'கவிமாலை' நிகழ்ச்சியில் கலந்துகொள்வது எனது நோக்கமென்றாலும், அண்மையக்காலத்தில் சிங்கப்பூர் தமிழ் இலக்கிய மாற்றங்களை அறிந்து கொள்வதற்கும் ஒரு வாய்ப் பாகப் பயன்படுத்திக் கொண்டேன்.

'புனைபெயர்' என்ற கவிதை இளங்கோவின் 'இரவின் நரை' தொகுப்பிலுள்ள ஓர் அருமையான கவிதை.

பலவீனத்தை
ஓட்டை என்பார்கள்
பலமே எனக்கு
ஓட்டைதான்

என்று ஆரம்பிக்கும் கவிதை இறுதியில் இப்படி முடிகிற பொழுது, மனதில் ஏதோ ஒரு இனம் புரியாத இன்பம் தவழ்கிறது.

இயற்பெயர் எனக்கு
ஓட்டைப் பாத்திரம்
புல்லாங்குழல் என்பதே
புனை பெயராகும்.

'பிச்சினிக்காடு' இளங்கோவின் முதல் நூல் மலேசியாவில் வெளியீடு கண்டபொழுது, அதற்கு நான்தான் தலைமை தாங்கினேன். அந்த முதல் நூலைவிட தரத்திலும் கவிதை மொழிவதிலும் அவர் வெகுதூரம் முன்னேறிவிட்டார் என்பதை இத்தொகுப்புக் காட்டுகிறது.

கவிஞர் க.து.மு. இக்பால் என்னை மண்டபத்துக்கு அழைத்துச் செல்ல வந்தார் – நான் எழுத்துலகில் அரிச்சுவடி

கற்ற நிலையிலும் சிங்கை 'தமிழ் முரசி'ல் இவரின் மரபுக் கவிதைகள் கண்டு தேடித்தேடி படித்தவன். சிங்கப்பூரின் மூத்தக்கவிஞர் – மரபில் தோய்ந்தவர்.

இங்கே நமது நாட்டில் 'மரபா புதுசா?' என்ற வாதம் நடைபெறுவது போலவே சிங்கையிலும் இரு பிரிவு உள்ளது. தமிழகத்திலும் உலகின் பல மொழிகளிலும் இன்று 'மரபு; புதுசு' என்ற வேறுபாடுகள் மறைந்துவிட்டன. இரண்டும் சாதி மறைந்து கவிதை என்றே ஒன்றாகக் கலந்துவிட்டன. மரபில் பிடிவாதமாக இருந்த கவிக்கோ அப்துல் ரஹ்மான், கவிஞர் மீரா போன்றவர்கள் புதுக்கவிதையில் சாதனைகளைப் புரிந்தார்கள்.

'பிச்சினிக்காடு' இளங்கோவின் முதல் கவிதைத் தொகுப்பு சில ஆண்டுகளுக்கு முன்பு இங்கே வெளியீடு கண்டது. அதற்குத் தலைமையேற்ற நான், "மரபுக்கவிஞர்கள் புதுக் கவிதைகள் எழுத முன்வர வேண்டும். அவர்களிடம் அபாரமான திறமைகள் இருக்கின்றன. அவர்கள் புதுக்கவிதை எழுதினால் நமது மலேசியக் கவிதைகள் உலகப்பார்வைக்குச் செல்லும்" என்று பேசினேன். இது பல மரபுக்கவிஞர்களுக்குப் பிடிக்கவில்லை. அன்று என்னை மேடையிலேயே சுட்டெரித்து விடுவதுபோல் பார்த்தார்கள். கவிஞர் க.து.மு. இக்பால், இன்று மரபிலும் புதுக்கவிதையிலும் சாதனைகள் படைத்து வருகிறார். இவரின் 'தண்ணீர்' என்ற கவிதை உலகத் தரத்தை எட்டி யுள்ளது. எதை எந்த வடிவத்தில் எழுதினால் அது வெற்றி பெறுமென்ற சூசகம் இவருக்குத் தெரிந்திருக்கிறது. 'தண்ணீர்' – இக்கவிதை புதுக்கவிதை வடிவில் எழுதப்பட்டு, ஒரு தமிழனின் சிந்தனை உலகத்தரத்தை எட்டியுள்ளது. 'தமிழனால் முடியும்' என்பதை இக்கவிதை நமக்குப் பெருமை சேர்த் துள்ளது.

சிங்கை 'தமிழ் முரசி'ல் வெளிவந்த இக்கவிதை பின் சிங்கப்பூர் தேசியக் கலைமன்ற ஆதரவுடன் 1995இல் எம்.ஆர்.டி ரயில்களில் இடம்பெற்றது. பிறகு, ஜெர்மனியின் ஹோனாவர் (*Honober*) நகரில் 1.6.2000 முதல் 31.10.2000 வரை நடைபெற்ற *EXPO* 2000 என்ற மாபெரும் கண்காட்சியில் ஜெர்மனி நாட்டின் ஆதரவில் இயங்கும் *Goethe Institute* தேர்வு செய்து இடம்பெறச் செய்தது. 200 நாடுகளிலிருந்து ஏறத்தாழ நான்கு கோடி பேர் இக்கண்காட்சியைக் கண்டுள்ளார்கள்.

உலகத்தரத்தில் தமிழனால் கவிதை படைக்க முடியு மென்று சிங்கப்பூர் க.து.மு. இக்பால் நிரூபித்துள்ளார். இது சிங்கை புதுக்கவிஞர்களின் வெற்றிக்கு ஓர் எடுத்துக்காட்டு.

'தண்ணீர்' என்பது தலைப்பு – ஆனால் அதற்கு அப்பாலும் இக்கவிதை விரிகிறது.

வெயிலின் வாய் உன்னை
விழுங்கிவிட்டதாக நினைத்துக்
கொண்டிருந்தேன்
மழையாக நீ
மண்ணுக்குத் திரும்பும்வரை!

கடலுக்குள் ஆறாய்க் கலந்து நீ
களங்கப்பட்டு விட்டதாகக்
கவலைப்பட்டுக் கொண்டிருந்தேன்
ஓரக்கரையில் நீ
ஊற்றாகச் சுரக்கும்வரை!

இறங்கிவர மட்டுமே உனக்குத் தெரியும் என்று
எண்ணிக்கொண்டிருந்தேன்.
ஆவியாக நீ
ஆகாயத்தில் ஏறும்வரை!

உயிர்களை உண்டாக்கும்
உன்னதப் பொருளாகவே
உன்னைப் பாடிக்கொண்டிருந்தேன்
மூழ்கிச் செத்தவர்களை நீ
முதுகில் சுமந்து காட்டும்வரை!

தண்ணீரே . . .
புற அழுக்கை மட்டுமே உன்னால்
போக்கமுடியும் என்றிருந்தேன் . . . என்
சோக அழுக்கை
நீ கண்ணீராக வந்து
சுத்தம் செய்யும் வரை . . .

தனது 'கனவுகள் வேண்டும்' என்ற தொகுப்பில் இதை இரண்டாவது கவிதையாக இடம்பெறச் செய்துள்ளார். இவரின் கவிதைத் திறத்திற்கு இந்த ஒரு கவிதையே தக்க சான்று பகருகிறது.

இப்பொழுது 'காகிதவாசம்' என்ற புதிய தொகுப்பைக் கொண்டுவந்துள்ளார். இதிலுள்ள மரபு – புதுமை இரண்டும் கலந்து நம்மைக் கவிதை மழையால் நனைக்கின்றன. 'ஓரிதழ்ப்பூ' என்று நாவைப் பற்றிப் பாடும் இவர், அதில்தான் எத்தனை வகையாக நாக்கை வர்ணிக்கிறார்.

உன் நடனத்தில்
எங்கள் மௌனம்
கலைகிறது. . . .
வியர்வை தணிக்க
விசுறுவது போல் காட்டி

அனலை போல் காட்டி
அனலை அதிகப்படுத்த
ஆடும் விசிறியே . . .

என்று தொடரும் வரிகளில்தான் இந்த நாக்கு எப்படி யெல்லாம் அனலை மற்றவர்கள் மேல் வாரி வீசுகிறது.

இதயத்தைக் கிழிப்பதற்காக
உன் ஈட்டி
முதுகில் பாய்கிறது . . .

என்று ஓரிடத்தில் கூறும்பொழுது நாவின் வலிமைதான் எப்படியெல்லாம் மனிதர்களை ஆட்டிப்படைக்கிறது என்பதைக் கவிஞர் தெளிவாக்குகிறார். எளிமை – இனிமை நிறைந்த மனத்தாலும் கவித்துவமிக்க ஆளுமைகளாலும் என்னைக் கவர்ந்தவர் க.து.மு. இக்பால். இப்பொழுது புதுக் கவிஞர்களை மட்டுமல்ல, மரபும் சொல்லிக்கொடுத்து அனைவரையும் அணைத்துச் செல்கிறார்.

அன்று ‘கவிமாலை’ நிகழ்ச்சியில் எழுபதுக்கும் மேற்பட்ட ஆண் – பெண் கவிஞர்கள் கலந்துகொண்டது பெரிய விசயமாகச் சொன்னார்கள். ஒவ்வொருவராக வந்து தங்களின் கவிதைகளை வாசித்தார்கள். புதிய சிந்தனைகள், கவித்துவ அழகு – சொல்லும் முறையால் சிங்கப்பூர் கவிஞர்கள் வெகு தூரம் முன்னேறியுள்ளதைக் காண மனம் மகிழ்ந்துபோனது.

நமது ‘விருட்சம் மாலை’ இன்னும் சிறிது நாளில் இந்த நிலையடையும் என்ற நம்பிக்கை பிறந்துள்ளது. அவர்களின் ஐந்து ஆண்டுக்கால உழைப்பும் – அதனால் விளைந்த பலன் களும் தெளிவாகத் தெரிந்தன. பெண் கவிஞர்களின் கவிதை களிலும் புதுமைகள் தெரிந்தன. சி. கருணாகரன் என்ற கவிஞர் ‘தேடலைச் சுவாசி’ என்ற தனது கவிதைத் தொகுப்பை அன்பளிப்பாகத் தந்தார்.

கவலை இல்லாமல்
முதுமையைக் கழிக்க
உனக்காகவும் சேமி – செய்தால்
உறவுக்கு நீயே சாமி . . .

இக்கவிதையில் எளிமை மட்டுமல்ல வாழ்க்கையின் உண்மையும் உள்ளதுதானே !

நம்பிக்கை இழந்தவனை
நம்பியே வாழ்கிறான்
ராசிக்கல் வியாபாரி.

என்ற கவிதையில் தொனிக்கும் கிண்டலும் எள்ளலும் நம்மைக் கொஞ்சம் சிரிக்க வைக்கின்றன.

உழுதவன் கண்ணீரை
அழுதே துடைக்கிறது வானம்...

என்ற வரிகளிலும்,

நானும் அவனும்
நகமும் சதையும்
நான் நகம்
அவன் சதை
வெட்டி விட்டான்
நான் வளர்வதால்...

என்ற கவிதையில் உள்ள நட்பின் 'ஆழத்தை'யும் கொஞ்சம் சிந்தித்துப் பாருங்களேன்.

சிங்கப்பூரில் எனக்கு ஒரு குறை தென்பட்டது. இது எனக்கு மட்டுமே உள்ள குறை அல்ல. இப்பொழுது சிங்கையில் எழுதும் எல்லாக் கவிஞர்களுக்கும் உளமார ஏற்பட்ட குறைதான். சிங்கையில் பிறந்து வளர்ந்தவர்கள் கவிதையாற்றல் பெற்றுத் திகழவில்லை. தமிழகத்திலிருந்து அங்கே வந்து வேலை செய்யும் கவிஞர்கள்தான் அதிகமாகவும் தேர்ந்த வகையிலும் கவிதை எழுதுகிறார்கள். கவிஞர்கள் பாத்தேறல், முருகதாசன், அமலதாசன், சுகிர்மன் போன்றவர்கள் சிங்கையிலேயே இருப்பவர்கள் – இவர்கள் மரபைவிட்டு வெளியே வரமாட்டார்கள்.

ஐ. உலகநாதன் போன்றவர்கள் தமிழகத்துக்கு நிரந்தர வாசியாகப் போய்விட்டார்கள். மலர் மாணிக்கம் போன்ற உலகநாதனால் உருவாக்கப்பட்டவர்களும் மரபில் கவனம் செலுத்துகிறார்கள். இதில் க.து.மு. இக்பால், 'கடையநல்லூர்' ஜமீலா போன்றவர்களே புதுக்கவிதையில் வெற்றிபெற்றுள்ளார்கள். சிறந்த கவிதைகள் படைத்து வந்த உதுமான்கனி அண்மையில் காலமாகிவிட்டார். க. இளங்கோவன் மலேசிய 'வானம்பாடி' காலத்தில் அற்புதமாக உருவாகி சிங்கையிலும் எழுதியவர் – இரண்டு நூல்கள் சிவகங்கை அன்னம் வெளியீடாக வந்துள்ளன. இப்பொழுது நாடகத்துறையில் அதிகக் கவனம் செலுத்தி வருகிறார். இவர் எழுதி இயக்கிய 'தலாக்' என்ற முஸ்லிம் சமூக நாடகம் பெரிய சர்ச்சையைக் கிளப்பியது. *Flush* என்ற ஆங்கில நாடகமும் *Dog* என்ற ஆங்கில நாடகமும் இவரைத் தனித்துவமாக அடையாளப் படுத்தின. இவர் இப்பொழுது எந்த இயக்கமுமின்றி தானே ஓர் இயக்கமாக ஆக்கிக்கொண்டுவிட்டார். முன்பு மலேசியக் கவிஞராக இருந்த இந்திரஜித் குறிப்பிடத்தக்க நல்ல கவிஞர் – வாதா சிறுவயதிலேயே இலங்கையிலிருந்து சிங்கையில் குடியேறியவர்.

ஒட்டுமொத்தமாக சிங்கையின் மண்மணம் கமழ இவர்கள் எழுதினாலும், அந்த மண்ணின் மைந்தர்கள் கவிதையில் நாட்டம் செலுத்தவில்லை என்ற குறை அதிகமாக இருக்கிறது.

நமக்கு இதில் சற்றே கூடுதல் மகிழ்ச்சி. மலேசியாவில் பிறந்து; கல்வி கற்று; எழுதுபவர்கள் கூடுதலாக, ஏன் 99% சதவிகிதம் இருக்கிறார்கள்.

சிங்கையில் இந்தக் கடற்கரைக் 'கவிமாலை' ஒவ்வொரு மாதத்தின் கடைசி சனிக்கிழமைகளில் நடைபெறுகிறது. 'பீச்' ரோட்டிலுள்ள சமூக மண்டப அரங்கை அரசாங்கம் இலவசமாக இவர்களுக்கு வழங்கியுள்ளது.

இந்தக் 'கவிமாலை' நடந்த அதே நேரத்தில் சிங்கப்பூர் எழுத்தாளர் கழகம் பட்டிமன்றம் ஒன்றைத் திடீரென்று ஏற்பாடு செய்திருந்தது. சிறிய தமிழ் மக்கள் கொண்ட நாட்டில் நம்மால் ஒற்றுமையாக நிகழ்ச்சிகளை நடத்த இயலாதா? மார்ச், 2005 'காலச்சுவடு' இதழில் நண்பர் பாலுமணிமாறன் (அப்பாவி சோழன்) 'சிங்கப்பூர்: மறுபக்கம்' என்று 'காலச்சுவடு' சிங்கை 'சிறப்புமலரி'ல் ஒரு கருத்து எழுதியிருந்தார். அதில் அவரின் ஆதங்கத்தில் நானும் பங்குகொள்கிறேன்.

பாலுமணிமாறனின் அந்தக் கட்டுரை இப்படிப் பேசுகிறது:

"சிங்கப்பூரில் கடலில் இருந்து மண்ணெடுத்து கரையில் கொட்டி, நிலப்பரப்பை நீட்டிக்கொண்டே போகிறார்கள். சிங்கப்பூர் தமிழ்ப்படைப்பாளிகளோ தீவு தீவாகப் பிரிந்து கிடக்கிறார்கள். யாராவது நட்பு மண்ணெடுத்துக் கொட்டி, இந்த இலக்கியத் தீவுகளை இணைத்துவிட்டால், எதிர் காலத்தில் இன்னொரு தலைமுறை சுகமாகச் சுற்றிப்பார்க்க வசதியாக இருக்கும். யார் செய்யப்போகிறார்கள் இந்தக் காரியத்தை?"

'பிச்சினிக்காடு' இளங்கோ, பாலுமணிமாறன் போன்ற தமிழ்நாட்டுக் கவிஞர்களோடு க.து.மு. இக்பால் போன்றவர்கள் இணைந்திருப்பது பெரிய பலம்தான். ஆனால் அது இன்னும் வெளியே இருப்பவர்களையும் இணைத்துக்கொள்ள வேண்டும். ஆகவே அவர்கள் தயாராக இருக்கிறார்கள்; ஆனால் இணைவதற்கு மற்றத் தீவுகள் தயாராக வேண்டுமே? தீவுகள் தனித்திருப்பது அங்கு மட்டுமா ...?

II

ஆளுமைகள்

தமிழவேள் என்ற ஆலமரம்

இன்று தமிழவேள் கோ.சா.வின் நூற்றாண்டு விழாவைத் தமிழ்ச் சமூகம் நன்றியுடன் நினைவு கூர்கிறது. அவர் வாழ்ந்த இறுதிக்காலத்தில் மிக மனச்சங்கடங்களுடன் இருந்தார் என்பதை இந்தச் சமூகம் கண்டு கொள்ளவேயில்லை. அவரோடு எனக்கிருந்த சில நெருக்கமான தருணங்களில் அந்தச் சிங்கம் எப்படி மனவேதனைப்பட்டார் என்பதை நேரிடையாக அறிந்திருந்தேன்.

தமிழ்ச் சமூகம் எப்பொழுதுமே 'செத்தபின் சிலையெடுக்கும்' பழக்கத்தை வழக்கமாக்கிக் கொண்டது! வாழும் காலத்தில் மொழிக்கும் சமூகத்துக்கும் என்னதான் தொண்டு செய்தாலும் இந்தச் சமூகம் அதைக் கண்டுக்கொள்ளாது. கோ.சா.வின் வாழ்விலும் இதுதான் நடந்தது. கோ.சா. எப்படி மனதாலும், தன் பணத்தாலும் இந்தத் தமிழ்ச் சமூகத்துக்குப் பணியாற்றினார் என்பது அனைவரும் அறிந்ததே.

1955ஆம் ஆண்டு 'தமிழ் முர'சின் அனுபந்த மாக வெளிவந்த மாணவர் மன்றத்தில் நான் உறுப்பினராகச் சேர்ந்தேன். வாரம் தோறும் வெளிவந்த அந்த மாணவர் இதழில் எழுதியவர்கள் தான் இன்று நமது நாட்டில் சிறந்த எழுத்தாளர்

களாக இருக்கிறார்கள். ஒரு தீர்க்க தரிசனம் என்ற பார்வையில் அந்த மாணவர் மணி மன்றம் மகத்தானது! 1955ஆம் ஆண்டே மாணவர் மணிமன்றம் இதழில் சிறு சிறு துணுக்குகள் எழுத ஆரம்பித்தேன்.

1958ஆம் ஆண்டு செந்தூல் தமிழர் திருநாளில் பேச்சு, பாட்டு, கதை, கட்டுரைப் போட்டி என்று அனைத்திலும் கலந்துகொண்டேன். கட்டுரைப் போட்டியில் மூன்றாவது பரிசு கிடைத்தது. தமிழர் திருநாள் நோக்கங்கள் பற்றியோ – அது எதற்காக ஆண்டுதோறும் நடைபெறுகிறது என்பது பற்றியோ அறியாத வயது எனக்கு. கட்டுரைப் போட்டியில் மூன்றாவது பரிசு கிடைத்த காரணத்தால் அடுத்த தமிழர் திருநாள் எப்பொழுது வருமென்று எதிர்பார்த்திருந்தேன்!

1962ஆம் ஆண்டு வரையில் பல்வேறு ஊர்களில் நடந்த தமிழர் திருநாள் விழாக்களில் நான் பரிசுகள் பெற்றேன். எனக்கு உந்து சக்தியாக அது விளங்கியது. இது எனக்கு மட்டும் நடந்ததல்ல. அக்காலகட்டத்தில் மொழியார்வம் கொண்ட அனைத்து இளைஞர்களையும் எந்த பிரதிபலனையும் எதிர் பாராமால் சமூகச் சிந்தனைக்கு ஆட்படுத்தியது தமிழர் திருநாள்.

1963ஆம் ஆண்டு செந்தூல் தமிழர் திருநாளில் இலக்கியப் பகுதிச் செயலாளராக இருந்து பணியாற்றும் வாய்ப்பு கிட்டியது. தலைவராக ஜூனியர் கோவிந்தசாமியும் செயலாள ராக மு. அன்புச் செல்வனும் பணியாற்றினார்கள். குத்துச் சண்டையும் உடற் கட்டழகர் போட்டியும் முதன்முறையாக செந்தூல் தமிழர் திருநாளில்தான் இடம்பெற்றன. இது பற்றிய அறிக்கைகள் பத்திரிகைகளில் வந்தபொழுது கோ. சாரங்கபாணி எனக்கொரு கடிதம் எழுதியிருக்கிறார்:

“மணிமன்றப் பணிகளில் உங்களை அறிவேன். தமிழர் திருநாளில் சிலர் ‘பருப்பு’ விற்கப் பார்ப்பார்கள். அதற்கு இடம் கொடுக்காமல் தமிழர் திருநாளின் உண்மையான இலட்சியத்தை நோக்கி நீங்கள் செல்ல வேண்டும். செந்தூல் தமிழர் திருநாள் வெற்றி பெற எனது வாழ்த்துகள்” என்ற வாசகம்தான் என் நினைவில் இருக்கிறது. கடிதத்தோடு தமிழர் திருநாள் வாசகங்கள் அடங்கிய சில சிறிய சிறிய சுவரொட்டி களையும் அனுப்பியிருந்தார். இதுதான் முதன் முதலாக அவருக்கும் எனக்கும் ஏற்பட்ட நேரிடைத் தொடர்பு.

இந்த நிகழ்வுக்குப் பிறகு பல முறை கோ.சா.வைச் சந்திக்கும் வாய்ப்புகள் ஏற்பட்டன. கோலாலம்பூர் தமிழர் திருநாளுக்கு வரும்பொழுதெல்லாம் அப்போதைய பத்து ரோட்டில் இருந்த ரெக்ஸ் ஹோட்டலில்தான் தங்குவார்.

அக்காலத்தில் பெரிய ஹோட்டல் என்று சொன்னால் ஈஸ்ட்டன் ஹோட்டல் – கேம்பல் சாலையில் இருந்ததுதான். எப்பொழுதுமே அவர் எளிமையை விரும்பியவர். வீண் ஆடம் பரங்களை அவர் ஒதுக்கிவிடுவார். பலமுறை இதை அவரிடம் நேரிடையாகக் கண்டவன் நான்.

பேராசிரியர் ம.ரா.பொ. குருசாமியோடு வந்திருந்தார் ஒரு முறை. ரெக்ஸ் ஹோட்டலில் அவரைக் காணச் சென்றிருந் தேன். பேராசிரியர் ம.ரா.பொ. குருசாமி நவீன இலக்கியத்தில் ஈடுபாடு உள்ளவர்.

"என்னப்பா ... 'லெப்டினன்ட்' கடிதம் போட்டால் பதிலே போடமாட்டாயா?" என்ற கேள்வியுடன் என்னை வரவேற்றார் கோ. சாரங்கபாணி.

அப்பொழுது நான் பிரதேச ராணுவத்தில் பணியாற்றிக் கொண்டிருந்தேன். ராணுவத்தில் இருந்ததால் என்னை 'லெப்டினன்ட்' என்றே அழைப்பார். எனக்கும் கோ.சா.விற்கும் இருந்த நெருக்கம் எப்பொழுதும் தலைவன் – தொண்டன் என்ற நிலைப்பாட்டிலிருந்து வேறுபட்டே இருந்தது.

1965ஆம் ஆண்டு நான் ராணுவப் பயிற்சிக்காக இரண்டு வார காலம் சிங்கப்பூர் செல்லவேண்டியிருந்தது. அந்நேரத்தில் கோலாலம்பூர் தமிழ் இளைஞர் மணி மன்றம் தனது நான் காவது கலை, இலக்கிய விழாவை மிகச் சிறப்பாகக் கொண்டாடியது. இதில் பல இலக்கியப் போட்டிகள், ஓவியக் கண்காட்சி என்று பெரும் செலவில் நடத்தப்பட்டன. இலக்கியப் போட்டிகளில் நேரிடைக் கவிதைப் போட்டியும், குறுங்காவியப் போட்டியும் நடத்தப்பட்டன. இதில் நேரிடைக் கவிதைப்போட்டிக்குத் தங்கப் பதக்கமும் கவிஞர் என்ற பட்டமும் வழங்கப்பட்டன. இதில் முதல் பரிசைக் கவிஞர் நகைச்சுவைப் பித்தன் பெற்றார். பிறகு 'அதிகைமணி' என்ற பெயரிலும் எழுதிய செ. ஆறுமுகம்தான் அவர் – குறுங்காவியப் போட்டியில் மூவாரைச் சேர்ந்த வெ. பழனியும் இரண்டாவது பரிசைக் கவிச்சுடர் காரைக்கிழாரும் மூன்றாவது பரிசைக் கவிஞர் முனைவர் முரசு நெடுமாறனும் பெற்றதாக எனக்கு நினைவு.

அப்பொழுது நாட்டின் சிறந்த கவிஞர்கள் எல்லாம் கலந்துகொண்ட இக் குறுங்காவியப் போட்டிக் கவிதைகளை மூன்று தமிழ்ப் பத்திரிகைகளுக்குத் தந்து பிரசுரிக்க அமரர் சா.ஆ. அன்பானந்தன், சங்கநாதம் கிருஷ்ணசாமி, நான் மூவரும் தீர்மானித்தோம்.

‘தமிழ் முரசு’, ‘தமிழ் நேசன்’, ‘தமிழ் மலர்’ என்று முடிவெடுத்து, ராணுவப் பயிற்சிக்காகச் சிங்கை சென்ற பொழுது காவியங்களை உடன் எடுத்துச் சென்றேன்.

அப்பொழுது சிங்கை சிலிகி ரோட்டில் ‘தமிழ் முரசு’ அலுவலகம் இருந்தது. நான் சென்றபொழுது கோ.சா. தலையங்கம் எழுதிக்கொண்டிருந்தார். குனிந்த தலை நிமிரவேயில்லை. இது அவரது வழக்கம். எழுதிக்கொண்டிருக்கும் பொழுது எதையும் கண்டுகொள்ளமாட்டார் – பேசவும்மாட்டார்.

அக்காலகட்டத்தில் ‘தமிழ் முர’சில் முரு.சொ. நாச்சியப்பன் ஞாயிறு பதிப்புப் பொறுப்பாசிரியராக இருந்தார். ஏற்கெனவே ‘தமிழ் நேச’னில் அவர் பணியாற்றியபொழுது எனக்கு நன்கு அறிமுகமான நண்பர். அவரின் மேசை முன் அமர்ந்து காவியம் பற்றிப் பேசினேன்.

“எதற்கும் தமிழவேளிடம் ஒரு வார்த்தை பேசிவிடுங்கள்” என்றார் நாச்சியப்பன். தலையங்கம் எழுதி முடித்த கையோடு என்னை நிமிர்ந்து பார்த்த கோ.சா., “என்னப்பா லெப்டினன்ட், இந்தப்பக்கம் . . .?” என்று கேள்வியெழுப்பினார்.

ராணுவப் பயிற்சிக்காக வந்ததைக் கூறி, காவியங்கள் பற்றிக் கூறினேன். முதல் பரிசு பெற்றதைத் ‘தமிழ் முர’சிலும், இரண்டாவது, மூன்றாவது பரிசு பெற்றவைகளை மற்ற பத்திரிகைகளில் தரப்போவது பற்றியும் தகவல் தெரிவித்தேன்.

“கொடுத்தால் மூன்றையும் இங்கே கொடுங்கள், இந்தப் பந்தி வைக்கும் வேலையெல்லாம் எங்களுக்கு வேண்டாம்.” சீற்றமான அவரின் வார்த்தைகள் என்னை ஒன்றும் செய்துவிடவில்லை. அவரின் வழக்கமான பாணி அது என்பது எனக்கு அத்துப்படி. நான் சிரித்துக்கொண்டே மூன்று காவியங்களையும் அவரின் மேசை மேல் வைத்தேன். தேநீர் வரவழைத்துக் கொடுத்தார். மூன்று காவியங்களையும் நாச்சியப்பனிடம் எடுத்துக் கொடுத்தார்.

அந்தக் காவியங்களைத் தமிழகத்துக்கு அனுப்பி மிகச் சிறப்பான ஓவியங்களுடன் ஞாயிறு பதிப்பு ‘தமிழ் முர’சில் வெளியிட்டார். அவருக்கு நன்றி சொல்லிக் கடிதம் போட்டேன்.

இதன் பிறகு 1966ஆம் ஆண்டு தமிழகத்தில் பிரபல எழுத்தாளர் தீபம் நா. பார்த்தசாரதி மலேசியத் தமிழ் எழுத்தாளர் சங்கக் கூட்டத்தில் கலந்துகொள்ள வந்திருந்தார். பல்வேறு கூட்டங்களில் கலந்துகொண்ட அவரைச் சிங்கப்பூருக்கு நானும் அமரர் சா.ஆ. அன்பானந்தனும் அழைத்துச் சென்றோம்.

நாங்கள் சிங்கப்பூரை அடைந்ததும் தமிழர் சீர்திருத்தச் சங்கத்தில் தங்க ஏற்பாடு செய்திருக்கிறார் கோ.சா. அது வசதி குறைந்த இடமாக இருந்தது. தமிழவேளிடம் விசயத்தைச் சொன்னேன். அவர் உடனே பெங்குலின் ஸ்ரிட்டில் இருந்த ஆசியன் ஓட்டலில் வசதியான அறையை ஏற்பாடு செய்து கொடுத்தார். சா.ஆ. அன்பானந்தன் தனது குடும்பத்தோடு வந்ததால் அவரின் உறவினர் வீட்டில் தங்கிக்கொண்டார்.

சிங்கையில் கூட்டங்கள் முடிந்த பின்னர் கோ.சா. அவரின் வீட்டிற்கு எங்களை அழைத்து ஒரு விருந்து கொடுத்தார். எங்களை அழைத்து விருந்து கொடுத்தது பற்றி அனைவருமே ஆச்சரியப்பட்டார்கள். பிறகுதான் தெரிந்தது யாரையும் வீட்டிற்கு அழைத்து விருந்து கொடுப்பது அவரது வழக்க மில்லை என்பது. நாங்கள் அவரின் வீட்டிற்குச் சென்ற பொழுது தனது மருமகனுக்குப் புதிய கார் வாங்கிக் கொடுத் திருந்தார். மருமகன் டாக்டர் மனோகரன் அவரின் சொந்த சகோதரியின் மகன். சிங்கை அரசு மருத்துவமனையில் டாக்டராகப் பணியாற்றினார். தமிழவேளின் நம்பிக்கைக்குப் பாத்திரமானவர். நன்கு தமிழ் கற்றவர். தனது எதிர்காலத் தொழில் சமூகப் பணிகளுக்கு அவரையே அதிகம் நம்பி யிருந்தார் கோ.சா. சாடைமாடையாக இதைப் பேச்சினிடையே கூறுவார்.

சிங்கம் போன்று சிலிர்த்து நிற்கும் கோ.சா அன்றிரவு தனது குழந்தைகளுடனும் பேரப்பிள்ளைகளுடனும் ஒரு குழந்தையைப்போல் விளையாடியது என் கண் முன் அப்படியே நிற்கிறது. கோ.சா.வின் மனைவி லிம் பூன் நியோ சீன வம்சாவளியினர். எங்களுக்கு அவரை அறிமுகம் செய்து வைத்தார். அந்தத் தாய் சுட்ட தோசையின் சுவை எந்தத் தமிழ்ச் சமையலுக்கும் ஈடானதாக இருந்தது.

தனக்கு ஒரு தமிழ் டைப்ரைட்டர் வேண்டுமென்று கேட்டார் நா.பா. இதைத் தமிழவேளிடம் எடுத்துச் சொன் னேன். அப்பொழுது ரெமிங்டன் தமிழ் டைப்ரைட்டரை வரவழைத்துக் கொடுத்தார் கோ.சா. அதற்குப் பதிலாக நா. பார்த்தசாரதி தமிழகம் திரும்பியதும் ‘கபாடபுரம்’ என்ற தொடர்கதையை முரசுக்கு எழுதிக்கொடுத்தார்.

அதன் பிறகு இறுதியாக ஜொகூர் பாரு இராஜ காளியம் மன் கோயிலில் நா.பா.வின் கூட்டம். தனது காரிலேயே ஜொகூருக்கு எங்களை அழைத்துச் சென்றார் கோ.சா. கூட்டத்திற்கும் விருந்துக்கும் நடேசன் செட்டியார் (டாக்டர் ஞானபாஸ்கரனின் தந்தை) ஏற்பாடு செய்திருந்தார். கூட்டம் முடிந்து திரு. நடேசன் செட்டியாரின் வீட்டில் விருந்து முடிய

இரவு வெகுநேரமாகிவிட்டது. சா.ஆ. அன்பானந்தன் முதல் நாளே தனது குடும்பத்தாரோடு கோலாலம்பூர் திரும்பி விட்டார். டாக்சி அல்லது பஸ்ஸில் நானும் நா.பா.வும் புறப்பட வேண்டும். இரவு 1.30 மணியாகிவிட்டது. திரும்புவதற்கு எந்தப் போக்குவரத்து வாகனமும் இல்லை. மறுநாள் சுங்கையில் கூட்டம் ஒன்று ஏற்பாடாகியிருந்தது.

எப்படியோ சிங்கையிலிருந்து கோலாலம்பூர் செல்லும் பேப்பர் வேனில் நானும் நா.பா.வும் பயணம் செய்து கோலாலம்பூரை வந்தடைந்தோம். இருவரும் அந்தச் சிறிய வேனில் பேப்பர் மேல் படுத்துக்கொண்டு பிரயாணம் செய்தது மறக்க முடியாத அனுபவம். இடையில் கிம்மாசில் இறங்கித் தேநீர் அருந்திய பொழுது நா.பா. சொன்னது இன்னும் ஞாபகத்தில் இருக்கிறது.

"சை. பீர், நானும் நீங்களும் இந்த உலகையே நமது எழுத்தால் ஆளப்போகிறோம்! இப்போதே எழுத்தின்மேல் படுத்துக் கொண்டு பயணம் செய்கிறோம் அல்லவா?" இதைக் கூறி விட்டு அவர் கலகலவென்று சிரித்தார். உண்மையில் அவரின் மறைவுக்குப் பின் இன்றும் அவரின் 'குறிஞ்சி மல'ரும், 'பொன் விலங்கு'ம் வாசிக்கப்படுகிறது. ஆனால் எனது எழுத்துக்களோ தமிழுக்கு ஒரு சாபக்கேடு என்று சொல்லப்படுகிறது. எல்லாரும் மன்னராகிவிட முடியுமா?

இந்த ஜொகூர் கூட்டத்திற்குப் பிறகு சிங்கை செல்லும் பொழுதெல்லாம் கோ.சா.வைச் சந்திக்காமல் இருந்ததில்லை. அவரின் மருமகன் சாலை விபத்தில் இறந்தது, சிங்கப்பூரில் 'தமிழ் முரசு' பலவித தொழில் தொல்லைகளுக்கு உள்ளாகி நின்று போனது அவரின் மனநிலையைப் பெரிதும் பாதித் திருந்தது.

"லெப்டினன்ட், இது நன்றி கொன்ற சமூகம்! எனக்கே இந்த நிலை பார்த்தியா?" என்ற அவரின் சோகமான குரல் இன்றும் என் செவிகளில் ஒலித்துக்கொண்டிருக்கிறது. அவரின் அந்த நிலைக்கு வேறு இனத்தவர்கள் காரணமல்ல. தமிழரின் தானைத் தலைவராக அவர் செயல்பட்டது பலருக்குப் பிடிக்க வில்லை. "இது நன்றி கொன்ற சமூகம்" என்று அவர் சொன்னது எவ்வளவு உண்மை!

16–3–1974இல் காலையில் சா.ஆ. அன்பானந்தன் தொலை பேசியில் என்னை அழைத்து கோ. சாரங்கபாணி சிங்கப்பூரில் இறந்துவிட்டார் என்ற துயரச் செய்தியைச் சொன்னார். அவரின் இறுதிச் சடங்கில் நானும் சங்கநாதம் க. கிருஷ்ணசாமி, மைதீ. சுல்தான், கல்.சு. மணியம், இராம. வீரசிங்கம் (பாரி) ஆகியோர் மணிமன்றச் சார்பாகக் கலந்துகொண்டோம்.

என்னால் அந்தப் பிரிவைத் தாங்க முடியவில்லை. ஏற்கெனவே எதிலும் கொஞ்சம் உணர்ச்சிவசப்படுபவன். மலை போன்ற தமிழவேளைச் சாய்ந்த மரமாகப் படுக்க வைத்திருந்ததை என்னால் ஏற்றுக்கொள்ளவே முடியவில்லை. வாய்விட்டுக் கதறினேன். பக்கத்தில் இருந்த க.கி.யும் கதறி அழுதார்.

"என்னப்பா ... சின்னப்பிள்ளை மாதிரி அழுகிறீர்கள் ...?" என்று எங்களைக் கட்டியணைத்து ஆறுதல் கூறினார் மைதீ.சுல்தான். "ஒரு சரித்திரம் முடிஞ்சி போச்சுப்பா, இனி இப்படி ஒரு தலைவன் கிடைப்பானா?" அங்கே அப்பொழுது வந்த தாடி அண்ணாமலை கண் கலங்கினார். செனட்டராக இருந்த பெங்தோங் அருணாசலம் நான் வாய்விட்டுக் கதறுவதைப் பார்த்து ஆதரவாக அணைத்துக்கொண்டார். மணிமன்றக் கொடியை அவரின் மேல் போர்த்திய பொழுது மீண்டும் என்னை அடக்கமுடியாமல் கதறினேன். கடைசிவரை இருந்து அவரை அடக்கம் செய்துவிட்டு நாடு திரும்பினோம்.

தமிழவேள் ஒரு வரலாறு. இந்த மலேசிய, சிங்கைத் தமிழ் மக்களுக்குத் தனது பத்திரிகை வாயிலாகவும் தமிழர் திருநாள் மூலமும் அவர் ஆற்றிய தொண்டு சாதாரணமானது அல்ல. அவர் வாழ்ந்த காலத்தில் நாமும் வாழ்ந்துள்ளோம் என்பது நமக்குப் பெருமைதான்.

என்னை எழுத்துலகிற்கு அறிமுகம் செய்தது அவருடைய மாணவர் மணிமன்ற மலர்தான் – 1955ஆம் ஆண்டு அதில் உறுப்பியம் பெற்ற துணுக்குகள் எழுதி எழுத்துலகில் அடியெடுத்து வைத்து 48 ஆண்டுகள் ஓயாமல் – ஆர்வம் குன்றாமல் – எந்தப் பலனையும் எதிர்பார்க்காமல் எழுதிக்கொண்டிருக்கிறேன் என்றால் அதற்குக் காரணம் தமிழவேள்தான். அவர் மூட்டிய தமிழ்த் தீ அணையாமல் நான் சாகும்வரை எரிந்துகொண்டேயிருக்கும்.

எல்லாக் காலத்திலும் தமிழவேளைப் போல் தலைவர்கள் கிடைப்பது அரிது. அப்படிக் கிடைத்தாலும் அவர்களைக் கடைசிவரை பயன்படுத்திக்கொள்வது இயலாத சமூகமாகவே தமிழ்ச் சமூகம் இருந்து வந்துள்ளது.

தா. கிருட்டிணன்

22–11–2000 என் வாழ்க்கையில் மறக்க முடியாத நாள். ‘எந்தையும் தாயும் மகிழ்ந்து குலாவி இருந்ததும் இந்நாடே’ என்றும், ‘எங்கள் தந்தையார் நாடென்ற பேச்சினிலே’ என்றும் பாரதி பாடினான்.

என் தந்தையார் பிறந்த ஊர் காரைக் குடிக்குப் பக்கத்தில் இருக்கும் எலுவங்கோட்டை என்ற சிறிய கிராமமாகும். சிறு வயதிலேயே மலாயா வந்த அவர் அதன் பிறகு தனது பிறந்த மண்ணுக்குத் திரும்பவே இல்லை. எலுவங்கோட் டையில் பூர்வீக நிலம், வீடு இருந்தாலும் என் தந்தையாரின் சகோதரர்கள் மற்றும் உறவினர்கள் தேவகோட்டை, மானாமதுரைப் பக்கமுள்ள இராஜகம்பீரம் போன்ற ஊர்களில் குடியேறி விட்டார்கள். காரைக்குடியில் எனது மாமா பெரிய அளவில் எவர்சில்வர் வியாபாரம் செய்து வருகிறார்.

1977ஆம் ஆண்டு எனது தந்தையாரின் பூர்வீக மண்ணைத் தரிசிப்பதற்குச் சென்றிருந்தேன். பிறகு தமிழகம் செல்லும் போதெல்லாம் ஒரு நாலைந்து நாட்கள் தேவகோட்டையில் தங்கி பக்கத்து ஊர்களுக்கெல்லாம் சென்று பார்த்து வருவதை

வழக்கமாக்கிக்கொண்டிருந்தேன். சிவகங்கை, திருப்பத்தூர், காளையார் கோயில், இராஜகம்பீரம் என்று எனது கால்கள் போன திசைகளில் அலைந்த பிறகு அதுவே ஒரு கடமையாக, மருது சகோதரர்களின் மேல் ஏற்பட்ட அளவற்ற பற்றின் காரண மாக அடிக்கடி சிவகங்கை, காளையார் கோயில், பிறான்மலை என்று எனது பயணம் வழக்கமாகியது.

இந்த நிலையில்தான் நெடுஞ்சாலைத்துறை அமைச்சராக இருந்து அண்மையில் கொலை செய்யப்பட்ட தா.கிருட்டிணன் அவர்களின் அறிமுகம் கிடைத்தது. அதுகூட மிக யதார்த்தமாக நடந்த சந்திப்புதான். தா.கிருட்டிணன் தாய் மாமா இங்கே மலேசியாவில் தைப்பிங்கில் இருந்தவர். துன் உசேன் ஓன் மருத்துவமனையில் பணியாற்றி வரும் டத்தோ டாக்டர் வீரமணி அவர்கள் தா.கிருட்டிணனின் மாமா மகள் ஆவார்.

2000ஆம் ஆண்டில் தா.கிருட்டிணனின் மாமா மரணமடைந்தார். அதற்காகத் தமிழகத்திலிருந்து அவசரமாக இங்கே வந்திருந்தார். அப்பொழுது அவர் தி.மு.க.வின் நெடுஞ்சாலைத்துறை அமைச்சர். அவரைச் சென்று சந்தித்தேன். என்னோடு பல்வேறு விசயங்கள் பற்றிப் பேசினார். பழகு வதற்கு மிகவும் மென்மையானவர், அமைச்சர் என்ற பந்தா வெல்லாம் அவரிடம் கிடையாது.

தனது வாழ்க்கையின் சில கசப்பான பகுதிகளை என்னிடம் அவர் சொன்னபோது எனது வாழ்க்கையையும் ஒப்பிட்டுப் பார்த்துக்கொண்டேன். படிப்படியாக உழைப்பால் உயர்ந்தவர் அவர். மலேசியாவில் வாழ்ந்த அவரின் மாமாதான் மாதம் மாதம் பணம் அனுப்பி அவரை எம்.ஏ. வரை படிக்க வைத் தாராம். அதை ஒவ்வொரு முறையும் கூறும்போது அவரின் கண்கள் மிகுந்த நன்றியுணர்வை வெளிப்படுத்தும்.

1998ஆம் ஆண்டு தி.மு.க.வின் அமைச்சரவையில் இருந்த தங்கபாண்டியன் காலமானார். அந்த இடத்தில் நெடுஞ் சாலைத்துறை அமைச்சராக தா.கி. நியமிக்கப்பட்டு மூன்று ஆண்டுகள் பதவி வகித்தார்.

ஏழ்மையும், இளம் வயதுச் சிரமங்களையும் அனுபவித்த அவரால் மக்களின் துயரங்களை நன்கு புரிந்துகொண்டு செயலாற்ற முடிந்தது. சிவகங்கை மாவட்டத்தில் வண்டி மாடுகள் மட்டுமே போய்வந்த சாலைகளில் பஸ் போக்கு வரத்து நடைபெறுகிறது என்றால் அதற்குக் காரணம் தா.கி. அவர்களே. வாசகசாலைகள் இல்லாத கிராமங்களே இல்லை என்ற நிலையை உண்டாக்கியுள்ளார்.

எப்பொழுதுமே அவரைச் சுற்றி கட்சிக்காரர்கள், பொது மக்கள், அமைச்சின் அதிகாரிகள் நூற்றுக்கணக்கில் குவிந்திருப் பார்கள். சரியாகப் பேசமுடியாது. ஒரு முறை சிவகங்கை அரசு ஓய்வு விடுதியில் அவர் ஒரு 500 பேரோடு இருந்தார். ஏகப்பட்டவர்கள் மனுப்பாரங்களைக் கொடுத்துத் தங்கள் குறைகளைச் சொல்லிக்கொண்டிருந்தார்கள். அனைத்தையும் பொறுமையாகக் கேட்டுப் பக்கத்தில் இருந்த மாவட்ட அதிகாரியிடம் விளக்கம் கேட்டுக் குறிப்பு எடுத்துக்கொள்ளும் படி கூறினார்.

தமிழகம் செல்லும்போதெல்லாம் கவிஞர் மீரா அவர் களைப் போய் சந்திக்கும் வழக்கம் எனக்கிருந்தது. நோய்வாய்ப் பட்டிருந்த அவரைச் சந்திக்க நானும் சிவகங்கை சென்றிருந் தேன். பஸ்சை விட்டு இறங்கியதும் சிவகங்கை பஸ் நிலையத் தில் வழக்கத்துக்கு மாறாக ஏகப்பட்ட கூட்டத்தைக் கண்ட நான் “என்ன விசேஷம் ...?” என்று பெட்டிக்கடைக்காரரிடம் கேட்டேன்.

“அமைச்சர் தா.கி. வந்துள்ளார். ஓய்வு விடுதியில் மக்களைச் சந்திக்கிறார்” என்றார். ஓர் ஆட்டோவில் ஏறி அரசு விடுதிக்குச் சென்றேன். யாரிடமோ பேசிக்கொண்டே ஒரு மனுவை வாங்கிய அவர் நான் வாசற்படியில் நிற்பதைப் பார்த்து, எழுந்து வந்து என்னை உள்ளே அழைத்துச் சென்று அவரின் பக்கத் தில் நாற்காலி போடச் சொல்லி அமர வைத்தார். காப்பி கொடுக்கச் சொன்னார். இவையெல்லாம் தமிழ் நாட்டு அமைச் சர்கள் இடத்தில் காண முடியாத பண்புகள்.

“எப்பொழுது சென்னை வருகிறீர்கள் ...?” என்று கேட்டார்.

“இன்னும் இரண்டு நாட்களில்!” என்றேன்.

“வீட்டுக்குக் காலையில் 7.30 மணிக்கு போன் செய்து விட்டு வாருங்கள். நிறையப் பேசலாம்” என்றார். இரண்டு நாள் கழித்து அவரைப் பார்க்க வீடு தேடிச் சென்றேன். அரசுத் தோட்டத்தில் இருந்த பெரிய பெரிய வீடுகளுக்கு மத்தியில் அவரின் இல்லமும் இருந்தது.

வீட்டின் வெளியேயும் உள்ளே வாசலிலும் அமைச்சரின் பாதுகாவலர்கள் என்னை மரியாதையுடன் உள்ளே அழைத்துப் போனார்கள். உள்ளே சாப்பாட்டு மேசைக்கு முன் அமர்ந்து, அவர் பேப்பர் படித்துக்கொண்டிருந்தார்.

“வாருங்கள் ... உங்களுக்காகத்தான் காத்திருக்கிறேன்” என்று கூறி உதவியாளரைப் பார்த்தார்.

இட்லிகள் பரிமாறப்பட்டன. பேசிக்கொண்டே காலை உணவை இருவரும் உண்டோம். “உங்களின் ‘மண்ணும் மனிதர்

களும்' நூலைப் படித்தேன். மருது பாண்டியர்கள் பற்றிச் சிறப்பாக எழுதியுள்ளீர்கள். காரைக்குடியில் ஒரு வெளியீட்டு விழா நடத்தலாமே" என்றார். எனக்கே அப்படி ஓர் எண்ணம் மனதில் இருந்தது. என் தந்தையாரின் மண்ணில் அவர் உயிரோடு இல்லாவிட்டாலும் ஓர் அறிமுக விழா நடத்துவது எனது கடமை என்றே நினைத்தேன்.

"22–11–2000ல் தேவகோட்டையில் ஓர் அரசு விழா இருக்கிறது. மண்ணெண்ணெய் விற்பனை நிலையம் திறப்பு விழா. அன்று மாலை உங்கள் நூல் அறிமுக விழாவிற்கு ஏற்பாடு செய்யச் சொல்லுங்கள்" என்றார். 'மண்ணும் மனிதர் களும்' நூல் வெளியீட்டு நிகழ்வுகளைக் காரைக்குடி தி.மு.க பிரமுகர்களே முன் நின்று பெருவிழாவாக எடுத்தார்கள். நகரின் மூலைமுடுக்கெல்லாம் ஒவ்வொரு தி.மு.க. அணியும் தனித்தனி சுவரொட்டிகளை ஒட்டி, தோரணங்கள் கட்டி, கொடிகள், விளக்குகள் போட்டு ஏற்படுத்திய பரபரப்பை இன்று நினைத்துப்பார்த்தாலும் உள்ளம் சிலிர்க்கிறது.

சுமார் 500 பேர் உட்காரக்கூடிய அந்த மண்டபத்தில் இடமில்லாமல் மண்டபத்திற்கு வெளியே பெரிய கூட்டம் தெருவை அடைத்துக்கொண்டிருந்தது.

சென்னையிலிருந்து கவிஞர் மு.மேத்தா, ஓவியர் புகழேந்தி, கவிஞர் வசந்தகுமார், நண்பர் எஸ்.பாஸ்கர் போன்றவர்கள் விழாவிற்கு வந்திருந்தார்கள். மறைமலையடிகளின் பேரன் மணவழகன் வாழ்த்துக் கவிதையோடு வந்து கலந்து கொண்டார்.

குன்றக்குடி அடிகளார் சால்வை போர்த்தி வாழ்த்தினார். பசும்பொன் தா.கிருட்டிணனுக்குப் பல வேலைகள் இருந்தும் இந்த நூல் அறிமுக விழாவில் ஏறக்குறைய நான்கு மணிநேரம் இருந்து இறுதியில் தனது தலைமையுரையை ஆற்றினார். ஏறக் குறைய ஒரு மணிநேரம் பேசினார். அவரின் பேச்சு 'மண்ணும் மனிதர்களும்' நூலை அவர் எப்படி ஊன்றிப் படித்துள்ளார் என்பதை வெளிப்படுத்தியது.

நீண்ட நாட்களாகவே இந்த நூலைப்பற்றி கலைஞர் அவர்கள் வெளிப்படுத்திய ஒரு குறிப்பு எனக்கு மனதின் அடித்தளத்தில் வேதனை அளித்துக்கொண்டிருந்தது. அதை வெளிப்படையாக எங்குமே நான் கூறவில்லை. ஆனால் அந்த மனக்குறையை அன்றைய தலைமையுரையில் தா.கி. வெளியிட்டு, எனது மனக்குறையைத் தீர்த்து வைத்தார்.

"முதல்வர் கலைஞர் அன்றாடம் பல ஊர்களுக்குச் சென்று வருகிறார். பல கூட்டங்களிலும் கலந்துகொள்கிறார்.

அப்படி அண்மையில் அவர் மலேசியா சென்று கோலாலம்பூரில் ஒரு பெரிய கூட்டத்தில் கலந்துகொண்டு பேருரையாற்றினார். அவரின் அந்த உரை முழுமையாக சன் டி.வி.யில் ஒளிபரப்பாகியது. 'முரசொலி' பத்திரிகையிலும் முழுமையாக வந்தது. இதில் ஒரு விசயம் என்னவென்றால், மருது சகோதரர்களின் மகன் துரைசாமி நாடு கடத்தப்பட்டதையும் அவரோடு நாடு கடத்தப்பட்ட 73 பேர்களின் பெயர்களையும் குறிப்பிட்டுப் பேசினர். இந்தக் குறிப்பு அனைத்தும் 'மண்ணும் மனிதர்களும்' நூலிலிருந்து எடுக்கப்பட்டது என்பதை இங்கே அறிவிக்கிறேன். கோலாலம்பூரில் கலைஞர் இதுபற்றிக் குறிப்பிடாமல் போனது நண்பர் சை. பீர்முகம்மதுவுக்கு மன வருத்தத்தைத் தந்திருக்கலாம். இந்த விழாவில் இதை அறிவிக்கும்படி கலைஞர் என்னிடம் சொன்னார். ஓர் அமைச்சர் என்ற முறையில் என்னுடைய வருகையின் நிகழ்ச்சிகளை முதல்வரிடம் சொல்லிவிட்டுத்தான் வந்தேன். இந்த நூல் அறிமுக விழாவில் அந்த 73 பேர்களின் விசயம் குறித்து அறிவிக்கச் சொன்னதோடு தனது வாழ்த்தையும் தமிழ்நாட்டு அரசின் வாழ்த்தையும் கூறச் சொன்னார்" என்றார் த.கி.

ஓர் எழுத்தாளனுக்குப் பணம், பாராட்டு, பொன்னாடை போன்றவற்றில் ஏற்படும் தற்காலிக மகிழ்ச்சிகளைவிட அவனுடைய எழுத்துக்குக் கிடைக்கும் சமூக அங்கீகாரம்தான் பெரிது.

அந்த நூல் அறிமுக நிகழ்வுக்குப் பிறகு தா.கி.யாரின் மகன் திருமணம் சென்னை அறிவாலயத்தில் கலைஞரின் தலைமையில் நடைபெற்றது. நானும் அதில் கலந்துகொண்டேன். அதுதான் நான் அவரைக் கடைசியாகச் சந்தித்தது. அதன்பிறகு ஐந்தாறு முறை தொலைபேசியில் பேசும் வாய்ப்புக் கிடைத்தது. தி.மு.க. ஆட்சியை இழந்த பிறகும் எங்களின் நட்பு தொடர்ந்தது. வெற்றிகளையும் தோல்விகளையும் ஒரு சேரப் பார்க்கும் மனப்பக்குவம் அவரிடம் எப்பொழுதும் இருந்தது.

அவர் கொலை செய்யப்பட்ட செய்தியை அண்மையில் பத்திரிகையில் படித்தபோது பொய்யான செய்தியாக இருந்துவிடக்கூடாதா என்று மனம் துடித்தது. நண்பர்களுக்குத் தொலைபேசி வழி தொடர்புகொண்ட பொழுது அழுதுகொண்டே செய்தியைச் கூறினார்கள். பொதுத்தொண்டில் இருப்பவர்கள் பழிக்கும் பாவத்துக்கும் அஞ்சி வேலை செய்ய வேண்டியுள்ளது. அதுவும் அரசியல் தொண்டில் இருப்பவர்களுக்கு, அவர்களின் தலைக்குமேல் கத்தி தொங்கிக்கொண்டே இருக்கும் போலும்!

நேரில் பழகிய வகையிலும் – அமைச்சர் – தி.மு.க.வின் தீவிரத் தொண்டர் – இதற்கும் மேல் நல்ல மனிதர் என்ற

வகைகளிலும் அவர் கொலை செய்யப்படும் அளவுக்குக் கொண்டு செல்லப்பட்டிருக்க வேண்டியவர் அல்ல. மிருகங்கள் உணவுக்காக மட்டுமே அடித்துக்கொள்வதைக் காண முடியும். மனிதன்தான் பதவி, பட்டம், பணம், செல்வாக்கு நாற்காலி களுக்காக அடித்துக்கொள்கிறான்!

முருகு சுப்பிரமணியம்

முருகு சுப்பிரமணியம் அவர்கள் சிங்கை 'தமிழ் முரசு'ப் பத்திரிகையை விட்டு விலகித் 'தமிழ் நேச'னில் சேரப் போகிறார் என்ற விஷயம் மிகவும் ரகசியமாய் பாதுகாக்கப்பட்டது.

1960களின் ஆரம்பத்தில் ஒரு நாள் திடீரென்று முருகு சிங்கையிலிருந்து குடும்பத்துடன் மலேசியா வந்து சேர்ந்தார். காசிப்பிள்ளை கம்பத்தில் ஒரு வீட்டில் வந்து தங்கினார். 'தமிழ் நேசன்' பத்திரிகையில் 'ஆசிரியர் முருகு சுப்பிரமணியம்' என்று போட்ட ஒரே வாரத்தில் அதன் விற்பனை 5,000 பிரதிகள் கூடியது. மலேசியப் பத்திரிகை உலகில் அது ஒரு வரலாறு. இத்தனைக்கும் அவர் 'தமிழ் முர'சில் இருந்த காலத்தில் அந்தப் பத்திரிகையில் நிறைய எழுதிப் பிரபலமானவரும் அல்ல! ஆனால் முரசின் ஞாயிறு பதிப்பை அவர்தான் பார்க்கிறார் என்று எழுத்தாளர்களுக்கு – அதுவும் ஒரு சிலருக்கு மட்டுமே தெரிந்திருந்தது.

சிங்கப்பூரில் பல எழுத்தாளர்கள் உருவாவதற்கு அவரே காரணம். மலேசியாவிலும் அக்காலகட்டத்தில் எழுதிய எழுத்தாளர்கள் பலரும் அவரின் அரவணைப்பிற்குள் தெரிந்தோ தெரியாமலோ இருந்துள்ளார்கள். அப்படி வளர்ந்தவர்

களில் நானும் ஒருவன். அவர் 'தமிழ் முர'சில் ஆரம்பித்த 'உங்கள் எழுத்து' என்ற பகுதி பல புதிய எழுத்தாளர்களை உருவாக்கியது. அதன் பிறகு வாரந்தோறும் அவரின் முயற்சி யால் வந்த வெண்பாப் போட்டி எத்தனை கவிஞர்களை இந்த நாட்டிற்குத் தந்தது என்பதை அந்தப் பழைய பத்திரிகை களை ஒருமுறை பார்த்தால் தெரிந்துகொள்ளலாம்.

'தமிழ் நேசன்' பத்திரிகை அவரின் வருகையால் எப்படி 5000 பிரதிகள் கூடியது? இது அனைவரின் முன் நிற்கும் ஒரு கேள்விதான்! தமிழ்நாட்டில் முருகு இருந்த கால கட்டத்தில் 'பொன்னி' என்ற இலக்கிய இதழை நடத்தினார். இலக்கிய வட்டங்களில் மட்டுமல்லாது, தி.மு.க. வட்டத்திலும் இப்பத்திரிகை மிகப் பிரபலமாக விளங்கியது. இப்பத்திரி கையில்தான் அவர் 'பாரதிதாசன் பரம்பரை' என்ற தலைப்பில் புதிய புதிய கவிஞர்களை அறிமுகப்படுத்தினார். வாணிதாசன், முடியரசன், சுரதா போன்ற கவிஞர்கள் இங்கேதான் அறிமுக மானார்கள். அக்காலகட்டத்தில் இளைஞராக இருந்த கண்ண தாசன் ஒரு கவிதை எழுதி அதை முருகுவிடம் தந்து 'பாரதி தாசன் பரம்பரை' பகுதியில் பிரசுரிக்குமாறு கேட்டுள்ளார்.

கவிதையை வாங்கிப் பார்த்த முருகு, 'உனக்குக் கவிதை வராது. கதை எழுதிக் கொண்டு வா' என்று கூறி அனுப்பி விட்டார். அந்தக் கண்ணதாசன்தான் பிறகு கவியரசு கண்ண தாசன் என்று புகழ் பெற்றது மட்டுமல்ல இன்றும் திரையிசைப் பாடல்களில் தன்னை மிஞ்சுவார் யாருமில்லையென்ற சரித்திரத்தையும் உண்டுபண்ணிவிட்டுச் சென்றுவிட்டார்.

'பொன்னி' பத்திரிகை தமிழ்நாட்டில் மட்டுமல்லாது இங்கேயும் 'திராவிடப்' பற்று கொண்டவர்களின் மத்தியிலும் பிரபலமாக இருந்தது. அதோடு அப்பொழுது பாரதிதாசன் 'திராவிட' வட்டாரத்தில் 'தமிழினக் கவிஞர்' என்ற செல்வாக் கோடு இருந்தவர். முருகுவின் 'பொன்னி' இதழ் 'பாரதிதாசன் பரம்பரை' என்ற பகுதிக்கு அதிக முக்கியத்துவம் கொடுத்த காரணத்தால் இங்கே மலாயாவிலும் அந்தப் பகுதி அதிகம் பேசப்பட்டது. இதனால் முருகு இங்கே வருவதற்கு முன்பே அவரின் பெயரைத் திராவிட இயக்கத் தொண்டர்களும் பொது அமைப்புகளில் இருந்தவர்களும் நன்கு அறிந்து வைத்திருந் தனர். தமிழ், இலக்கியம், திராவிடம் போன்ற கிரீடங்கள் ஏற்கெனவே அவருக்கு இருந்த காரணத்தால் இங்கே அவரின் வருகை ஒரு பரபரப்பைப் பத்திரிகையுலகில் ஏற்படுத்தியது. இந்தப் பரபரப்பே பத்திரிகையின் விற்பனை உயர வழிகோலியது.

1961ஆம் ஆண்டு முருகுவைச் சந்திக்க நானும் முத்தமிழ்ப் படிப்பகத்தில் பொறுப்பாளராக இருந்தவர்களும் அவரைக் காசிப்பிள்ளை கம்பத்தில் இருந்த வீட்டில் போய் சந்தித்தோம். அரைக்கை வெள்ளைப் பனியன் அணிந்து கைலியுடன் காட்சியளித்தார். பேச்சுக்கிடையில் அடிக்கடி 'வெடிச்சிரிப் புடன்' வெற்றிலையை மென்றுகொண்டே எல்லா விஷயங் களையும் சுற்றி வந்தார். அன்று எனக்கு அவரின் முகத்தைவிட அந்த வெடிச்சிரிப்புத்தான் மனதில் நின்றது. பிறகு அடிக்கடி அவரைக் காணும் வாய்ப்பு ஏற்பட்டாலும் ஒருவித சங்கோஜத் துடன்தான் பழகி வந்தேன்.

1962ஆம் ஆண்டு ஏற்கெனவே பதிவு ரத்தாகிவிட்ட மலாயா தமிழ் எழுத்தாளர் சங்கத்தை மீண்டும் உயிர்ப்பிக்க கலைஞர் சி.வேலுசுவாமி அவர்கள் முயற்சிகள் மேற்கொண்டார். முருகு மலாயா வந்த பிறகு எழுத்துலகிலும் எழுத்தாளர் களிடத்திலும் ஒரு புத்துணர்ச்சி ஏற்பட்டது என்பது மறுக்க முடியாத உண்மை. மலாயா எழுத்தாளர் சங்கத்தின் முதல் அமைப்புக் கூட்டம் 37ஆம் நம்பர், ஜாலான் அம்பாங்கில் அப்பொழுது இருந்த 'தமிழ் நேசன்' பத்திரிகை அலுவலகத்தின் மேல் மாடியில் இருந்த நாட்டுக்கோட்டை செட்டியார்கள் சங்க அலுவலகத்தில் நடைபெற்றது.

இக்கூட்டத்தில் அதன் முதல் அமைப்புத் தலைவராக முருகு சுப்பிரமணியம் தேர்ந்தெடுக்கப்பட்டார். சீ.வீ. குப்புசாமி, சி. வேலுசுவாமி, கணபதி, தி.சு. சண்முகம், கு. ஏழுமலை, எம். துரை ராஜ், ப. சந்திரகாந்தம், க. கிருஷ்ணசாமி, சா.ஆ. அன்பானந்தன் போன்றவர்களோடு நானும் கலந்துகொண்டேன். இக்கூட்டம் சி. வேலுசுவாமி அவர்களின் விடாத முயற்சியால் நடந்தது.

1962ஆம் ஆண்டே சங்கம் பதிவு பெற்றது. திரு. கணபதி அவர்கள் சட்ட திட்டங்களை ஒழுங்குப்படுத்தி அதன் பதிவுக்கு அரும்பாடுபட்டார். அப்போதைய அமைப்புச் செயலாளராக அவரே இருந்தார். 'மலாயா தமிழ் எழுத்தாளர் சங்கம்' (1962) என்ற பெயரில்தான் அது பதிவு பெற்றது. அப்போது அதன் முதல் அமைப்புக் குழுவிலும் அதன் பிறகு தொடர்ந்து சில ஆண்டுகள் வரையிலும் சங்கச் செயலவையில் நான் தீவிரமாக இருந்து செயல்பட்டேன். சங்கத்தின் வழி நானும் முருகு அவர் களும் நெருங்கிச் செயல்பட வேண்டிய சூழ்நிலை ஏற்பட்டது. சங்கத்தில் நான் காட்டிய தீவிரம் காரணமாக என்னைச் செயலாளராக இருக்கும்படி முருகு கேட்டுக்கொண்டார் – அப்போது செயலாளராக இருந்த கு.சா. பெருமாளும் தான் தொடர்ந்து செயலாளராக இருக்க முடியாத சூழல் இருப்ப தால் என்னைச் செயலாளராக இருக்கும்படி கேட்டுக்

கொண்டார் – அவ்வாண்டு அப்பர் தமிழ்ப்பள்ளியில் நடந்த பொதுக்கூட்டத்தில் முருகு அவர்கள் தலைவராகவும் நான் செயலாளராகவும் தேர்ந்தெடுக்கப்பட்டோம்.

முதன் முறையாக பத்துமலை கலைக்கூடத்தில் தேசிய எழுத்தாளர் சங்கத்துடன் இணைந்து ஒரு மிகப் பெரிய கருத்தரங்கை நடத்தினோம். தேசிய எழுத்தாளர் சங்கத்தின் (கபேனா) தலைவர் இஸ்மாயில் உசேன், கிரிஸ்மாஸ், அகமட் போஸ்த்தமம், கமேலா, கவிஞர் ஒஸ்மான் அவாங், ரஹிம் ரசாலி, டாக்டர் சனோன் அகமட் ஆகியோர் இக்கூட்டத்தில் பேசினார்கள்.

இக்கூட்டம் தேசிய எழுத்தாளர் சங்கத்துடன் நாமும் இணைவதற்கான ஒரு பாலம் போடப்பட்டது. அப்போது துணைச் செயலாளராக இருந்த திரு. பொன்முகம் அவர்கள் டேவான் பகாசா டான் புஸ்தாகாவில் (தேசிய மொழி வளர்ப்பு நிறுவனம்) மிக அணுக்கமாகச் செயல்பட்டு இக்கருத்தரங்கம் வெற்றி பெறப் பெரும் பங்கு வகித்தார்.

சிறுகதைக் கருத்தரங்கை மாதா மாதம் நடத்தி எல்லாப் பத்திரிகைகளிலும் வரும் கதைகளில் சிறந்த ஒன்றைத் தேர்ந்தெடுத்து ஐம்பது வெள்ளி பரிசு தரலாமென்ற எண்ணம் என் மனதில் நீண்ட நாட்களாக இருந்தது. தலைவர் முருகு விடம் இரண்டு மூன்று முறை இதுபற்றிப் பேசினேன். “நல்ல திட்டம்தான். பணத்திற்கு எங்கே போவது?” – இதைத்தான் அவர் அடிக்கடி என்னிடம் கூறுவார். வெறும் சந்தா பணத்தை வைத்துக்கொண்டு சங்கத்தை வழிநடத்துவது மிகவும் சிரமம். எல்லா ஊர்களிலுமுள்ள நண்பர்கள், அரசியல் வாதிகள், பொதுநலத் தொண்டர்களோடு தொடர்புகொண்டு சிறுகதைக் கருத்தரங்கு பற்றிப் பேசினேன். அமோக ஆதரவு கிடைத்தது. அதன் பிறகு முருகு அவர்கள் சிறுகதைக் கருத் தரங்கிற்கு ஒப்புக்கொண்டார்.

இதற்குமுன் மலாயா தமிழ் எழுத்தாளர் சங்கம் (1962) என்று இருந்ததை, மலேசியத் தமிழ் எழுத்தாளர் சங்கமாகப் பெயர் மாற்றம் செய்தோம்.

முதல் சிறுகதைக் கருத்தரங்கை ஒரு பௌர்ணமியன்று பத்துமலை படிக்கட்டுகளில் அமர்ந்தவாறு நடத்த வேண்டு மென்பது எனது கனவாக இருந்தது. ஆனால் கடைசிவரை செயலவையும் தலைவர் முருகு அவர்களும் அதற்கு ஒப்புக் கொள்ளவில்லை. மழை வந்தால் என்ன செய்வது? பக்தர் களுக்கும் சுற்றுப் பயணிகளுக்கும் அது இடைஞ்சலாக இருக்கும் அல்லது அவர்கள் நமக்கு இடைஞ்சலாக இருப்பார்கள் என்று காரணங்கள் கூறினார்கள்.

பத்துமலை கலைக்கூடக் குகையில் அந்த முதல் சிறு கதைக் கருத்தரங்கு வெகு சிறப்பாக நடைபெற்றது. அந்த முதல் சிறுகதைக் கருத்தரங்கில் திருமதி சாரதா கண்ணனின் கதை பரிசு பெற்றது. கருத்தரங்குச் செய்திகள் பத்திரிகைகளில் வந்த பிறகு எங்கள் ஊரில் நடத்துங்கள், அனைத்துச் செலவு களையும் ஏற்றுக் கொள்கிறோமென்று ஏகப்பட்ட அழைப்புகள் வந்தன. என் உற்சாகத்திற்கு அளவே இல்லை. மாதம் ஒரு ஊரில் சிறுகதைக் கருத்தரங்குகள் நடைபெற்றன. அனைத்து ஊர்களிலும் முருகு வந்து கலந்துகொண்டார்.

இந்த நேரத்தில்தான் வேண்டாத விஷயங்கள் தலை தூக்கின. எந்தச் சிறந்த கதை பரிசு பெறுகிறது என்பதைவிட எந்தப் பத்திரிகையில் வந்த கதை பரிசு பெறுகிறது என்ற சண்டை வலுக்க ஆரம்பித்தது. கிள்ளானில் நடந்த ஒரு கருத்தரங்கில் இது வெளிப்படையாகத் தெரிய ஆரம்பித்தது. ஒரு பெரும் குழுவாக வந்து கூட்டத்தில் மட்டமான கதையொன்றுக்குப் பரிசு தர வேண்டுமென்று கலாட்டா செய்தார்கள். தலைவராக இருந்த முருகு அவர்கள் மிகப் பொறுமையாகப் பதில் சொல்லிக்கொண்டிருந்தார். யாரும் கேட்பதாக இல்லை. வீம்பு செய்வதற்கே வந்தவர்கள்போல் நடந்துகொண்டார்கள்.

அந்த மாதம் வந்த கதைகளில் இன்றும் அந்தக் கதைக் காகவே அடையாளப்படுத்தப்படும் சாமிமூர்த்தி எழுதிய ‘நேர்கோடுகள்’தான் பரிசு பெற்றது. அந்தப் பரிசுக்குப் பிறகு அக்கதை ‘தமிழ் நேச’னின் பவுன் பரிசையும் பெற்றது. அக்கதை அன்று பரிசு பெற்றிருக்காவிட்டாலும் அது என்றும் பேசப்படும் கதையாகத்தான் இருந்திருக்கும். சிறந்த கதையைப் பரிசுகள் நிர்ணயிப்பதில்லை என்பதில் எனக்கு எப்பொழுதும் நம்பிக்கை உண்டு. பல போட்டிகளின் முடிவுகள் இங்கே அந்த நீதிபதிகளின் முட்டாள்தனத்தை நமக்குக் காட்டு வதாகவே அமைந்துவிடுகின்றன.

அந்தக் கிள்ளான் கருத்தரங்கிற்குப் பிறகு ‘தமிழ் நேசன்’, ‘தமிழ் மலர்’ பத்திரிகைகளில் செய்திகள் தூள் பறந்தன. இதனால் எழுத்தாளர் சங்கம் ஒரு பக்கம் பெரிய விளம்பர மடைந்தாலும் இரண்டு பத்திரிகைகளுக்கிடையில் நடந்த போட்டியால் பலர் முகம் சுளிக்க வேண்டியிருந்தது.

“இது தேவையா?” என்று முருகு என்னிடம் கேட்டார். நிலைமை நம் கை விட்டு வளர்ந்துவிட்டது. இனி கருத்தரங்கை நிறுத்த இயலாது என்பதை விளக்கினேன். அவருக்கு எல்லா வகையிலும் பக்கபலமாக ஒரு நல்ல செயலாளனாகச் செயல் பட்டுக்கொண்டிருந்த நேரத்தில்தான் தெலுக் இந்தான் நகரில் நடந்த சிறுகதைக் கருத்தரங்கில் பூகம்பம் வெடித்தது.

இச்சிறுகதைக் கருத்தரங்கில் எதிர்பாராத விதமாக 'தாடி' கா. அண்ணாமலை வந்து கலந்துகொண்டார். அவரைக் கலாட்டா செய்வதற்காகவே அழைத்து வந்திருந்தார்கள். கூட்டத்தின் ஆரம்பத்திலேயே முருகுவின் 'முத்தமிழ் வித்தகர்' என்ற அடைமொழியை 'முத்தமிழ் விற்றவர்' என்று அழைத்து கா. அண்ணாமலை பேசினார். என் நாற்காலியிலிருந்து வெகுண் டெழுந்த என்னை பாதாசன், சந்திரகாந்தம் போன்றவர்கள் பிடித்து இழுத்து உட்கார வைத்தார்கள்.

கதைகளை விமர்சிப்பதை விட்டுவிட்டு முருகுவை விமர்சிப்பதையே செய்துகொண்டிருந்தார் தாடி அண்ணா மலை. அதற்கு ஏற்கெனவே அங்கே வந்திருந்த சில எழுத் தாளர்களும் பக்கபலமாக இருந்து செயல்பட்டார்கள். நான் மிகவும் பொறுமை இழந்தவனாக இருந்தேன். எப்போதுமே ஒரு தலைவரை அவமானப்படுத்துவதை என்னால் பொறுத்துக்கொள்ள முடியாத விஷயமாகவே இருந்துள்ளது.

தெலுக் இந்தான் கருத்தரங்கிற்குப் பிறகு முருகு சுப்பிர மணியம் தலைவராக எழுத்தாளர் சங்கத்தில் இருக்கக்கூடாது என்று 'தமிழ் மலர்' பத்திரிகையில் பக்கம் பக்கமாக எழுதி னார்கள். குறிப்பாக எம். துரைராஜ் இந்த எதிர்ப்புக்குக் குழு வினருக்குத் தலைமையேற்று, ஒரு பத்திரிகையாசிரியர் எழுத்தாளர் சங்கத்திற்குத் தலைமை வகிக்கக்கூடாது என்ற வாதத்தை முன்வைத்து எழுதினார்.

இந்தப் போராட்டங்கள் நடந்துகொண்டிருக்கும் பொழுது பங்கோர் தீவில் ஒரு கடற்கரை கவியரங்கத்திற்கும் லுமூட்டில் ஒரு கருத்தரங்கிற்கும் ஏற்பாடு செய்துகொண்டிருந்தேன். சித்தியவான் நிலக்கிழார் பெரியவர் கிருஷ்ணன் தங்கும் வசதி, உணவு, மண்டபம் அனைத்துக்கும் ஏற்பாடு செய்து கொடுத்தார்.

எழுத்தாளர் சங்க வரலாற்றில் தலைநகரிலிருந்து பஸ் அமர்த்தி வெளியூர் சென்ற முதல் பயண அனுபவம் அது. உண்மையில் அப்பயணத்தில் கலந்துகொண்டு முருகு அவர்கள் ஓர் இளைஞரைப் போலவே எங்களோடு பஸ்ஸில் பாரதிதாசன் பாடல்களைப் பாடினார். பங்கோர் கடற்கரையில் எங்களோடு நீச்சல் அடித்துக் குளித்துக் கும்மாள மடித்தது இன்றும் பசுமையாக நினைவில் நிற்கிறது.

எங்களோடு இந்த உல்லாசப் பயணத்தில் கலந்துகொண்ட 'தமிழ்நேசன்' பத்திரிகையின் துணையாசிரியர்கள் தில்லை, எம்.ஜி. பண்டிதன் இருவரும் நேசன் ஞாயிறு பதிப்பில் 'எழுத்தாளர்' என்ற பெயரில் ஒரு தனிப் பத்திரிகையைப்

போல இரண்டு வாரம் இந்தப் பயணத்தில் நடந்த விஷயங்களை மிகச் சுவையாக எழுதி வெளியிட்டிருந்தார்கள். வெற்றிகரமாக இந்தப் பயணம் முடிந்து அடுத்த நாள் திரும்பிய பொழுது 'தமிழ் மலர்' பத்திரிகையில் எம்.துரைராஜ் ஒரு பெரிய அறிக்கையை வெளியிட்டிருந்தார்.

'பங்கோர் பயணத்தை நிறுத்துங்கள் – பொதுக்கூட்டத்தைக் கூட்டுங்கள் – எழுத்தாளர் சங்கத்துக்குத் தந்தி!' என்ற தலைப்பில் செய்தி வந்திருந்தது. உண்மையில் அப்படியொரு தந்தி வரவே இல்லை. ஆனால் செய்தி பரபரப்புக்காக அப்படிப் போட்டிருந்தார்கள். அந்த நேரத்தில் துணைத் தலைவராக எம். துரைராஜ் இருந்தார். அவரை முன் மொழிந்து கொண்டுவந்ததே நான்தான்.

முருகு, அதுவும் ஒரு பத்திரிகையாசிரியர்; தலைவராக இருக்கக்கூடாது என்று அறிக்கை மேல் அறிக்கை விட்டுக் கொண்டிருந்தார்கள். ஓர் இயக்கம் செயல்படாமல் இருந்தால் அதற்காகக் கேள்விகள் கேட்டு தலைமைத்துவம் மாறவேண்டுமென்று கூறுவது நியாயம். ஆனால் வாரா வாரம் நிகழ்ச்சிகள் நடந்து சங்கம் மிகவும் துடிப்பாகச் செயல்பட்டுக் கொண்டிருக்கும்போது, இவர்கள் இப்படி நடந்து கொள்வது எனக்கு ஆச்சரியமாக இருந்தது. இதற்கு ஏற்கெனவே நான் சொன்னது போலப் பத்திரிகைகளின் போட்டியே தவிர வேறில்லை. பத்திரிகை விற்பனையைத் தூக்கி நிறுத்த அவர்கள் போட்ட திட்டம்தான் அது. அவர்கள் அதில் வெற்றியும் அடைந்தார்கள்.

ஏகப்பட்ட பத்திரிகைக் கலாட்டாக்களைப் பார்த்த நடுநிலைவாதிகளான பைரோஜி நாராயணன், சி. வடிவேல், சி. வேலுசுவாமி, சா.ஆ. அன்பானந்தன் ஆகியோர் கொண்ட ஒரு சமாதானக் குழு முருகு, துரைராஜ் இருவரையும் சந்தித்துப் பேசுவது என்று முடிவாகி, அப்பர் தமிழ்ப்பள்ளியில் சந்திக்க ஏற்பாடு செய்யப்பட்டது.

இதற்கிடையில் 'தமிழ் நேசன்' நிர்வாகத் தரப்பு, முருகு தலைவர் பதவிக்கு நிற்க வேண்டாமென்று முடிவெடுத்தது. இதுபற்றி என்னை அழைத்துப் பேசினார்கள். நான் எனது தரப்பில் பிடிவாதமாக இருந்தேன். அப்பர் பள்ளியில் நடந்த கூட்டத்தில் நான் கலந்து கொள்ளக்கூடாது என்று எம்.துரைராஜ் பிடிவாதமாக மறுத்ததால், முருகு அவர்கள் நான் கலந்துகொள்ளுவதைத் தவிர்க்கும்படிக் கேட்டுக்கொண்டார்.

அந்தக் கூட்டத்தில் முருகோ, துரைராஜோ தலைவராக நிற்பதில்லை என்றும் புதியவர்கள் சி. வடிவேல் தலைவராகவும்,

பைரோஜி நாராயணன் துணைத்தலைவராகவும் சி.வேலுசுவாமி செயலாளராகவும் சா.ஆ.அன்பானந்தன் பொருளாளராகவும் இருப்பதாக முடிவெடுக்கப்பட்டதாக என்னிடம் கூறினார்கள். இதில் ஆச்சரியம் என்னவென்றால் சமாதானம் பேசுவதற்கு வந்தவர்கள் பதவிகளைப் பகிர்ந்துகொண்டதுதான்.

ஆண்டுக்கூட்டம் Y.M.C.A மண்டபத்தில் ஏற்பாடு செய்யப் பட்டது. மலேசிய வரலாற்றில் 337 உறுப்பினர்கள் கலந்து கொண்ட ஒரு பொதுக்கூட்டம் அதுதான். அப்பொழுது ஆயுள் உறுப்பினர்களையும் சேர்த்து சங்கத்தில் 410 உறுப்பினர்கள் இருந்தார்கள். எனது குறிக்கோள் 500 உறுப்பினர்களாகச் சேர்த்து விடுவது என்பதுதான். அன்றைய நாளில் வெளியூர்க் கூட்டங்களில் ஒவ்வொரு முறையும் நாலைந்து உறுப்பினர் களை எப்படியும் சங்கத்தில் சேர்த்து விடுவேன். அதன் பிறகு அங்கத்தினர்கள் குறைந்துவிட்டது என்று நினைக்கிறேன். அந்த ஆண்டுக் கூட்டத்தை நடத்துவதற்கு டாக்டர் பி.பி.நாராயணனைத் தலைவராக அதாவது அவைத் தலைவராக அழைத்திருந்தார்கள். என்னிடம் தனிப்பட்ட முறையில் அவர் கூறியது இன்றும் எனது நினைவில் இருக் கிறது. என்னைப் பற்றி அவர் சரியான கணிப்பைச் செய்ததாக நான் நினைத்துக்கொண்டேன்.

“நீங்கள் நல்ல செயலாளர், பொதுத் தொண்டர், எந்த விதமான பிரதிபலனையும் எதிர்பார்க்காமல் செயல்படக் கூடியவர். ஆனால் அதிகம் உணர்ச்சி வசப்படக்கூடியவராக இருக்கிறீர்கள்! இப்படி உணர்ச்சி வசப்படுவதால் அறிவு பூர்வமாகச் சிந்தித்து முடிவுகள் எடுக்க நீங்கள் தடுமாறி விடுவீர்கள். இளமையில் நானும் அப்படித்தான் இருந்தேன். பிறகு என்னையே நான் கட்டுப்படுத்திக்கொண்டேன். உங்களின் உயர்வான வளர்ச்சிக்கு இந்த உணர்ச்சி வசப்படுவது எப்பொழுதுமே தடங்கலாக இருக்கும்.” – இப்படி அவர் நாகரிகம் கருதி தனியாக அழைத்துச் சொன்னது, என்னையே நான் எடைபோட்டுக்கொள்ள பெரிதும் உதவியது.

தெலுக் இந்தான் சட்டமன்ற உறுப்பினராக ஐ.செ.க.வின் சார்பில் போட்டி போட்டு வெற்றி பெற்ற ராமசாமி அப்பொழுது சங்க உறுப்பினராக இருந்தார். அவரும் அன்றைய ஆண்டுக் கூட்டத்திற்கு முன்பாக என்னை அழைத்து, “நீங்கள்தான் செயலாளராக இருக்க வேண்டும். சங்கத்தில் உங்களைப் போல் சுறுசுறுப்பாகப் பணியாற்ற இப்போது ஆள் இல்லை. மறுக்காமல் போட்டியில் நில்லுங்கள், நாங்கள் உங்களை வெற்றி பெறச் செய்கிறோம்” என்று கூறினார்.

ஏற்கெனவே எல்லாப் பதவிகளும் முடிவாகி ஒரு சமாதான நிலைக்கு வந்த பிறகுதான் செயலாளர் பதவிக்கு நின்று வெற்றி பெற முடியுமென்றாலும் ஒரு பொது நன்மை கருதி நான் நிற்கவில்லை. அதோடு முருகு இல்லாத நிலையில் என்னால் தொடர்ந்து செயல்பட முடியாது என்ற நிலையில்தான் அந்த முடிவை எடுத்தேன். இந்தக் கூட்டத் திற்குப் பிறகு முருகு சுப்பிரமணியம் எந்த நிலையிலும் எழுத் தாளர் சங்கக் கூட்டங்களுக்கு வருவதை நிறுத்திக்கொண்டார்.

இதற்கு முன்பே முருகு அவர்கள் 'முத்தமிழ் படிப்பகம்' தனக்கெனக் கட்டடம் பெற வேண்டுமென்பதற்காகத் 'தமிழ் நேசனி'ல் பல கட்டுரைகள் வர ஏற்பாடு செய்ததோடு தலை யங்கமும் தீட்டினார். ஒரு முறை சிலாங்கூர் மாநிலம் முழுதும் 'முத்தமிழ் படிப்ப'கத் தொண்டர்கள் ஒரு தீபாவளியன்று உண்டியல் ஏந்தி வீடு வீடாகவும் தெருவில் நின்றும் வசூல் செய்த பணத்தை எண்ணிப் பார்க்கும் பொழுது அவரே முன் வந்து அதில் கலந்துகொண்டார். அவர் சிங்கையிலிருந்து மலேசியா வந்த காலத்திலிருந்து 'முத்தமிழ் படிப்பக'த்தின் வளர்ச்சியில் அதிக அக்கறை காட்டினார். எழுத்தாளர் களுக்கும் ஆய்வாளர்களுக்கும் பயன்படும் ஒரு நூலகம் வேண்டும் என்பதை அடிக்கடி கூறுவார்.

1970களில் தமிழ் மூன்றாம் வகுப்பு வரை ஆரம்பக் கல்வி யோடு போதும்; அதன் பிறகு தேசிய மொழிக் கல்வியைத் தொடரலாம் என்ற ஒரு புதிய ஆலோசனையை டாக்டர் பி.பி. நாராயணன், இராம சுப்பையா போன்றவர்கள் கொண்டு வந்தார்கள். இது குறித்து ஒரு தீர்மானமும் போட்டு அரசாங்கத்துக்கு அனுப்பி வைத்தார்கள். இந்தக் கல்விக் கொள்கையை மணிமன்றம் மிகக் கடுமையாக எதிர்த்தது. நாடு முழுதும் கூட்டங்கள் போட்டு இதற்கான எதிர்ப்பை மணிமன்றங்கள் வெளிப்படுத்தின.

தோட்டத் தொழிலாளர்கள் சங்க மண்டபத்தில் இராம சுப்பையா தரப்பும் மணிமன்றம் மற்றும் பொது அமைப்பு களும் இந்தக் கல்விக் கொள்கையில் நேரிடையாக விவாதங் களை நடத்தின. நிலைமை மிகவும் சூடாகிவிட்டது. அந்த நேரத்தில் தமிழ் ஆரம்பக்கல்வி ஆறாம் வகுப்பு வரையில் இப்பொழுது இருப்பது போலவே இருக்க வேண்டும் என்ற நிலையில் முருகு சுப்பிரமணியம் மிகவும் பிடிவாதமாக இருந்ததோடு தலையங்கமும் தீட்டினார். நாடு முழுவதும் மணிமன்றக் கூட்டங்களில் முருகு, சா.ஆ. அன்பானந்தன், க. கிருஷ்ணசாமி, நான் இன்னும் பலரும் கலந்து மக்களுக்கு விளக்கங்கள் அளித்த நேரத்தில் டத்தோஸ்ரீ சாமிவேலுவும்

எங்களுக்குப் பக்க பலமாக இருந்தார். அப்பொழுதுதான் அவர் நாடாளுமன்றத்துக்கு சுங்கை சிப்புட்டிலிருந்து தேர்ந்தெடுக்கப்பட்டிருந்தார்.

தமிழ்க்கல்வி பிரச்னை மிகவும் சூடாகிப் போகவே அப்போதைய கல்வி அமைச்சர் துன் மகாதீர் முகமட்டைச் சந்திக்க மணிமன்றக்குழு ஏற்பாடு செய்தது. இந்த ஆலோசனையை முருகுவே வழங்கினார். கல்வி அமைச்சர் துன் மகாதீரைச் சந்திக்க உடனே அனுமதி கிடைத்தது. பிற்பகல் 3.30 மணிக்கு எங்களுக்கு அனுமதி வழங்கப்பட்டிருந்தது. பேரவைத் தலைவராக இருந்த சா.ஆ. அன்பானந்தன், செயலாளராக இருந்த க. கிருஷ்ணசாமி, துணைச்செயலாளராக இருந்த நான் மற்றும் வீரசிங்கம், காஜாங் மன்றத் தலைவர் முருகையா ஆகியோர் கல்வி அமைச்சரைச் சந்திக்கச் சென்றோம்.

மணிமன்றத்துக்கு அப்பொழுது அரசாங்கத்தில் இருந்த மரியாதையை அன்று தெரிந்துகொண்டோம். எங்களுக்கு முன்பே அமைச்சரைக் காணச் சென்ற ஒரு குழு வெளியேறுவதற்கு அரை மணிநேரம் கூடுதலாக ஆகிவிட்டது. அதாவது பிற்பகல் 3.30.க்கு உள்ளே செல்ல வேண்டிய நாங்கள் 4.00 மணிவரை காத்திருந்தோம். உண்மையில் எங்களுக்கு முன்பே உள்ளே சென்று அமைச்சரைக் காண வேண்டிய பாகிஸ்தானிலிருந்து வந்த கல்விக்குழு காத்திருந்தது. அவர்கள் சென்று வந்த பிறகுதான் நாங்கள் செல்ல வேண்டும். அரை மணிநேரம் மட்டுமே எங்களுக்குத் தரப்பட்டிருந்தது.

துன் மகாதீர் அவர்கள் பாகிஸ்தான் குழுவை மறுநாள் வரச் சொல்லி விட்டு, எங்களை உள்ளே அழைத்தார். அரை மணி நேரம் ஒதுக்கப்பட்ட எங்களுக்கு அந்தக் கலந்துரையாடல் முடிந்த பொழுது இரண்டு மணி நேரமாகிவிட்டது. என்றாலும் அது மிகுந்த மனநிறைவளிக்கும் சந்திப்பாக அமைந்தது.

தமிழர்கள் விரும்பும் வரையிலும் தமிழ்ப்பள்ளிகளில் ஆறாம் வகுப்பு வரை தமிழ் இருக்கும். நீங்கள் இப்பொழுது சண்டை போட்டுக் கொள்கிறீர்கள். இதையும் அரசாங்கம் கண்காணித்துக்கொண்டுதான் இருக்கிறது. உங்களுக்குள் ஒரு தீர்க்கமான முடிவு ஏற்பட்டாலும் அரசாங்கத்தில் இந்தியர்களின் பிரதிநிதிகள் தரும் முடிவைத்தான் அரசாங்கம் அமல்படுத்தும் என்ற விபரத்தை மிகத்தெளிவாக துன் மகாதீர் எங்களிடம் கூறினார்.

அக்காலகட்டத்தில் ஏற்பட்ட இந்தச் சச்சரவினால் நமக்கு ஒரு தெளிவும் கிடைத்தது. மறுநாள் ‘தமிழ் நேசன்’ பத்திரி

கையின் தலைப்புச் செய்தியாக அரசாங்க நிலையையும் மணிமன்றம் கல்வி அமைச்சரைச் சந்தித்து ஏற்பட்ட விளக்கங் களையும் தெளிவாக முருகு சுப்பிரமண்யம் வெளியிட்டார். அதோடு தமிழ்ப்பள்ளிகளைப் பற்றிய விவாதங்கள் முடிவிற்கு வந்தன.

இதன் பிறகே முருகு அவர்கள் தமிழ்ப்பள்ளிகளுக்காக ஒரு அற நிறுவனத்தை ஏற்படுத்தும் நோக்கத்துடன் 'தமிழ்ப் பள்ளி மாணவர் அறநிதி'யை 'தமிழ் நேச'னில் ஆரம்பித்தார். 'நூறு லட்சம் (ஒரு கோடி) நமது லட்சியம்' என்ற பிரச்சாரத் துடன் அந்நிதி ஆரம்பிக்கப்பட்டது. நாட்டின் சாதாரணத் தோட்டப் பாட்டாளிகள் முதல் பெரும் தனவந்தவர்கள் வரை இந்தத் தமிழ்ப்பள்ளி மாணவர் அறநிதிக்குச் சிறிதும் பெரிதுமாக நிதியை அள்ளிக் கொடுத்தார்கள்.

தமிழ்ப்பள்ளிகளின் தரத்தை உயர்த்தவும் மாணவர்களுக்கு உதவி நிதிகள் வழங்கவும் இன்னும் தமிழ்ப்பள்ளிகளுக்குத் தேவையான சிலவற்றையும் செய்வதற்குமாக இந்த அறவாரியம் அமைக்கப்பட்டது. முருகு அவர்கள் நாடு முழுவதும் பயணம் செய்து கூட்டங்களில் பேசி இந்நிதி பெருக ஒத்துழைத்தார்.

இதன்பிறகு முருகுவிற்கும் 'தமிழ் நேசன்' நிர்வாகத்திற்கும் சில கருத்து வேறுபாடுகள் ஏற்பட்டு முருகு 'தமிழ் நேசனி' லிருந்து விலகிவிட்டார். அவர் விலகும் பொழுது 'தமிழ்ப் பள்ளி மாணவர் நிதி' ஏறக்குறைய எட்டு லட்சத்தைத் தாண்டி இருந்தது. 'தமிழ் நேசனி'லிருந்து வெளியே வந்த முருகு 'புதிய சமுதாயம்' என்ற மாத இதழைத் துவங்கினார். பிறகு அந்தப் பத்திரிகையும் கை மாறிவிட்ட நிலையில் முருகு மிகவும் மனமுடைந்து போனார்.

உதாரணப் புருசர் ஆதி. குமணன்

கால்தொடை எலும்பு முறிந்து 12 நாட்கள் மருத்துவமனையில் இருந்து, வீடு திரும்பி இரண்டு நாட்கள்தான் ஆகியிருந்தன. தொடைக்கிடையில் இரும்புத்தகடு. எழுந்து சரியாக ஊன்றி நடக்க முடியாத நிலையில் படுக்கையில் இருந்த அந்த நள்ளிரவில் எனது கைத்தொலைபேசி அலறியது!

என் மகன்தான் அந்தச் செய்தியைக் கூறினார்: "ஆதி. குமணன் இறந்துவிட்டார்!"

இதைக் கேட்டதும் என்னால் பேச முடியவில்லை. இது பொய்யான செய்தியாக இருக்கக் கூடாதா? யார் சொன்னது; எப்படி அவனுக்கு இந்தச் செய்தி கிடைத்தது? 12.10.க்கு இறந்திருக்கிறார். 12.25.க்கு எப்படி இந்தச் செய்தி என் மகனுக்கு எட்டியது? விடியும்வரை எனக்குத் தூக்கம் வரவில்லை. கண்கள் அழுதவண்ணமிருந்தன. தொலைபேசியில் அடுத்தடுத்து எஸ்.எம்.எஸ் செய்திகள் வந்த வண்ணமிருந்தன. நண்பர் சந்திரகாந்தத்திற்கு போன் செய்து விஷயத்தைச் சொன்னேன். அன்று ஞாயிறு பதிப்பில் மலேசிய நாவலாசிரியர்கள் பெயரில் சந்திரகாந்தத்தின் பெயரை முன் வரிசையில் 'ஞானபீட'த்தில் தனது கேள்வி – பதில் பகுதியில் ஆதி சொல்லியிருந்தார். மறுநாள் காலை

7.30 மணிக்கு 'நண்பன்' பத்திரிகை முன்பக்கக் கறுப்புக்கலரில் ஆதியின் மரணச் செய்தியுடன் வரும்வரை, எனது எண்ணங் கள் அவரோடு இருந்த அந்த மகத்தான நாட்களின் நினைவு களில் மிதந்தன.

நான் எப்பொழுதுமே அவரைத் 'தமிழவேள்' கோ. சாரங்க பாணி, 'முத்தமிழ் வித்தகர்' முருகு. சுப்பிரமணியம் போன்ற பத்திரிகையாளர்களோடு வைத்தே கணித்து வந்தேன். சிங்கப்பூரிலும் மலேசியாவிலும் எத்தனையோ பத்திரிகை யாளர்கள் தமிழ்ப் பத்திரிகைகளில் பணியாற்றியுள்ளார்கள். சமூக அக்கறையோடு பத்திரிகைக்கு வெளியிலும் இம்மூவர் மட்டுமே கடமையாற்றியவர். அதுவும் ஆதி. குமணனிடம் இருந்த மனிதாபிமானம் மிகவும் கூர்ந்து பார்க்கத்தக்கது.

மனிதாபிமானம் என்பது தனது நண்பர்களை மட்டுமே நேசிப்பது மட்டுமல்ல, தனது எதிரியையும் நேசிக்கும் மனம் வேண்டும். அந்தவகையில் பத்திரிகைப் போட்டியில் – அரசியலில் அவரை எதிர்த்து எழுதியவர்கள், சொந்தப் பிரச்னை களை எழுதியவர்கள், மிகக்கேவலமான வார்த்தைகளைப் பிரயோகித்தவர்கள் என்று அனைவருக்கும் அவர் ஒரு வேடந் தாங்கலாக இடம்கொடுத்துத் தனது பத்திரிகையில் பணி யாற்றும் வாய்ப்பை வழங்கினார்.

இதை அவரிடம் சில வேளைகளில் எடுத்துச் சொல்ல வேண்டிய சூழல் எனக்கு ஏற்பட்ட போது சிரித்துக்கொண்டே பேசாமல் இருந்துவிடுவார். அவரிடம் எனக்கு அதிகம் பிடித்ததே அந்தச் சிரிப்புத்தான். எத்தனையோ இக்கட்டான நேரங்களில் அவரோடு இருந்துள்ளேன். அப்போதுகூட, "அந்தச் சங்கடங் களை மறந்து கொஞ்சம் மகிழ்ச்சியாக இருப்போமே" என்று தான் சொல்வார்.

சிலம்பக்கலையை ஆஸ்திரேலியாவில் அறிமுகம் செய்வதற்கு ஒரு குழுவாகப் புறப்பட்டோம். 'பல குரல் மன்னன்' ப. மகேஸ் வரன், ரெ. சண்முகம், அப்போதைய எழுத்தாளர் சங்கச் செயலாளர் பெ. இராஜேந்திரன் மற்றும் பலர் அந்தக் குழுவில் – சிலம்பக்கழக மாணவர்கள் பலரோடு சென்றோம். சிட்னியில் இறங்கி விமானம் மாறி மெல்பர்ன் செல்ல வேண்டும். மெல்பர்ன் அடைந்தபொழுது எங்களது இருவரின் பெட்டி களும் வரவில்லை. மற்றவர்களை விமானங்களில் அனுப்பி வைத்துவிட்டு மெல்பர்ன் விமான நிலையத்தைச் சுற்றிப் பார்க்க ஆரம்பித்துவிட்டார். அது எனது நான்காவது ஆஸ்திரேலியப் பயணம். பல்வேறு முறை விமானப்பயணம் செய்திருந்தாலும் இதுவரை விமானப்பயணத்தில் எனது பெட்டிகள் காணாமல் போனதில்லை. எங்கள் இருவருக்குமே

மாற்று உடை இல்லை. அனைத்தும் பெட்டியில்தான். எனக்குப் பதற்றமாக இருந்தது. அவரோ கொஞ்சம்கூட அலட்டிக் கொள்ளாமல் நடந்துகொண்டிருந்தார்.

"என்ன பீர் முகம் வாட்டமாக இருக்கிறது?"

"பெட்டி ..." என்று இழுத்தேன்.

"அதெல்லாம் நாம் இந்த விமான நிலையத்தை ஒரு சுற்று சுற்றிவிட்டு வருவதற்குள் பெட்டிகள் வந்துவிடும் ... கவலைப்படாமல் வாருங்கள்" என்றார். அடுத்து வந்த விமானத்தில் எங்கள் பெட்டிகள் வந்துவிட்டன. ஆனால் தாறுமாறாக பூட்டுகள் உடைக்கப்பட்டிருந்தன. அதைப்பற்றியெல்லாம் அவர் கவலைப்படாமல் காரில் ஏறி அமர்ந்தார்.

பல்வேறு கூட்டங்களுக்கு அவரோடு வெளியூர் சென்றிருக்கிறேன். ஆனால் இருவருக்கும் தனித்தனி அறைதான் ஒதுக்கப்பட்டிருக்கும். ஆனால் இம்முறை இருவரும் ஒரே அறையில் தங்கினோம். மெல்பர்ன் நிகழ்ச்சி முடிந்து மறுநாள் காலை சிட்னி வந்தபொழுது ரெ. சண்முகம், ப. மகேஸ்வரன் இருவரோடு நானும் ஆதியும் பெரிய அறையை எடுத்துத் தங்கினோம்.

எனக்கு இரவில் பசித்தது. டாக்சி ஒன்றை வரவழைத்து 'பேகர்' கடைக்குப் போகச் சொன்னபோது, பின் கதவு திறந்து ஆதியும் வந்து சேர்ந்துகொண்டார்.

"என்ன உங்களுக்குப் பசியா?"

"இல்லை இல்லை. அறையில் இருப்பதைவிட உங்களோடு வருகிறேனே" என்றார்.

இருவரும் சாப்பிட்டு முடித்து டாக்சிக்குக் காத்திருந்த போது ஆஸ்திரேலிய டாலர்களை எடுத்து எனது பாக்கெட்டில் திணித்தார்.

"என்ன இது?" என்றேன்.

"வந்ததிலிருந்து நீங்களே செலவு செய்துகொண்டிருக்கிறீர்கள். ஹோட்டலுக்கும் நீங்களே பணம் கொடுத்தீர்கள். இதை வைத்துக்கொள்ளுங்கள்" என்றார். நான் பணத்தை எடுத்து அவருடைய பையில் வைத்துச் சொன்னேன். "இவ்வளவு பெரிய குழுவைக் கொண்டு வந்துள்ளோம். ஆபத்து அவசரத்துக்கு வேண்டிய பணத்தை ஏற்பாடு செய்த பிறகே நான் இங்கே புறப்பட்டேன். வேண்டுமானால் நானே கேட்டு வாங்கிக் கொள்கிறேன்" என்றேன். எனக்குப் பணம் கொடுப்பதற்காகவே, அதுவும் யாரும் அறியாமல் கொடுப்பதற்காகவே எனது டாக்சியில் வந்துள்ளார்.

சிட்னிக்குக் கோலாலம்பூரிலிருந்து புறப்பட்டபொழுது, விழாவை முன்னிட்டு நடுவானில் 35 ஆயிரம் அடி உயரத்தில் பறந்துகொண்டிருந்தது. அன்று ஆதிக்குப் பிறந்த நாள். முப்பத்தைந்தாயிரம் அடி உயரத்தில் ஆதியின் பிறந்த நாளை மாலையணிவித்து விடிய விடிய ஏழரை மணிநேரம் பயணம் முழுவதும் மகிழ்ச்சியாகக் கொண்டாடினோம்.

அதுபோலவே சென்னையில் நடந்த 'தமிழ் இனி 2000' மாநாட்டிற்குச் சென்றிருந்தோம். மாநாடு, கூட்டம், விவாதம், பேச்சு என்று இருந்த நாங்கள் நள்ளிரவில் மெரினா கடற்கரையில் செய்த பாட்டுக்கச்சேரி வாழ்க்கையில் மறக்க முடியாதது.

லட்சக்கணக்கான மக்கள் கூடும் மெரினா கடற்கரையில் நாங்கள் மட்டுமே தூக்கிப்பிடித்த கால் சட்டைகளோடு கடலில் இறங்கி ஆடிப்பாடியபோது எங்களை மீண்டும் சிறுவர்களாக மாற்றிவிட்டது. அந்த இனிய இரவை இப்பொழுது நினைத்தாலும் எனக்குச் சிரிப்புதான் வருகிறது.

ஆதியிடம் நான் பார்த்த மிகச்சிறந்த ஒரு குணம் எந்தச் சூழலிலும் நிதானம் இழக்காதது. "மிக உணர்ச்சி வசப் படுபவன்" என்று என்னிடம் ஓரிருமுறை கூறி, "நிதானம் நிதானம்" என்று சொன்னவர், ஒருமுறை 'ஞானபீட'த்திலும் 'பீர்முகம்மது கொஞ்சம் உணர்ச்சிவசப்படுபவர்' என்றே பதில் சொல்லிவிட்டார். அதிலிருந்து நானும் எனது உணர்ச்சிகளைக் கொஞ்சம் அடக்கி வாசிக்கப் பழக்கப்படுத்திக் கொண்டேன்.

மலேசியத் தமிழ் எழுத்தாளர் சங்கத்தில் நான்கு ஆண்டுகள் அவரோடு உதவித்தலைவர் – துணைத்தலைவர் என்று பணியாற்றியுள்ளேன். செயலவையில் அவரின் நிதானப் போக்கு முடிவுகள் எடுப்பதில் உள்ள அறிவார்ந்த தன்மை, சங்கத்தின் செயல் திட்டங்களுக்கு நேரிடையாகவும் மறைமுகமாகவும் அவர் அளித்த பொருளாதார உதவிகள் என்று அனைத்திலும் நானும் கூட இருந்திருக்கிறேன் என்பதில் எனக்கும் இன்று மகிழ்ச்சியாகவே இருக்கிறது.

மலேசிய எழுத்துலகை ஒரு வரலாற்றுப்பூர்வமாகப் பார்த்தால் அதில் ஆதி. குமணனின் எழுத்து இதுவரை மற்றவர்கள் செய்யாததைச் செய்துள்ளது. படைப்பு இலக்கியம் வேறு, பத்திரிகை எழுத்தென்பது வேறு. உலக வரலாற்றில் பத்திரிகை ஆசிரியர்கள் பல மாற்றங்களைச் சமூகத்துக்குக் கொண்டுவந்துள்ளார்கள். பத்திரிகை என்பது வெறும் செய்திகள் மட்டுமே தரக்கூடியது என்ற நிலையை மாற்றியவர்களில் ஆதியும் ஒருவர். ஆதி. குமணன் எழுதிய சில எழுத்துகளால்

சமூக மாற்றங்கள் ஏற்பட்டுள்ளது மட்டுமல்ல, எழுத்தாளனுக்கும் ஒரு சமூக மரியாதையை ஏற்படுத்தியது.

ஒரு சிகரெட் கம்பெனி தனது விளம்பரத்தில் தமிழ்ப் படத்தைத் திரையிடாமல் இருந்தபோது, இவரின் எழுத்து உடனே மாற்றத்தை ஏற்படுத்தித் தமிழ்ப்படம் திரையிட வகை செய்தது.

காலம் காலமாக எழுதிய எழுத்தாளர்களைக் கௌரவிப்பதில் அவர் எப்பொழுதுமே தயக்கம் காட்டியதில்லை. வெகு காலம் எழுதாமல் இருந்தவர்களை மீண்டும் எழுதவைக்கும் முயற்சியாகக் ‘கடிகாரக் கதை’ என்று எழுத வைத்து, அதை எழுத்தாளர் சங்கத்துக்காக நூலாகவும் போட்டுக் கொடுத்தார்.

தமிழ்ச்சமூகச் சூழலில் பயந்து பயந்து எழுதும் எழுத்தாளனாக – உண்மைகளைத் துணிந்து சொல்ல முடியாதவராக இருந்தவர்களைத் துணிந்து பேனா எடுக்க வைத்தவர். எனக்குத் தெரிந்த பலவீனமான – துணிவில்லாத சமூகம் என்று எழுத்தாளர்களைக் காலங்காலமாக உறைந்த பனியில்தான் இந்தச் சமூகம் வைத்திருந்தது. அந்த உறைநிலையிலிருந்து அவர்களை மீட்டெடுத்து, அவர்களுக்கென்று ஒரு சமூகக் கௌரவத்தை ஏற்படுத்தியதில் ஆதி. குமணனுக்கு உரிய பங்கு அளப்பரியது.

பணத்துக்காக எதை வேண்டுமானாலும், யாரை வேண்டுமானாலும் தூக்கி நிறுத்த நினைக்கும் எழுத்துலகில் எந்த நிலையிலும், ‘நான் நானாகத்தான் இருப்பேன்’ என்று மார்தட்டிய மாவீரன் அவர். எத்தனையோ பத்திரிகைத் துறையைச் சேர்ந்தவர் எந்தெந்த வகையிலெல்லாம் விலை போகிறார்கள் என்பதைத்தான் நன்கு அறிவேன். எந்த விலை வைத்தாலும் தராசில், அது ஆதியின் பக்கமே இறங்கி இருப்பதைக் காலங்காலமாக பார்த்தவன் நான்.

எப்பொழுதாவது ஒருமுறைதான் உதாரணப் புருசர்கள் பிறப்பார்கள். அப்படியொரு உதாரணப் புருசர்தான் ஆதி. குமணன்!

III

சமூகம்

தமிழ் உங்கள் அந்தரங்க அறை அல்ல!

இப்பொழுதெல்லாம் மிக உரத்த குரலில் தமிழர் திருநாள் பற்றிப் பேசுகிறார்கள். அப்படிப் பேசுகிறவர்களைக் கண்டால் ஒரு காலத்தில் என் ஊனிலும் உயிரிலும் கலந்த 'தமிழ்' என்ற உணர்வால் ஏற்றிப்போற்றினேன்.

கோ. சாரங்கபாணி காலத்தில் நடந்த தமிழர் திருநாள்களுக்கும் இப்பொழுது நடக்கிற தமிழர் திருநாள்களுக்கும் ஏகப்பட்ட வித்தியாசங்களைக் காண முடிகிறது. ஒரு தமிழர் திருநாளில் கி.ஆ.பெ.,பேராசிரியர் அப்துல் கபூர் போன்றவர்கள் இங்கே வந்து மேடைதோறும் தமிழ் முழங்கினார்கள். தமிழர் திருநாள், சாதி மதம் கடந்து மொழியாலும் இனத்தாலும் தமிழர்களை இணைக்கின்ற பாலமாகத் திகழ்ந்த மகோன்னதமான நாட்கள் அவை. என்னைப் போன்ற பல மேடைப் பேச்சாளர்களையும் எழுத்தாளர்களையும் உருவாக்கிய பெருமை தமிழர் திருநாளுக்கே உள்ளது. சமூகப் பணியிலும் தமிழ்ப்பணியிலும் எந்தவிதப் பொருள் நோக்கமுமில்லாமல் எங்களை ஈடுபட வைத்த பெருமை தமிழர் திருநாளுக்கே உரியது.

சிறிது காலம் தமிழர் திருநாள் கிடப்பில் இருந்தது. இப்பொழுது நாடு முழுவதும் பரவலாகத் தமிழர் திருநாள் கொண்டாடப்படுவதைக் காண மனம் பூரித்தாலும் சில விஷயங்களில் சங்கடங்கள் உருவாகாமல் இல்லை. ஏறக்குறைய, 'தமிழர் திருநாள்' இப்பொழுது 'மதத் திருநாளாக' ஆகி விட்டது. தமிழன் என்ற அடையாளம் குறைந்து, மத, சாதி, அடை யாளங்களே தலை தூக்கி நிற்கிறது. எல்லா ஊர்களிலும் இப்படி நடக்கிறது என்று கூற முடியாது. ஆனால் முன்னோடிகள் என்று சொல்லப்படுகின்ற சிலர் நடத்தும் தமிழர் திரு நாட்களில் இந்தக் கூத்தடிப்பு இப்பொழுது அதிகமாகி வருகிறது.

ஒவ்வொரு தமிழர் திருநாளிலும் ஐந்தாறு பேர்களை அழைத்துப் பொன்னாடை போர்த்தி மாலை போட்டுப் பாராட்டுகிறார்கள். இதில் ஏனோ தமிழுக்கும் தமிழர் திரு நாளுக்கும் கடந்த ஐம்பது ஆண்டுகளாகப் பாடுபட்ட எல்லா மதத்தினரும் இவர்களின் கண்ணில் படுவதே இல்லை. பிறகு எதற்கு இதற்குத் தமிழர் திருநாள் என்று பேர் வைத்துக் கொண்டு கூத்தடிக்கிறார்கள்? அதற்கும் காரணங்கள் உண்டு.

இலக்கிய மாநாடுகள் நடத்துவதற்கும் தமிழர் திருநாள் நடத்துவதற்கும் இவர்களுக்கு நிதி தேவைப்படுகிறது. அதை எந்த மதத்தவர், எந்த சாதிக்காரர் கொடுத்தாலும் ஏற்றுக் கொள்ளத் தயாராய் இருக்கிறார்கள். ஆனால், அவர்கள் ஆற்றிய தமிழ்த் தொண்டு இவர்களின் கண்களில் படுவதே இல்லை. பெயருக்கு எப்பொழுதும் ஆமாம் சாமி போடு வதற்கும் நிதி பெற்றுத் தருவதற்கும் ஒரு சிலரைப் பக்கத்தில் வைத்திருக்கிறார்கள்.

இதில் முதல் தமிழர் திருநாளைக் கொண்டாடிய பொழுதே இவர்கள் அது தமிழர் திருநாள்தான் என்பதை நிரூபித்திருக்க வேண்டும். முதல் திருநாளில் – இங்கே முதல் தமிழர் திருநாள் என்று நான் சொல்வது கோ.சா. காலத்துத் திருநாள் அல்ல. அண்மையில் மீண்டும் உயிர் பெற்ற திரு நாளையே குறிக்கிறேன். இதில் ஒரு மறைமுகக் கூத்து நடந்தது பலரும் அறியாதது. இதில் இவர்களுக்கு வேண்டியவர்கள் மட்டுமே பாராட்டப் பெற்றார்கள். தனது ஆள் முதல் பட்டிய லில் இருக்க வேண்டுமென்று மறைமுகமாகத் திருநாள் குழுவின் முக்கியப் புள்ளி நாசூக்காக அதைச் செய்துள்ளார். அந்தக் குழுவில் இருந்த யாருக்கும் இது இன்றுவரை தெரியாது. இப்பொழுது நான் சுட்டிக் காட்டியதால் இது பற்றி அவர்கள் தீவிரமாகச் சிந்திக்கக் கூடும்.

ஒரு பொன்னாடை போர்த்தி, சந்தன மாலை அணி வித்துப் பாராட்டுவதால் குறிப்பிட்ட அந்த நபருக்கு வைரக்

கிரிடம் அணிவித்து விட்டதைப் போல இவர்கள் நினைக்கிறார்கள். உண்மையில் பாராட்ட நினைத்தால், ஒரு நினைவுத் தங்கப்பதக்கம் அணிவித்தால், பாராட்டுப் பெற்றவர் வாழ்நாள் முழுதும் அதை ஒரு நினைவுச் சின்னமாக வைத்திருப்பார். அதையும் இவர்கள் செய்வதில்லை. எல்லாம் ஒரு நாள் கூத்து!

அண்மைக்காலமாக இந்தப் பொன்னாடை, மாலை மரியாதைகளில் அதிகபட்ச வெறுப்பு ஏற்பட்டுவிட்டது. யாருக்குப் போடுவது, யாருக்குப் போடக்கூடாது என்பதில் எனக்கு வெறுப்பில்லை. எல்லாருக்கும் எல்லா இடங்களிலும் இந்தச் சடங்கு ஒரு சம்பிரதாயமாக மாறிப் பொன்னாடைக்கு மதிப்பில்லாமல் போய்விட்டது. இப்பொழுது மலிவாகக் கிடைப்பது பொன்னாடையும் சந்தனமாலையும்தான். தமிழுக்கும் தமிழனுக்கும் தொண்டு செய்பவனுக்கு ஒரு மரியாதை வேண்டாமா?

எவ்வளவோ நிதி வசூலிக்கிறீர்கள். இதற்குக் கணக்கும் யாரும் கேட்பதில்லை. ஒரு தமிழர் திருநாளில் உச்சக் கட்டமாக இருக்கும் இந்தப் பாராட்டு விழாவைப் பாராட்டுப் பெறுபவன் மன மகிழ்ச்சியோடு அதைப் பெற்றுக் கொள்வதை நிச்சயப்படுத்த வேண்டாமா? தமிழர் திருநாளின் உண்மையான நோக்கங்களைப் புரிந்துகொண்டவர்கள் நிச்சயமாக இப்படிச் செய்யமாட்டார்கள். அப்படிப் புரிந்துகொண்டவர்களை இவர்கள் அருகில் சேர்த்துக்கொள்வதே இல்லை. இவர்கள் உண்மையான தமிழர்களாக எப்பொழுதும் இருந்ததில்லை.

உண்மையில் தமிழ் பக்தி மொழி என்று பல அறிஞர்களும் கூறியுள்ளார்கள். ஒரு கிறிஸ்துவப் பாதிரியாரான தனிநாயக அடிகளார் தனது கட்டுரையிலும் பேச்சிலும் பல முறை இதை வலியுறுத்தியுள்ளார். முதல் தமிழாராய்ச்சி மாநாட்டில் அவரின் பேச்சைக் கேட்டவர்களுக்கு இது தெரியும். முதல் தமிழராய்ச்சி மாநாட்டின் சுற்றுலாக் குழுவில் நான் இருந்து பணியாற்றியுள்ளேன். முருகு சுப்பிரமணியம் அச்சுற்றுலாக் குழுவிற்குத் தலைவராக இருந்தார். ஒவ்வொரு அங்கத்தையும் எப்படிச் சிறப்பாகச் செய்வது என்பதில் தனிநாயக அடிகள் காட்டிய அக்கறை என்னை இன்னும் வியப்பில் ஆழ்த்துகிறது. ஒரு கிறிஸ்துவரான அடிகள் தமிழின் மேல் வைத்திருந்த பற்றும் பாசமும் எழுத்தில் வடிக்க முடியாதது.

ஒரு சரஸ்வதி பூசையில் திருநாவுக்கரசரின் 'மாசில் வீணையும் மாலை மதியமும்' என்ற பாடலைவிட வேறு எந்தப் பாடல் அதிக சக்தி வாய்ந்ததாக அமைந்துவிடப் போகிறது? அந்தப் பாடலை நாவுக்கரசர் எந்தச் சூழ்நிலையில்

பாடினார் என்ற வரலாறு தெரிந்தால் இவர்கள் வட மொழி சுலோகங்களைப் பாடுவார்களா? திருவாசகத்துக்கு உருகாதவர் ஒரு வாசகத்துக்கும் உருக முடியாதுதானே? ஆனால் 'சுக்லாம் பரதரம்' எனக் கூறிப் போலியாக உருகிக்கொண்டிருக்கிறார்கள். பல ஆண்டுகள் பூட்டியே கிடந்த கோவிலின் கதவு ஞான சம்பந்தரின் ஒரு பாட்டுக்குத் திறந்தது என்றால் அந்தத் தமிழ்ப் பாட்டின் சக்தி எவ்வளவு வலிமையுடையது!

மொழியைப் பேணுவதிலும் அதை முதன்மைப்படுத்து வதிலும் நேர்மையாக இருங்கள். அதைப்போலத் தமிழர் திருநாளில் மதத்தாலும் மொழியாலும் ஒன்றுபடுத்த முயற்சி செய்யுங்கள். இன்னொரு மத விழாவாக தயவுசெய்து தமிழர் திருநாளை உங்கள் காலத்தில் மாற்றிவிடாதீர்கள்.

அப்துல் காதரும் அந்தோணியும் அமாவாசையும் தமிழர் திருநாளைப் பொறுத்தமட்டில் மொழியாலும், இனத்தாலும் தமிழர்கள். இதற்கு வழக்கமாக நீங்கள் பார்க்கும் சோதிடம் தேவையில்லை. உங்கள் சோதிடத்தைப் பொறுத்த வரையில் மதத்தால் இம்மூவரும் ஒரே கிரக சஞ்சாரத்தில் இணைய முடியாது. ஆனால் மொழியால் அவர்கள் சுபகிரகங்கள். எப்பொழுதுமே நல்ல பலன்களைத் தரும் இடத்திலேயே சஞ்சரிக்கிறார்கள். நீங்களோ சரியாகப் பலன் சொல்ல முடியாத நிலையில் இந்தத் தமிழன் என்ற கிரகத்தைத் தவறான இடத்தில் கணித்து வைத்துப் பிரிக்கிறீர்கள்.

இப்பொழுதெல்லாம் 'சாதி' ஒரு ஆயுதமாகப் பயன்படுத்தப் படுகிறது. அதற்கு மேல் சரிப்பட்டு வராவிட்டால் 'மதம்' என்ற பெரிய ஆயுதத்தைக் கையில் எடுத்துக்கொள்கிறார்கள். இன்று எல்லாப் பொது அமைப்புகளிலும் 'சாதி' பெரிய இடத்தைப் பிடித்துள்ளது. எந்தச் சாதி வேண்டாமென்றும் – ஏற்றத் தாழ்வு கூடாது என்றும் போராடி வருகிறோமோ அந்தச் 'சாதி' என்ற வடிவம் பெரிய அரக்கனாக உருமாறி யுள்ளது. இன்றைய பொது அமைப்புகளில் தமிழுக்குத் தொண்டு செய்வதில்கூட ஏற்றத்தாழ்வுகள் வந்துவிட்டன. இப்பொழுது மதமும் முக்கியப் பங்கு வகிக்கிறது.

என் வாழ்நாளில் பெரும்பகுதியைத் 'தமிழ்... தமிழ்' என்று ஒட்டியும் உறவாடியும் பொது வாழ்க்கையில் ஐம்பது ஆண்டுகளைக் கடந்த பின் இப்பொழுது 'மதத்தால்' எனக்கும் பிரச்னைகள் தோன்றியுள்ளன. இது இவர்களின் குறுகிய மனப்பான்மையைத்தான் காட்டுகிறது. தமிழுக்குத் தொண்டு செய்வதற்கு நான் பிச்சை முத்துவாக இருக்க வேண்டிய அவசியம் கிடையாது தோழர்களே! பீர்முகம்மதுவாக இருந்தும் தொண்டு செய்ய முடியும். அதற்கு இவர்களைப் போன்றவர்

களின் அனுமதி தேவையில்லை. ஒரு நாள் வரலாறு எழுதப் படும். அப்பொழுது இன்னும் விரிவாக இவர்களை அடை யாளப்படுத்துவேன். அந்தப் பட்டியல் நீண்டது. கொஞ்சம் அவமானகரமானது.

எது எப்படி இருந்தாலும் ஒன்றை மட்டும் மன்றாடிக் கேட்டுக்கொள்கிறேன். தமிழ்த் தொண்டில் சாதி, மதம் இவற்றைக் கலக்காதீர்கள். பிறகு தமிழ்த் தொண்டு செய்வதற்கு எவனும் வர மாட்டான். தமிழ் ஒன்றும் உங்கள் வீட்டு அந்தரங்க அறை அல்ல – நீங்கள் மட்டுமே உபயோகிப்பதற்கு.

நாடு கடத்திக்கொண்ட புத்தர்

இதுவரையில் நாம் படித்த நூல்களிலும் நாடகம், சினிமா அனைத்திலும் புத்தரின் துறவு பற்றிய செய்தி சரியானதாக இல்லை. புத்தர் தனது 29வது வயதில்தான் துறவு மேற்கொள் கிறார். இந்த 29 வயது வரை அவரின் தந்தை அவரை ஒரு சாவையோ, ஒரு பிணி பிடித்த வரையோ, மூப்படைந்தவரையோ காணாமல் வளர்த்தார் என்பது எந்த வகையிலும் ஏற்றுக் கொள்ள முடியாததாகும்.

புத்தரின் துறவு என்னும் நிகழ்ச்சி பல ஆண்டுகளாகக் கேள்வியாகவே இருந்தது. புத்தரின் வாழ்க்கை புராணமல்ல, வரலாறு! கபிலவஸ்து நாட்டை ஆண்ட சாக்கிய வம்சத்து இளவரசன் சித்தார்த்தன். கி.மு. ஆறாம் நூற்றாண்டுக்குப்பின் அப்போதைய வட இந்தியா அரசுகளாகப் பிரிவு பட்டிருந்தது. அதில் ஒன்றுதான் கபிலவஸ்து.

கபிலவஸ்துவின் மன்னன் சுத்தோதனன். அவனுக்கு இரண்டு மனைவிகள். இருவரும் சகோதரிகள். முதலில் தங்கையை மணந்தான். அவள் பெயர் மகாமாயா. இவளே புத்தரின் தாய். மற்றவள் மகாபிரஜாபதி. இவள் மகன் நந்தா. புத்தர் பிறந்த ஏழாவது நாளில் அவரின்

தாய் மகாமாயா இறந்துவிட்டார். பெரியம்மாவின் அரவணைப் பிலேயே புத்தர் வளர்ந்தார்.

இந்த நிலையில் சாக்கிய வம்சத்தில் தண்டபாணி என்பவர் தன் மகள் யசோதா பதினாறு வயதடைந்ததைக் கருத்தில் கொண்டு அவளுக்குத் திருமணம் செய்விக்க எண்ணி னார். அக்காலத் திருமணம் என்பது சுயம்வர முறைப்படியே மணமகன் தேர்வு நடைபெறும். அவ்வகையில் பக்கத்து நாட்டு இளைஞர்களுக்கும் உள்நாட்டு இளைஞர்களுக்கும் அழைப்பு அனுப்பப்பட்டது. சித்தார்த்தனுக்கும் ஓர் அழைப்பு அனுப்பப் பட்டது. அப்பொழுது சித்தார்த்தனுக்கு வயது பதினாறு. வில் வித்தையில் வென்று யசோதாவை வெற்றிகரமாக மண முடித்தான் சித்தார்த்தன். சிறிது காலம் சென்று சித்தார்த் தனுக்கும் யசோதாவுக்கும் இராகுலன் என்ற மகன் பிறந்தான். ஏறக்குறைய பதின்மூன்று ஆண்டுகள் அவர்களின் இல்லற வாழ்க்கை மிக இனிமையானதாகச் சென்றுகொண்டிருந்தது.

சித்தார்த்தன் பிறந்த நேரத்தில் இமயமலையில் தவமிருந்த முனிவர் அசித்தர், கபிலவஸ்துவில் சித்தார்த்தன் பிறந்திருப் பதை அறிந்து அங்கே வருகிறார். அசித்தர் மிகப்பெரிய ஞானம் பெற்றவர். சித்தார்த்தன் நிச்சயம் எதிர்காலத்தில் துறவு பூண்டு புத்தனாக மாறுவான் என்று கூறுகிறார். சித்தார்த் தனின் தந்தை சுத்தோதனர் ஆடம்பர அரண்மனைகளில் தம் மகனைப் பெண்கள் புடைசூழ வளர்த்து வருகிறார். கோடை, மழை, குளிர்கால அரண்மனைகள் என்று மிக ஆடம்பரமான அந்த இடங்களில் சிற்றின்பம் அளிக்க பல வகையிலும் அந்தப் பெண்கள் முயலுகிறார்கள்.

"என் ரகசியங்கள் உம்மால் அறியப்படக் காத்திருக் கின்றன." – இப்படி ஒருத்தி.

போலியான போதையில் தன் உடைகளை நழுவவிட்ட வாறு நாவைச் சுழித்துக்காட்டி, "இந்த அழகை ஆராதி யுங்களேன்" என்று அவர் மேல் சாய்ந்தாள் இன்னொருத்தி. இவற்றுக்கெல்லாம் மயங்காத சித்தார்த்தன் தன் போக்கில் சிந்தனைகளில் மூழ்கி இருந்தான். இந்த நேரத்தில் சித்தார்த்தன் இருபது வயதை எட்டிவிட்டான். சாக்கிய வம்சத்தவர்கள் தங்களுக்கென்று ஒரு சங்கம் வைத்திருந்தனர். இருபது வயதுக்கு மேற்பட்ட ஒவ்வொரு சாக்கிய இளைஞனும் இச்சங்கத்தில் கட்டாயமாக உறுப்பினராக வேண்டும். இருபது வயதை அடைந்த சித்தார்த்தன் சங்கத்தில் இணைந்தான்.

சாக்கியர்கள் கூடிப்பேசும் இடத்திற்கு 'சான்ஸ்தாகார்' என்று பெயர். இச்சங்கம் அரச சபைக்கு அடுத்த நிலையில்

செல்வாக்குப் பெற்றிருந்தது. சங்கம் எடுக்கும் முடிவுகள் ஜனநாயக முறைப்படி ஓட்டுக்கு விட்டு இறுதிமுடிவுகள் நடைமுறைப்படுத்தப்பட்டன. சித்தார்த்தன் சங்கத்தில் உறுப்பினராகி எட்டு ஆண்டுகள் கடந்துவிட்டன. சங்கத்தின் வளர்ச்சிக்கும் அதன் செயல் திட்டங்களை அமல்படுத்து வதிலும் சித்தார்த்தன் முழு மனதுடன் ஈடுபட்டான்.

இந்த எட்டாவது ஆண்டில் சங்கத்தில் ஒரு நெருக்கடி யான நேரம் உருவாகியது. சாக்கியர்களின் அரசு எல்லையில் ‘கோலியர்கள்’ என்ற மற்றொரு வம்சத்தாரின் எல்லை இருந்தது. இரண்டு எல்லைகளையும் ரோகிணி என்ற ஆறு பிரித்திருந்தது. ரோகிணி ஆற்று நீரைக் கோலியர்களும் சாக்கி யர்களும் தங்கள் விவசாயத்துக்காகச் சமமாகப் பிரித்துக் கொண்டார்கள்.

சித்தார்த்தனுக்கு இருபத்தெட்டு வயது ஆனபோது இந்த ரோகிணி ஆற்று நீரைக் கோலியர்கள் அதிகமாக எடுத்துக் கொண்டார்கள் என்பதில் இருதரப்பினருக்கும் மோதல் ஏற்பட்டது. சாக்கியர்கள் தரப்பில் சேதம் அதிகமாகிவிட்டது. இப்படி இந்த ரோகிணி ஆற்றுநீரைப் பங்கிடுவதில் பல முறை இருதரப்பினருக்கும் மோதல் ஏற்பட்டுள்ளது. இந்த முறை அது பெருமளவில் வெடித்தது.

சாக்கியர்கள் தளபதி கோலியர்கள் மேல் போர் தொடுப் பது என்று முடிவெடுத்து சாக்கிய சங்கத்தைக் கூட்டினார். “சங்கம் கோலியர்கள் மேல் போர் தொடுக்க நான் முன் மொழிகிறேன். இதை எதிர்ப்பவர்கள் பேசலாம்.” இப்படிப் போர் பிரகடனத்தைத் தளபதி முன்மொழிந்தார். “இந்தப் போர் பிரகடனத்தை நான் எதிர்க்கிறேன். எந்தப் பிரச்னை யையும் போர் தீர்ப்பதில்லை. அது மற்றொரு போருக்குத்தான் வழி வகுக்கும்!” – சித்தார்த்தன் போரை எதிர்த்து சங்கத்தில் குரல் கொடுத்தான்.

“கோலியர்களின் இந்தத் தொல்லை அவர்கள் செம்மை யாகத் தண்டிக்கப்படும்வரை தீராது என்பதில் நான் உறுதியாக இருக்கிறேன்” என்று மீண்டும் தனது தீர்மானத்துக்கு வலிமை சேர்த்தார் தளபதி.

போர் வேண்டும்; வேண்டாம் என்ற நிலையில் தீர்மானம் ஓட்டுக்கு விடப்பட்டது. இறுதியில் தளபதியின் தீர்மானம் வெற்றிபெற்றது. சங்கத்தின் விதிப்படி பெரும்பான்மை முடி வுக்கு அனைவருமே கட்டுப்பட்டவர்கள். ஆனால் சித்தார்த் தனுக்குச் சங்கத்தின் முடிவில் ஏமாற்றம் ஏற்பட்டது.

“நண்பர்களே, நீங்கள் விரும்பியதைச் செய்யலாம். உங்கள் பக்கம் பெரும்பான்மை உள்ளது. போருக்கான ஆயத்தங்களை மேற்கொள்ளும் உங்கள் முடிவை நான் எதிர்க்கிறேன். நான் உங்கள் படையில் சேரமாட்டேன். போரில் பங்கேற்க மாட்டேன்.” – இப்படி சித்தார்த்தன் பேசினான். தளபதி உடனே பதிலளித்தார். “சங்கத்தின் உறுப்பினராகச் சேர்க்கப் பட்ட பொழுது நீங்கள் எடுத்துக்கொண்ட உறுதிமொழியை நினைத்துப் பாருங்கள். அவற்றில் எதையேனும் நீங்கள் மீறினால் பொது அவமானத்துக்கு ஆளாவீர்கள்.”

கோலியர்களுக்கு எதிரான போரை எதிர்த்து சங்கத்தின் தீர்மானத்துக்கு மாறாக நடந்தால் மூன்று விதத் தண்டனை களுக்குச் சித்தார்த்தன் உட்பட வேண்டியிருக்கும். (1) சேர்ந்து போர் புரிவது (2) தூக்கிலிடவோ நாடுகடத்தப்படுவதோ செய்யப் படுவது, (3) அவருடைய குடும்பத்தினர் சமூக ஒதுக்கலுக்கு ஆட்படுத்தப்பட்டுச் சொத்துக்களைப் பறிமுதல் செய்வது.

தனது குடும்பம் பாதிக்கப்படக்கூடாது என்பதில் சித்தார்த்தன் கவனமாக இருந்தான். தனது தனிப்பட்ட கொள்கைக்காகக் குடும்பம் பாதிக்கப்படுவது நியாயமில்லை என்பதை உணர்ந்து தன்னை நாடுகடத்தவோ தூக்கிலிடவோ சபைக்கு அனுமதி வழங்கினான். இதிலும் ஒரு சிக்கல் உண்டாயிற்று. சித்தார்த்தனைத் தூக்கிலிடவோ நாடுகடத் தவோ சங்கம் உத்தரவிட்டால் மன்னரின் கோபத்திற்கு ஆளாக நேரிடலாம். இந்த இடர்ப்பாடு கருதி சித்தார்த்தனே ஒரு புதிய முடிவை யாருக்கும் பாதிப்பு வராமல் முன்மொழிந்தான்.

“நான் சந்நியாசம் பெற்று நாடு விட்டு வெளியாகிவிடு கிறேன். இதுவும் ஒருவகை நாடுகடத்தல்தான். யாருக்கும் பாதிப்பு வராது.” சித்தார்த்தன் தெரிவித்த கருத்து சிறந்ததென சங்கம் கருதி அதற்கு அனுமதி வழங்கியது. இதற்குப் பிறகு தனது தாய், தந்தை, மனைவி ஆகியோரைப் பிரியும் நிலையில் சித்தார்த்தன் தனது நாடு கடந்து போகும் நிலையில் உறுதியாக இருந்தான்.

தன் மனைவி யசோதா தன் முடிவால் நிலைகுலைந்து போவாளென்று அவன் எதிர்பார்த்தான்.

“தங்களின் நிலையில் நான் இருந்திருந்தால் இதே முடிவைத்தான் எடுத்திருப்பேன். கோலியர்களுக்கு எதிராக நிச்சயம் போரில் ஈடுபட்டிருக்க மாட்டேன். உங்களின் முடிவு சரியானதுதான். என் முழு ஒப்புதலும் அதற்கு உண்டு. நானும் தங்களோடு வந்துவிடலாம். ஆனால் முடியாது. காரணம்

நமது மகன் ராகுலன்தான்! அவனை நான் பாதுகாத்து வளர்க்க வேண்டியுள்ளது. இது இப்படி நேர்ந்திருக்கக்கூடாது என்பதுதான் என் விருப்பம். ஆனால், ஏற்படுகிற எந்த நிலையையும் எதிர்கொள்ள நாம் ஆற்றலும் துணிவும் உடையவ ராய் இருந்தாக வேண்டும். தங்களின் பெற்றோர் பற்றியோ, உங்கள் மகனைப் பற்றியோ நீங்கள் கவலையேதும் கொள்ள வேண்டியதில்லை. என் உயிர் உள்ளவரை அவர்களை நான் கவனித்துக்கொள்வேன்." இவ்வாறு சித்தார்த்தனின் மனைவி யசோதா கூறி அவனை வழியனுப்பி வைத்தாள்.

பிரிவென்பது உறுதியாகிவிட்ட பிறகு அன்புப் பிணைப்பால் கட்டுண்டவர்கள் மீண்டும் மீண்டும் விலகுதல்நிகழாமல் போய்விடுமோ? ஒரு மனிதனின் மரணத்திற்குப் பின் அவன் சொத்துக்கு வாரிசுகள் இருப்பர் என்பதில் ஐயமில்லை. எனினும் அவனுடைய நற்புகழுக்கு வாரிசாய் உலகில் எவரையும் காணலரிது.

சித்தார்த்தன் அனைவரையும் வணங்கி தனது சந்நியாசம் நோக்கி விடைபெற்றான். இதன் பிறகு கடும் தவம் மேற்கொண்டு காட்டில் பல்வேறு முனிவர்களிடம் கௌதமர் பயிற்சி பெற்றார். மாபெரும் பிருகு முனிவர் ஆசிரமத்தில் தங்கித் தவம் மேற்கொண்டார். சாக்கியம், சமாதி மார்க்கம், கடும் விரதச் சோதனை என்று தவம் தொடர்ந்தது. கடைசியில் இவற்றில் அவர் நம்பிக்கை இழந்தார். தனது விரதத்தை முடித்து புதிய ஒளியைத்தேடி அரசமரத்தடியில் சப்பணமிட்டு அமர்ந்து தவம் மேற்கொண்டார். இங்கேதான் அவர் ஞானம் பெற்றார். இதன்பிறகே சித்தார்த்தன் என்ற இயற்பெயர் கொண்ட அவர் புத்தர் என்று அழைக்கப்பெற்றார்.

இதுவரையில் நான் சொல்லியவற்றிலிருந்து ஏற்கெனவே கூறப்பட்டுள்ளது போல புத்தர், தானே இரவோடு இரவாகத் தனது மனைவிக்கும் தெரியாமல் துறவு மேற்கொள்ளவில்லை என்பதை நீங்கள் அறிந்திருப்பீர்கள். அவரின் மனைவி யசோதா மனமுவந்து வழியனுப்பி வைத்ததையும் படித்திருப்பீர்கள்.

பாலி மொழியில் எழுதப்பட்ட 'புத்தரும் அவர் தம்மமும்' என்ற நூல்தான் புத்தரின் உண்மையான வாழ்க்கையையும் அறிவுரைகளையும் உள்ளடக்கியது. இதை டாக்டர் பாபாசாகேப் அம்பேத்கர் ஆங்கிலத்தில் மொழிபெயர்த்துள்ளார். தமிழில் பெரியார்தாசன் பெயர்த்து வெளியிட்டுள்ளார்.

மற்ற தீர்க்கதரிசிகளைவிட புத்தர் வேறுபடுகிறார். கடவுளைப்பற்றி எந்த இடத்திலும் அவர் பேசவில்லை. "உனக்கு

நீயே ஒளியாக இரு. நான் சொன்னேன் என்று எதையும் ஏற்றுக்கொள்ளாதே” என்றார். அவர் எதையும் போதிக்க வில்லை. மனிதனை மூளை அடிமையாக்கவில்லை. பௌத்தம் ‘தான்’ என்ற ஆணிவேரை வெட்டச் சொல்கிறது. அப்பொழுது மனம் சூன்யமாகிவிடும். மனதில் ஒன்றும் இல்லாதபொழுதே தியானம் வெற்றி பெறுகிறது. இதையே ‘ஓஷோ’ என்ற ரஜனீஷ் வற்புறுத்துகிறார். உள்மனதைத் தற்கொலை செய்துகொள்வதின் மூலம் ஒரு புதிய மனிதன் உங்களுக்குள் உருவாகுகிறான் – மரம் அழியும்பொழுது அதன் விதையிலிருந்து மீண்டுமொரு விருட்சம் முளைப்பது போல.

உங்களைச் சூன்யமாக்கிக்கொள்ளுங்கள் என்று பௌத்தம் சொல்கிறது. சூன்யம் என்றால் ஒன்றுமே இல்லை என்று பொருள்படாது.

ஒரு பழத்தை எடுத்துக்கொள்வோம். ஒரு பழம் உருவாக மரம், மண், மேகம், சூரிய ஒளி தேவைப்படுகிறது. காற்றும் நீரும் அவசியமாகிறது. இவை இல்லாமல் ஒரு பழம் உருவாக முடியாது. அந்தப் பழத்தை உண்ணும்பொழுது மேற்கண்ட மரமோ, மண்ணோ, காற்றோ, மழையோ, சூரிய ஒளியோ அதில் இருப்பதில்லை. ஆனால் மறைமுகமாக இருக்கிறது. அதாவது சூன்யமாக இருக்கிறது!

மனதில் இருக்கும் எண்ணங்களை எதிர்த்து சூன்ய நிலையை அடைவதற்கு தியானத்தை வலியுறுத்துகிறது பௌத்தம். ஞானம் என்னும் தீ மனதில் தோன்றும் பொழுது எஞ்சி நிற்கும் எல்லாவித எண்ணங்களும் அழிந்து ஞானமே மிஞ்சி நிற்கும். இதுவே பௌத்தம். போதி மரத்தில் புத்தன் பெற்ற ஞானம். இதையே தனது சீடர்களுக்குப் போதித்தார் புத்தர். ‘தான்’ என்ற பற்றே எல்லா விபரீதங்களுக்கும் மூல வேர். விருப்பு, வெறுப்பு, ஆசை, பொறாமை, அதிப்தி, கௌரவம், பதவி, பட்டம் அனைத்துமே இந்தத் தானிலிருந்துதான் தோன்றுகின்றன.

கி.மு. ஆறாம் நூற்றாண்டுவரை புத்தருக்கு உருவ வழிபாடு இல்லை. அதன்பிறகு வந்த மக்கள் தங்களுக்கு ஒரு அடையாளம் வேண்டி புத்தரின் உருவத்தை அமைத்தார்கள். அதுவே பிறகு புத்தரைத் தெய்வ நிலைக்குக் கொண்டுசென்றுவிட்டது. எவர் கடவுளைப்பற்றிப் பேசவே இல்லையோ அவரையே கடவுளின் இடத்துக்குக் கொண்டுபோய் வைத்துவிட்டார்கள்.

புத்தர் எப்படிக் கடவுள் இல்லையோ அதுபோல அவரே அரண்மனையை விட்டு இரவோடு இரவாகத் தானே

வெளியேறினார் என்ற கதையும் உண்மை இல்லை. சூழ்நிலை காரணமாக அவரே தமது பெற்றோர், மனைவியிடம் விடை பெற்று தன்னை நாடுகடத்திக் கொண்டார்.

ஞானப் பயணம்

பயணங்கள் இல்லாமல் ஞானதரிசனம் கிடைக்காது. மனப்பயணம், நடைப்பயணம் இரண்டும்தான்! ஒரு ஞானி தேனீயைப் போன்றவன். தேனீ குறிப்பிட்ட பூவில் மட்டும் தேன் எடுப்பதில்லை. பூக்களில் அது வேறுபாடு காண்பதில்லை. ஞானிக்கும் தேனீக்கும் எப்பொழுதுமே பயணமும் தேடலும் இருந்துகொண்டே இருக்கின்றன. தேனில் மலைத் தேன் அதிக மருத்துவக் குணங்கள் கொண்டது என்று சொல்கிறார்கள் – ஞானிகூட மலைகளிலேதான் வாசம் செய்வதில் விருப்பமுடையவனாக இருக்கிறான்.

உயர்ந்த மலைத்தொடர்களும் குகைகளும் அடங்கிய ஒரு பாதையில் ஒருவன் பயணம் செய்துகொண்டிருந்தான். அவன் ஒரு ஞானியைச் சந்தித்தான்.

அவன் அவரிடம் கேட்டான்.

"ஐயா தாங்கள் ஞானியா?"

அந்த ஞானி மௌனமானார். மௌனங்கள் பெருத்த அர்த்தமுள்ளவை. அதில் ஒரு பெரிய நூல் எழுதும் அளவுக்கு விஷயமிருக்கும். மௌனம் மர்மமானது!

ஞானி மௌனம் கலைந்து பேசினார். “நான் ஒரு ஞானி இல்லை; ஆனால் ஞானி இல்லை என்று சொன்னால் அப்பொழுதும் நான் உண்மையைச் சொல்லவில்லை” என்று கூறினார்.

ஞானம் உண்மைகளை நேரிடையாகப் பேசுவதில்லை. ஆனால் உண்மையை மட்டுமே அவை பேசும். எவன் ஒருவன் தன்னை ஞானி என்று மார்தட்டிக் கொள்ளுகிறானோ அவன் நிச்சயமாக ஞானியாக இருக்கமாட்டான்! ஞானம் விளம் பரங்களை விரும்பாது. அது வழிகாட்டி மரம் போல. மௌன மாகவே இருக்கும். ஆனால் போக வேண்டிய பாதையைச் சரியாகக் காட்டும். உண்டா, இல்லையா என்பதைத் தேடித் தான் ஞானிகள் காலங்காலமாகப் பயணித்துக்கொண்டிருக் கிறார்கள்.

ஞானப் பயணம் கொஞ்சம் சிக்கலானது. இந்தச் சிக்கலின் காரணமாகவே சாதாரண மனிதன் இந்தப் பாதையில் பயணிப்பதில்லை. சிலர் ஆர்ப்பாட்டமான சடங்குகளாலும் பூசைகளாலும் காணிக்கைகள் செலுத்தி ஞானப் பயணம் மேற்கொள்ளப் பார்க்கிறார்கள்.

ஞானி என்று போஸ்டர்கள் அடித்து, பத்திரிகை விளம்பரம் கொடுத்து ஆடம்பர பவனி வரும் துறவிகளின் காலில் விழுந்து மக்கள் தங்கள் தேவைகளைக் கேட்கிறார்கள்.

இவர்கள் அந்தப் போலி ஞானிகளிடம் கேட்பதெல்லாம் எப்பொழுது தனக்கு அதிர்ஷ்டம் வரும்? தனது நிதி நிலை, சொத்து பத்துக்கள், வியாபாரங்கள் செழித்தோங்குவதற்கான சரியான நேரம், பட்டம் பதவிகளை அடைய அல்லது தனது நாற்காலியைத் தக்கவைத்துக்கொள்வதற்காக என்ன செய்ய வேண்டும்? இந்தப் போலியான ஞானிகளின் வலையிலும் மனிதர்கள் இப்படித்தான் மாட்டிக்கொள்கிறார்கள்.

உண்மையான ஞானி ஒரு நீர் நிறைந்த குளத்தில் இறங்கும் பொழுது அலைகளை உண்டாக்காமலும் சலனங்கள் இல்லா மலும் இறங்குவான். போலியான ஞானி குளத்தை ஒரு கலக்குக் கலக்கி வீண் ஆர்ப்பாட்டங்கள் செய்து, கூட்டத்தைக் கூட்டித் திருவிழாக் கோலமாக்கிவிடுவான். ஆர்ப்பரிப்பிற்கும் ஞானத் துக்கும் சம்பந்தமே இல்லை. ஞானம் மௌனமானது. மர்ம மானது!

வாழ்க்கையில் இன்பம் துன்பம் அனைவருக்கும் இருக்கிறது. மன்னர்களும், மந்திரிகளும் ஏகப்பட்ட மகிழ்ச்சியில் இருப்பதாக மக்கள் நினைக்கிறார்கள். உண்மையில் ஒவ்வொரு மனிதனுக்கும் அவனவன் அளவில் மன வேதனைகள் இருந்து

கொண்டுதான் இருக்கின்றன. ஒரு பெரும் செல்வந்தன் எப்பொழுதும் சிரித்துக்கொண்டே இருந்ததில்லை. ஓர் ஏழை எப்பொழுதும் அழுதுகொண்டே இருந்ததில்லை.

உலகையெல்லாம் வென்ற அலெக்ஸாண்டருக்கு வாழ் வதற்கு ஒரு ஊரும், வசிப்பதற்கு ஒரு வீடும், உண்பதற்கு வேளைக்குச் சாப்பாடும்தான் தேவைப்படும். படுப்பதற்கு ஒன்றுக்கு மேற்பட்ட கட்டில் அவசியமாகுமா? அவன் வென்ற ஊர்களில் ஒரே நேரத்தில் வசிக்க இயலுமா?

அதிகாரத்தாலும் சட்டத்தாலும் ஞானத்தைப் பெற முடியாது. காணிக்கை செலுத்தி அதை அடைவது இயலாது!

ஞானத்திற்கும் ஞானமின்மைக்கும் உள்ள இடம் ஒரு கார் சக்கரத்தின் வெற்றிடம் போல்தான் உள்ளது. வெற்றிடத்தில் காற்று நிரப்பும் பொழுது கார் பயணிக்கப் பயன்படுகிறது. அழகிய பூச்சாடியின் காலிப்பகுதியில் பூக்களை அடுக்கி வைத்த பிறகே அதன் பயனும் அழகும் கூடுகிறது. மண்பாண்டத்தின் பயன் அதில் உள்ள காலியான பகுதியில் தயாராகும் உணவில்தான் அடங்கி இருக்கிறது. எவன் தன்னை எதுவுமற்றவன் என்று காலியாக வைத்துக்கொள்கிறானோ அவனை ஞானம் வந்தடையும்!

உலகத்தில் பல நாடுகளில் குழப்பமும் சீர்குலைவும் ஏற்படும்பொழுதுதான் அங்கே தேச பக்தர்கள் தோன்று வார்கள். குழப்பமும் சீர்குலைவும் ஏற்பட்ட பிறகே ஞானம் என்ற தெளிவு பிறக்கும்.

ஞானம் கண்ணுக்குத் தெரியாது. அதைத் தொட்டுணர முடியாது. எனினும் அது வடிவங்கள் கொண்டது. உள்ளீடு உள்ளது. சூட்சுமத்தில் உலவுவது. அது திடப்பொருளல்ல. மர்மங்கள் நிறைந்தது. ஆனால் உண்மையானது.

ஞானி எதுவும் இல்லாதவன்போல் இருப்பான். ஆனால் எல்லாமே முழுமையாக அடைந்தவன். ஆற்றோரத்தில் உள்ள நாணலைப் போன்றவன் ஞானி. கடும் வெள்ளத்தில் வளைந்து கொடுப்பான். பிறகு தானே நிமிர்ந்து நிற்பான். அவன் காலியாக இருப்பான். ஆனால் நிறைந்திருப்பான்.

ஞானம் மூச்சுவிடும் காற்றைப் போன்று சன்னமானது. தொடர்ந்து இருப்பது. கால் விரல்களின் நுனியில் தொடர்ந்து நடக்க முடியாதது போலவே அகற்றி வைத்துக்கொண்டும் நடக்க முடியாது. ஞானத்தின் கூர்மை நுனியிலும் அகலத்திலும் இல்லை. அது ஆழமானது!

ஒருமுறை திருவண்ணாமலை சென்றிருந்தேன். இரண்டு நாட்கள் அங்கே தங்கி பல இடங்களையும் சுற்றிப்பார்த்தேன். அங்கே ஏகப்பட்ட சித்தர்கள் உலாவிக்கொண்டிருந்தார்கள். அதில் உண்மையான சித்தர் – ஞானமுடையவர் யார் என்று எப்படி அடையாளப்படுத்துவது? எனக்குக் குழப்பமாக இருந்தது.

அங்கே பல சாமியார்களின் மடங்கள் இருந்தன. ரமண மகரிஷியின் தியான மண்டபம், விசிறி சாமியாரின் மடம் என்று மக்கள் கூட்டம் கூட்டமாகக் குவிந்துகொண்டிருந் தார்கள். ஒரு தேநீர்க் கடையில் போய் அமர்ந்துகொண்டு இவற்றையெல்லாம் வேடிக்கை பார்த்துக்கொண்டிருந்தேன். தேநீருக்கு ஆர்டர் கொடுத்துவிட்டு அந்தச் சூழலை நோட்ட மிட்டவாறு உட்கார்ந்திருந்தேன்.

என் மேசைக்கு எதிர்த் திசையில் திடீரென்று ஒரு கோவணம் கட்டிய சாமியார் வந்து நின்றார். கடையை ஒரு நோட்டமிட்டார். யாருமே அவரைக் கண்டுகொள்ளவில்லை. அது அங்கே வழக்கமானது போலும்! அவர் முகத்தில் பசியின் களைப்பு தெரிந்தது.

“ஏதாவது சாப்பிடுகிறீர்களா?” என்று நானே கேட்டேன்.

என்னைத் திரும்பிப் பார்த்த அவர் சடக்கென்று என் பக்கத்தில் இருந்த நாற்காலியில் உட்கார்ந்துகொண்டார். அவருக்கு வேண்டியதைத் தரச்சொல்லி விட்டு நான் எனக்கு வந்த தேநீரைப் பருகினேன்.

அவர் தோசை மற்றும் சிலவற்றைச் சுவைத்துச் சாப் பிட்டார்.

“வெளியூரோ?” கரகரத்த குரலில் கேட்டார்.

“ஆமாம்” என்றேன்.

அதற்குப் பிறகு அவர் பேசவில்லை. சாப்பிட்டு, கைகழுவி நடந்து போய்விட்டார்.

நான் காசு கொடுப்பதற்கு எழுந்து சென்ற பொழுது கடை முதலாளி எனக்கான தேநீர்ப் பணத்தை மட்டுமே வாங்கிக்கொண்டார். அந்தக் கோவணச் சாமியாருக்கான காசை வாங்க மறுத்துவிட்டார்.

“ஏன்” என்று கேட்டேன்.

“இங்கே சாக்கடைச் சித்தர் என்று ஒருவர் இருக்கிறார். அவருக்குப் பக்கத்தில் இருப்பவர் இந்தச் சாமியார். எங்களுக்

கெல்லாம் அந்தச் சித்தர் மேல் இருக்கும் மரியாதையால் இவரிடம் பணம் எதுவும் வாங்க மாட்டோம்” என்றார்.

“அந்தச் சித்தரைப் பார்க்க முடியுமா?” – நான் ஆவலுடன் கேட்டேன்.

“அவரைப் பார்ப்பதைவிட பார்க்காமல் இருப்பதே நல்லது சார்! நீங்கள் வெளிநாடு போலிருக்கிறது. சாக்கடை ஓடும் நாற்றம் நிறைந்த இடத்தில் படுத்திருப்பார். அந்தச் சாக்கடையில் வரும் எதையாவது எடுத்துச் சாப்பிடுவார். அங்கேயே பல வருசங்களாக இருக்கிறார். வெளியே வருவதே இல்லை. குளிப்பது, பல் துலக்குவது எதுவும் கிடையாது. யாராவது அவரைப் பார்க்கப் போனால், கல்லை எடுத்து வீசி விரட்டுவார்!” அவர் பேசிக்கொண்டே தனது கல்லாவில் காசை எண்ணிப் போட்டுக்கொண்டிருந்தார்.

எனக்கு அந்தச் சித்தரைப் பார்க்க ஆவல் அதிகமாகியது. கடை முதலாளியிடம் வழி கேட்டேன்.

“ஏன் சார் வீண் தொல்லை? அங்கே போகாதீர்கள்! ஏடாகூடமாக ஏதாவது நடந்துவிடப்போகிறது . . .!” எனக்கு எச்சரிக்கை செய்தார் முதலாளி.

நான் வீதியில் நடக்க ஆரம்பித்த பொழுது, அந்தக் கோவணச் சாமியார் வானத்தை வெறித்துப் பார்த்துக் கொண்டு நின்றிருந்தார். “என்ன சாக்கடைச் சித்தரைப் பார்க் கணுமா?” அதே கரகரத்த குரல். இவருக்கு எப்படித் தெரியும் நான் கடை முதலாளியிடம் பேசிக்கொண்டிருந்தது!

“நான் சித்தர்களைப் பார்த்ததில்லை. ஆனால் சித்தர்கள் என்று தங்களைச் சொல்லிக்கொண்டவர்களைப் பார்த்துள்ளேன். அதனால் இவரைப் பார்க்க ஆசையாக இருக்கிறது.” நான் கூறியதைக் கேட்டு அந்தக் கோவணச் சாமியார் பலமாகச் சிரித்தார்.

“என் கூட வா!” என்று கூறியவாறு அவர் முன்னே நடந்தார். நான் பின் தொடர்ந்தேன்.

சாக்கடையை அடைந்த பொழுது ஒரு கருத்த உருவம் தரையில் படுத்திருப்பது தெரிந்தது. தலைக்கு அணையாகக் கைகளை மடக்கி வைத்துக்கொண்டு ஏகாந்தமாகத் தூங்கிக் கொண்டிருந்தார் சாக்கடைச் சித்தர்!

“அவரோடு பேசலாமா?”

விரலை உதட்டில் வைத்து வாயைத் திறக்காதே என்பது போல் சைகை செய்தார் கோவணச் சாமியார். என்னைப்

பிடித்துத் தள்ளாத குறையாக முன்னே தள்ளித் தள்ளி நடந்து சாக்கடையை விட்டு வெளியே கொண்டு வந்தார்.

"நீ பார்க்கணுமின்னுதானே சொன்னே. பிறகு அங்கே போனதும் பேசணுமுன்னு ஏன் ஆசைபடுறே? இந்த மனுசனுங்களே இப்படித்தான்!" அவர் கடுகடுத்தார்.

"இல்லே அது வந்து... அவர் ஏன் எல்லாரையும் கல்லால் அடித்துத் துரத்துகிறார்? அதைத்தான் கேட்க நினைச்சேன்!"

"அதா... வர்றவனெல்லாம் பணம், பதவி, புதையலுனு கேட்கிறான். லாட்டரியில் முதல் பரிசு கேட்கிறான்! அதான் மனுசனையே பார்க்க அவரு விரும்புறது இல்ல... நல்ல வேளையா நீ என்னோட வந்தே... இல்லே கல்லு அடிதான் கிடைச்சிருக்கும்." இப்படிக் கூறிவிட்டு கோவணச் சாமியார் விறுவிறுவென்று நடந்து போய்விட்டார். உலகம் இப்படித்தான் ஆசைகளால் நிரம்பி வழிகிறது. உண்மையான ஞானிகள் இதன் காரணமாகவே நம் கண்களுக்கு அப்பால் மறைந்து வாழ்கிறார்கள். மனிதன் ஞானத்தைப் பெறுவதைவிட செல்வத்தையே பெற விரும்புகிறான்.

உயிரோடு இருக்கும்பொழுது மனித உடல் மென்மையாக இருக்கிறது. கை, கால்களை விரும்பியபடி மடக்கவும், நீட்டவும் முடிகிறது. இறந்தவுடன் உடல் விறைத்துக்கொள்கிறது. மற்றவர்களால்கூட கை, கால்களை மடக்க முடிவதில்லை. வாழ்க்கையில் கடினமும், சினமும், விறைப்பும் சாவின் சாட்சிகள்! மென்மையும், சாந்தமும் வாழ்வின் சான்றுகள்!

சுடுகாட்டில் நான்கு நம்பர் கேட்பவர்கள், உயிரைப் பலிகொடுத்து நம்பர் கேட்பவர்கள்... தங்களுக்கு ஞானம் இருப்பதாகச் சொல்லி நான்கு நம்பர் கொடுப்பவர்கள் பழகிப் பெருகிவிட்டார்கள். மனிதர்கள் இவர்களின் கால்களில் விழுந்து கிடக்கிறார்கள்.

சாந்தமும், மென்மையும் நிரம்பிய சித்தர்கள்கூட மனிதனின் ஆசைகள் காரணமாகக் கோபக்காரர்களாக மாறிவிடுகிறார்கள். அதற்கு அந்தச் சாக்கடைச் சித்தரே நல்ல உதாரணம். மனிதனைக் கண்டு ஞானம் ஓடி ஒளிந்துகொள்கிறது!

வாக்குமூலம்

களங்கமின்றி எழுதும் எழுத்துக்கு இங்கே பல தண்டனைகளை அனுபவிக்க வேண்டியுள்ளது. மற்றவர்களின் மேல் ஏகத்துக்குக் குறை சொல்லும் நம்மால் அப்படிக் குறையின்றி வாழ முடிவதில்லை! இது மனித வாழ்க்கையில் அன்றாடம் நடக்கும் காரியம்தான்.

இங்கே பொதுவாழ்க்கை சபிக்கப்பட்டதாகி விட்டது. இதனோடு எவ்வளவு காலம்தான் நாம் மல்லாடுவது ...? பொதுவாழ்க்கையில் சில தவறுகள் ஏற்படும்பொழுதோ அல்லது இலக்கியத்தில் உரத்த சிந்தனைகளை எடுத்துச் சொல்லும் பொழுதோ நமது சகிப்புத்தன்மை கேவலமான நிலைக்கு இறங்கிவிடுகிறது! அண்மைக்காலமாக நமது சகிப்புத்தன்மை படுபள்ளத்தில் போய் வீழ்ந்துவிட்டது. நமது கண்முன்னே நடக்கும் பொதுவாழ்க்கை பற்றி எழுதும் சுதந்திரம் கொச்சைப்படுத்தப்படுகிறது. நான் யார் மீதும் எப்பொழுதும் காழ்ப்புணர்ச்சி கொள்வதில்லை. அது எனது பிறவிக்குணம். மற்றவர்களைப் பாராட்டுவதில் அல்லது அவர்களின் நல்ல செயல்களைத் தூக்கி நிறுத்துவதில் என்னிடம் கஞ்சத்தனம் கிடையாது. ஆனால் குறைகள் கண்ட இடத்தில் நான் கலகக்காரனாகவே இருந்துள்ளேன். இதுவும்

தவிர்க்க முடியாத எனது பிறவிக்குணம். இதை எப்படி மாற்றிக்கொள்ள முடியும்?

இன்று தமிழ்நாட்டில் என்னைச் 'சண்டைக்காரன்' என்றே முத்திரை குத்திவிட்டார்கள். நான் அங்கே போட்ட 'சண்டைகள்' எல்லாமே நமது மலேசிய எழுத்துக்குரிய அங்கீகாரத்துக்குத்தான்!

ஒரு ஐயப்ப பக்தன் மாலை போட்டு தலையில் இருமுடி தரித்து தனது காணிக்கையைத் தெய்வத்தின் முன் இறக்கி வைக்கிறான். இதில் ஒரு முடிப்பு ஐயப்பனுக்கும் இன்னொரு முடிப்பு பக்தனுக்கும் இறுதியில் சேர்ப்பிக்கப்படுகிறது. நானோ எனது தலையில் தூக்கிய மலேசிய இலக்கியம் என்ற இருமுடிகளை இன்னும் இறக்கி வைக்காமல் 'உலக அங்கீகாரம்' என்ற தெய்வத்திடம் சமர்ப்பிக்க காடு மலையெல்லாம் நடந்து கொண்டே இருக்கிறேன். ஐயப்ப பக்தர்கள் கூட்டம் கூட்டமாக மலையேறிப் போனார்கள். நானோ தனியனாகப் பயணித்துக் கொண்டிருக்கிறேன்.

"சுவாமியே ஐயப்பா, சுவாமியே ஐயப்பா" என்று மாலை போட்டவர்களின் குரல் ஒலித்துக்கொண்டேயிருக்கும். நானோ "மலேசிய இலக்கியம், மலேசிய இலக்கியம்" என்று உரத்த குரலெடுத்து நடக்கிறேன். இங்கே எவர் காதிலும் இது விழ வில்லை என்பதுதான் எனது ஆதங்கம்!

சமீப காலமாக எனக்கான எதிர்ப்பின் கொடிய முகங்கள் தலைகாட்டுகின்றன! மனித வாழ்க்கையின் உயர்வுக்காக என்று நாம் நம்பும் இலக்கியமும் பொது வாழ்க்கையும் சகிப்பின்மை யும் உச்சத்துக்குச் சென்றுவிட்டன. படிக்கவே கூசும்படியான சித்தரிப்புகள் கடிதங்களாக எனக்கு வருகின்றன. தவறுகளைக் களைந்து அதன்மேல் உள்ள தூசுகளைத் தட்டித் தூய்மைப் படுத்த நினைக்கும்பொழுது வன்முறையாளர்கள்போல் இவர்கள் மனித மனங்களை நாசப்படுத்துகிறார்கள். அப்படிப் பொதுவாழ்க்கையைத் 'துவேசம்' செய்பவர்கள் நமது நெருங்கிய நண்பர்களாக இருப்பதால் கொஞ்சம் உரிமையோடு பேச வேண்டியுள்ளதே அன்றி அவர்களின் மேல் எனக்குக் காழ்ப் புணர்ச்சி கிடையாது; பகையும் கிடையாது.

நமது கண்முன்னே அநீதிகள் நடக்கும் பொழுது அதைக் கண்டித்து எழுத முடியாத எழுத்தாளன் வெறும் வாய்ப்பாடு மட்டுமே எழுதலாம். இங்கே எழுத்துக்கு யாரும் வாரி வாரிக் கொடுத்துவிடுவதில்லை. இங்கே எழுத்தாளன் ஒரு பிச்சைக் காரனைப் போல் நடத்தப்படுகிறான். இவற்றையெல்லாம் எனது சகிப்புத்தன்மையின் அளவைக்கூட்டிப் பொறுத்துக்

கொண்டிருந்தேன். இனி அப்படி இருக்க முடியாது என்ற நிலைக்கு நான் கட்டாயமாகத் தள்ளப்பட்டுவிட்டேன். பொறுமைக்கும் ஓர் அளவு உண்டுதானே?

இது நம் காலத்தில் களையப்பட வேண்டும். உலகில் நடக்கும் யுத்தங்களை, தவறுகளை, மதச் சண்டைகளை, சாதிப் பாகுபாட்டை, ரத்தப் பெருக்கை, கொலைகளை, சண்டியர்த் தனங்களை நாம் எதிர்க்கிறோம். ஆனால், நமக்குள் இந்த அசுரத்தனங்கள் புதைந்து கிடப்பது நம்மால் அறியப்படாமல் போனதுதான் மிகப் பெரிய அவலம்! அழிவின் அடிப்படைகள் வன்முறைகள் மூலமே தோன்றுவதாக நாம் நினைத்துக் கொண்டிருக்கிறோம். எந்த ஒரு வன்முறையாளனுக்கும் குறைச்சலில்லாத மனோபாவமும் நம்மில் இருப்பதை நாம் அறிவதே இல்லை; அறிய முயற்சியும் செய்வதில்லை.

வன்முறைகள், போட்டிக் குழுக்கள், கொலை – கொள்ளை என்று வெளிப்படுவதை விடவும் மிக மிக ஆபத்தான கூறுகள் வாழ்வின் பிற தளங்களில் இப்பொழுதெல்லாம் தலையெடுத் துள்ளன.

இஸ்ரேலியத் துருப்புகள் அராபாத்தின் வீட்டை முற்றுகை இடும்பொழுது, ஒரு பெண் அரசியல்வாதி – ஜனநாயக முறையில் தேர்ந்தெடுக்கப்பட்ட அவர் வீட்டுக் கைதியாக பர்மாவில் அடைத்து வைக்கப்பட்டிருக்கும் நிலையில், இலங்கையில் இனப்படுகொலைகள் நடக்கும் தருணங்களில், ஒரு தேவாலய, ஒரு கோயில், ஒரு மசூதி இடிக்கப்படும் நேரங்களில் நமது நீதிக்கான உட்குரல் வேகமாகக் கேட்கிறது!

ஆனால் ஒரு தனி நபர் அல்லது ஒரு குழு இப்படி அநீதியாகச் செயல்படும்பொழுது – நீதிக்குப் புறம்பாக நடக்கும் பொழுது – நாம் யாருமே அதை அவ்வளவாகக் கண்டுகொள் வதில்லை. இப்படிக் கண்டுகொள்ளாமல் விடுவதே எதிர் காலத்தில் மிகுந்த ஆபத்தாக முடியும்.

வாழ்க்கையில் அனைவரும் மனிதப் புனிதராக அல்லது ஒரு சமூகம் அப்படித் தூய்மையானதாக இருந்ததாக வரலாறு கிடையாது. அப்படி இருக்கவும் முடியாது. ஆனால் புனிதம் பற்றிய நிச்சயமான அறிவுரைகள் அவர்களிடம் இல்லாமல் இருந்தது என்று நாம் கூறிவிட இயலாது. ஒரு விழா அல்லது ஓர் இலக்கியம் எப்பொழுதுமே மனித வாழ்க்கையின் மேன்மை குறித்தும் அதன் ஒற்றுமை குறித்தும் பேசும் பொழுது அல்லது செயல்படும் பொழுது அது தன்னளவில் தனது நோக்கத்தில் தூய்மையாக இருக்க வேண்டும் – எப்பொழுதுமே ஒரு திருநாளின் நோக்கங்கள் புனிதமாகவே இருந்துள்ளன.

ஆனால் அதை நடத்துபவர்கள்தான் உள்நோக்கம் கொண்டவர்களாக மாறிவிடுகிறார்கள். இந்த உள்நோக்கம் எப்பொழுதுமே மிக ஆபத்தானது. எந்த நோக்கத்துக்காக விழா எடுக்கிறோமோ அதைச் சிதைத்துச் சின்னாபின்னமாக்கிவிடும். மனித வாழ்க்கை இன்று மிகவும் குரூரம் நிறைந்ததாகிவிட்டது. நட்பு, பாசம் எல்லாமே மிகவும் போலியாகிவிட்டன. அடிப்படையே பொருளாதாரம் சார்ந்ததாகிவிட்டது.

இன்று பொது வாழ்க்கை முதலில்லாத வியாபாரமாகி விட்டது!

பொது வாழ்க்கையில் நாணயம் மிக முக்கியமானது. ஆனால் இது மனிதனுக்கு மனிதன் மாறுபடுகிறது. இது வரையில் கடந்த 45 ஆண்டுகளாக நான் பொது வாழ்க்கையில் 'இழந்தது'தான் அதிகம். என்னோடு இருந்து பொது வாழ்க்கையில் ஈடுபட்டவர்களுக்கு இது நன்கு தெரியும். கையில் இருக்கும் ஓரிரண்டு வெள்ளியில் டீயும் நாசிலிமாவும் வாங்கிச் சாப்பிட்டுவிட்டு முத்தமிழ்ப் படிப்பகக் கட்டட நிதிக்காகவும் மணிமன்றப் பேரவை நிதிக்காகவும் தெருத்தெருவாக அலைந்து உண்டியல் தூக்கி நிதி சேர்த்துள்ளேன். அது ஒரு தமிழன் என்ற வகையில் எனது உணர்வுபூர்வமான – இரண்டாவது சிந்தனைக்கு இடமில்லாத – எனது கடமையாக நினைத்துச் செய்தேன்.

செந்தூல் முத்தமிழ்ப் படிப்பகத்தின் கட்டடம் வாங்கிய பொழுது ஏதாவது ஒரு மூலையில் எனது வியர்வை கலந்த செங்கற்கள் இருக்கும் என்ற திருப்தி மட்டுமே இருந்தது. அதே போல நிலாய் போன்ற ஊர்களில் உள்ள தோட்டப் புறங்களில் சைக்கிளில் சென்று முத்தமிழ்ப் படிப்பக லாட்டரிச் சீட்டுகளை நானும் நண்பர் பாதாசனும் ஒரு வாரம் தொடர்ந்து விற்றுச் சாதனை படைத்ததை இப்பொழுது நினைக்கும் பொழுது மனம் பூரிக்கத்தான் செய்கிறது. பாதாசனுக்குக் காய்ச்சல் ஏற்பட்டு ஒரு தோட்டத்து லயத்தில் நாங்கள் தங்கியிருந்த பொழுது, அந்த வீட்டு மக்கள் செய்த விருந்தோம்பலை இன்றும் மறக்க முடியவில்லை.

வரும் வழியில் பாதாசனின் சைக்கிள் பஞ்சராகி அவரை எனது சைக்கிளில் ஏற்றிக்கொண்டு மறு கையால் அந்த சைக்கிளை ஓட்டிக்கொண்டு பல மைல்கள் கடந்து வந்து பஞ்சர் பார்த்த சங்கடங்கள் – கட்டடம் வாங்கும் பொழுது அதுவெல்லாம் சாதாரணமாகத்தான் தெரிந்தது. பொருளாதாரத்தில் மிகச் சிறிய சம்பளத்தில் நாங்களிருவரும் இருந்த காலகட்டம் அது. என்றாலும் தமிழனுக்கு ஒரு படிப்பகம் வேண்டுமென்று மனதார நினைத்துச் செயல்பட்டோம்.

அண்மையில் எனக்கு வந்த ஒரு கடிதம் உண்மையில் பெரும் அதிர்ச்சியைத் தந்தது. இந்தியக் குத்தகையாளர் சங்கத்தில், நான் ஏதோ தவறு செய்துவிட்டதைப் போல அது சுட்டியது. குத்தகையாளர் சங்கத்தைப் பதிவு செய்து ஐந்து ஆண்டுகள் செயலாளராக இருந்தேன். நன்கொடைகள் கேட்டுச் சங்கத்துக்கு வரும் கடிதங்கள் பலப்பல. ஆனால் சங்கத்தில் பெரும் பணம் இருந்தும் செயலவையில் நாங்களே 500–1000 என்று திரட்டி அந்த முக்கிய நிகழ்வுகளுக்கு வழங்கினோம். நான் செயலாளராக இருந்த வரையில் எந்தப் பணமும் நன்கொடைகளுக்காகச் சங்கத்திலிருந்து எடுக்கப் படவில்லை. சொந்தப் பணத்தையே கொடுத்துள்ளோம்.

ஒரு குத்தகையின் வழி 35 லட்சம் வெள்ளி சங்கத்துக்கு இலாபமாக வந்தது. அதையும் பத்திரமாக வங்கியில் வைப்புத் தொகையில் வைத்துவிட்டுத்தான் நான் பதவியை விட்டு வெளியேறினேன். அந்தக் குத்தகையைப் பெறுவதற்குத் தலைவர் ஜி. சுதாகரன் அவர்களும் செயலாளராக இருந்த நானும் அலையாத அலைச்சல் இல்லை. ஆனால் குத்தகையாளர் சங்கத்தில் நான் ஏதோ தவறு செய்துவிட்டு வெளிவந்தது போல் அக்கடிதம் இருந்தது!

இதை எழுதும் இந்த மணித்துளிகளில் மனிதர்களைப் பற்றிய கசப்பு மனதில் வந்து மண்டுகிறது. ஆனால் நமது வாழ்வும் போராட்டமும் அவர்களோடுதான் என்று யோசிக்கும்பொழுது எனது விமர்சனங்களுக்கிடையில் நேசமே கூடுதலாகத் தலை தூக்குகிறது. மனிதனாயிருப்பதன் அடிப்படை நாகரிகம் மனிதர்களிடையே பாசத்தையும் – நேசத்தையும் இவற்றுக்கும் மேலாகச் சமத்துவத்தையும் – சம நீதியையும் உண்டாக்குவதுதான்.

இந்தத் தமிழினம் தனது ஒவ்வொரு போராளிகளுக்குள் ளும் ஒரு எதிராளியை வளர்த்து வைத்துள்ளதை அண்மையக் காலமாக அறியும்பொழுது மனம் வேதனை அடைகிறது. இது மிகவும் காலம் கடந்த அறிவு என்றாலும் இப்பொழுதா வது எனக்குப் புரிந்ததே என்று மகிழ்ச்சியடைகிறேன்!

பிறரை வாழ்த்தும் பொழுதும் விமர்சிக்கும் பொழுதும் அது என்னையே நேசிப்பதாகவும் விமர்சிப்பதாகவும் நான் எடுத்துக் கொள்கிறேன். அவர்களும் நானும் இந்தச் சமூகத்தின் ஓர் அங்கம்தானே? ஏதாவது ஒரு விசயம் நம்மைப் பாதிக்கும் பொழுது நமது இதயத்தைக் காயப்படுத்துகின்றது. அது மனதை அதிர வைக்கிறது, என்றாலும் இது வரையில் அவர்களின் அடையாளம் தெரியாமல் போனது எனது குறைதான்!

வெளுத்ததெல்லாம் பால் என்று நினைத்தது எவ்வளவு பெரிய ஏமாளித்தனம்?

ஒவ்வொரு மனிதனுக்குள்ளும் அட்டகாசமான வில்லன் இருக்கிறான். வெளியே மிகச் சிறந்த கதாநாயகனாக நடிக் கிறான். சந்தர்ப்பம் வரும்பொழுதுதான் இந்தப் பொய்முகங்கள் வெளிப்படுகின்றன. உள்முகத்தின் திரைகள் விலக்காமல் இவர்கள் சர்வ ஜாக்கிரதையாக இருக்கிறார்கள். எப்பொழு தாவது விலகும்பொழுது நமக்கு அதிர்ச்சிகள் காத்திருக் கின்றன.

என்னதான் பயிற்சி கொடுத்தாலும் ஒட்டகங்கள் மலை யேறாது. மீன்களை உண்ணும் பொழுதுகூட அதன் இனம் பிரித்து ருசி பார்க்கிறது நாக்கு! தண்ணீரின் தன்மை கொண்ட பனிக்கட்டிக்குள் அடங்கிய இந்த மீன்கள் உயிர் வாழ முடியாது!

இப்பொழுதெல்லாம் எனக்குப் பழந்தின்னி வௌவாலின் எச்சத்துக்கும் பழனி பஞ்சாமிர்தத்துக்கும் வித்தியாசங்கள் காண முடிகிறது! இது எனது முதிர்ச்சி அல்ல. எனக்கேற்பட்ட அதிர்ச்சியின் விளைவு.

சாதி, மத, மொழி என்ற நமது ஏற்றத்தாழ்வுகளின் போராட்டம் காலங்காலமாக நடந்தே வருகிறது! ஆனால் அது பன்முகத்தன்மை கொண்டு, தனது கொள்கைகளை வெகு சாமர்த்தியமாகச் செயல்படுத்துகிறது. நம்மையறியாம லேயே நமது பையில் வைக்கும் வெடிகுண்டு போலச் சமயம் பார்த்து அது வெடிக்கிறது!

வீடு எரிவதற்குள் விழித்துக்கொள்!

ஒரு காலத்தில் தோட்டப்புற வாழ்க்கை மட்டுமே அறிந்த தமிழர்கள் இன்று நகரங்களில் குடியேறியுள்ளார்கள். தொழிற்பேட்டைகளாக உருமாறிய தோட்டங்களில் தமிழர்கள் வெளி யேறியது அந்த நேரத்தில் சோகமாக அமைந் தாலும் இன்று அது வேறு வகையான பலன் களைத் தந்துள்ளது.

மின்னியல் தொழிற்சாலைகளில் பணியாற்ற குறைந்த கல்வித் தகுதி இருந்தாலும் போதுமென்ற நிலையில் நமது தமிழர்களுக்கு, குறிப்பாகப் பெண்களுக்குப் பெரும் வாய்ப்பாக அமைந்தது. நாடு தொழில்மயமாக மாறிய அலை வீச்சில் வெறும் ஆறாம் வகுப்பைத் தோட்டத் தமிழ்ப் பள்ளிகளில் கற்ற நம்மவர்களுக்குக் கரை சேரும் வாய்ப்பு பெருகியது.

தோட்டங்கள் தொழிற்பேட்டைகளாக மாறிய நிலையில் தொழிற்சாலைகளில் வேலை கிடைக்காத வர்கள் சிறிய வியாபாரங்களில் ஈடுபட்டார்கள். இதில் பெரும் வெற்றி பெற்றார்கள் என்றுதான் சொல்ல வேண்டும். வர்த்தகத்துறையில் மிகச்

சிறிய ஒரு பகுதியினருக்கு மட்டுமே 90–களில் இருந்த நிலை இன்று மாறியுள்ளது.

பத்திரிகைகளில் வரும் தமிழர்களின் விளம்பரங்கள், வானொலி, தொலைக்காட்சிகளில் வரும் விளம்பரங்கள் என்று பார்த்தால் கடந்த தலைமுறையைவிட இவர்கள் புத்திசாலிகளாக மாறியுள்ளார்கள். எந்த அரசாங்க உதவியும் இன்றி இவர்கள் உணவகம், நேரடி விற்பனை, காப்புறுதி போன்ற துறைகளில் மட்டுமல்லாது மூலிகை மருந்து வகை களிலும் பெரிய முன்னேற்றகரமான பங்கு வகித்து வருகிறார் கள் என்றுதான் கூற வேண்டும்.

படித்துப் பட்டம் பெற்ற இளைஞர்கள் பலர் கடந்த காலத்தில் அரசாங்கத் தனியார் துறைகளில் வேலை தேடு பவர்களாக இருந்த காலம் போய், இன்று வர்த்தகத்தில் ஈடுபடும் எண்ணம் வந்துள்ளதைக் காணமுடிகிறது. ஒட்டு மொத்தமாய் பார்க்கும் பொழுது வர்த்தகத்துறையில் நமது பங்கு போதாது என்பது உண்மைதான். பொதுச்சந்தையில் 1.5 விழுக்காடு மட்டுமே இந்தியர்களின் பங்குரிமை என்பது மிகவும் குறைவுதான். 'ஸ்டோக் மார்க்கெட்டில்' ஒரு காலத்தில் நமக்கு 0 சதவிகிதமே பங்குகள் என்று சொல்ல வேண்டும். பங்குச்சந்தை பற்றிய அறிவும் – அப்படி ஒன்று இருக்கிறது என்ற நினைவே நமக்கு இல்லாமல் இருந்தது. ஆனால் 90– களின் பிற்பகுதியில் வானொலி, பத்திரிகைகளில் இது பற்றிய கவனம் நமக்கு அதிகமாயிற்று.

அரசாங்கம் தனது எட்டாவது மலேசியத் திட்டத்தில் இந்தியர்களின் பங்குரிமை 3 விழுக்காட்டிற்கு உயர்த்தும் எண்ணத்தை வெளியிட்டது. நாட்டிலும் இன்று உலகிலும் ஏற்பட்டுள்ள பொருளாதார நெருக்கடி காரணமாக இது சாத்தியப்படாமல் போய்விட்டது. இப்போதைய சூழலில் பங்குச்சந்தை மீண்டும் பழைய நிலைக்குத் திரும்பினால் 3 விழுக்காடு உயரும் சாத்தியம் அதிகமென்றே கருத வேண்டி யுள்ளது.

மேற்கண்ட வர்த்தக விழிப்புணர்வு தமிழர்களிடத்தில் ஏற்பட்டதற்குக் காரணம் கல்வியில் ஏற்பட்ட முன்னேற்றமே. உலகம் இன்று பல்வேறு துறைகளிலும் முன்னேறிவிட்டது. அந்த முன்னேற்றத்தில் சிறு அளவிலாவது நாமும் பங்கெடுக்க வேண்டும் என்ற எண்ணம் அடிப்படையாகத் தமிழர் களிடத்தில் எண்ணம் கொண்டுள்ளது. இந்த எண்ணமே அடுத்த கட்ட வெற்றிக்கான அடிப்படை என்பதை நாம் மனதில் நிறுத்த வேண்டும்.

இன்று கல்வி, சமயம், வர்த்தகம் என்ற துறைகளில் ஏற்பட்டு வரும் மாற்றம் தமிழர்கள் தோட்டத்தை விட்டு வெளியேறிய பிறகே ஏற்பட்டது என்பதை நாம் அறிகிறோம். நகர்ப்புறத்தில் மற்ற இனங்களின் முன்னேற்றமே இவர்களுக்கு ஒரு தூண்டுகோலாக அமைந்துவிட்டது எனலாம்.

குடும்பம் என்று பார்த்தால் இதில் பல சிக்கல்கள் தோன்றியுள்ளன. தாய் தந்தையர் இருவருமே வேலைக்குச் செல்லும் குடும்பங்கள் நகரத்தைப் பொறுத்தமட்டில் அதிகம். குறிப்பாக மலாய்க்கார இனத்தில் சுதந்திரத்திற்குப் பின் ஏற்பட்ட மாற்றத்தால் கல்வியில் மிகப் பெரிய முன்னேற்றம் ஏற்பட்டது. இதன் காரணமாக வேலை நிமித்தம் கம்பங்களை விட்டு நகர்ப் பகுதிகளில் பெருமளவில் குடியேறினார்கள். தாயும் தந்தையும் வேலைக்குச் செல்லும் காரணத்தால் குழந்தைகள் வளர்ப்பில் தொய்வு ஏற்பட்டது. இதன் காரண மாக இன்று போதைப் பித்தர்களின் எண்ணிக்கையில் அதிகமானோர் மலாய்க்காரர்கள்தான் என்று அரசாங்க அறிக்கை கூறுகிறது.

மேற்கண்ட நிலை இன்று நமது சமுதாயத்தில் பெருமள வில் கூடி வருகிறது. போதைப்பித்தர்கள் என்று ஒரு வகை என்றால் வன்முறைக் கலாச்சாரத்தில் மற்றொரு வகை. ஏற்கெனவே இவர்களுக்கான வாய்ப்புகள் இல்லாத காரணத் தாலும் பொருளாதார ஏற்றத்தாழ்வுகளாலும் ஒரு வகை மனநோய் இவர்களைப் பிடித்து ஆட்டுகிறது. இப்படிப்பட்ட முரட்டு இளைஞர்கள் சிலரிடத்தில் நான் நேரிடையாகப் பேசிப் பார்த்ததில் அவர்களுக்கு மனதளவில் சில குறைகள் இருப்பதைக் கண்டுகொள்ள முடிந்தது.

கல்வி, வர்த்தகம், வங்கிக்கடன், பதவி உயர்வு போன்ற வற்றில் தாங்கள் புறக்கணிக்கப்படுவதாக இவர்கள் சொல் கிறார்கள். இதன் காரணமாகவே மன உளைச்சல் ஏற்பட்டு வெட்டு, குத்து என்று இறங்கிவிடுகிறார்கள். சரியான வழி காட்டுதல் இல்லை. இவர்கள் இணைந்த பல இளைஞர்கள் அமைப்புகளில் பதவிச் சண்டைகள், ஒழுங்காகச் செயல் படாமல் பட்டம், பதவிகளுக்காக அலையும் தலைவர்கள். இதன் காரணமாகவே இந்த இளைஞர்கள் பெரிய ஏமாற்றத்துக் குள்ளாகி உள்ளார்கள்.

தாய் தந்தை இருவரும் வேலைக்குச் செல்வதால் வீட்டிலும் சரியான அரவணைப்பின்றி அன்புக்காக ஏங்கு கிறார்கள். அன்பில்லாத வெற்றிடம் ஒன்று இவர்களின் மனதில் ஏற்பட்டுவிடுகிறது. அதை வெளியே தேட ஆரம்பிக்கிறார்கள்.

வெளியே உள்ளவர்களும் இதே நிலையில் இருப்பதால் மனதில் வன்மம் தானே வளர்ந்து விடுகிறது. இவர்கள் கூட்ட மாக இந்த வன்முறைக் கலாசாரத்தில் இறங்கிவிடுகிறார்கள். இது பற்றிய சமூக ஆய்வும் பரிகாரங்களும் உடனே செய்யப்பட வேண்டிய கட்டாயச் சூழல் இப்பொழுது உருவாகியுள்ளது. மாறுபட்டு வரும் ஒரு சமுதாயத்தில் இது களையப்படா விட்டால் பிறகு இதுவே சமூக அடையாளமாகிவிடச் சாத்தியம் அதிகம் உள்ளது.

வளர்ச்சி பெற்ற மேலை நாடுகளிலும் இந்த நிலைமை உச்சத்தில் உள்ளது. ஆனால் ஓர் ஆசிய நாட்டில், அதுவும் கடந்த 250 ஆண்டுகளாக மிகப் பெரிய பொருளாதாரப் பின்னடைவு கொண்ட சமூகத்தில் இந்த வன்முறைக் கலாச் சாரம் சற்று அதிகம்தான். இவர்களை மாற்ற அல்லது முன்னேற்ற என்னதான் வழி? கல்வி, பொருளாதாரம், சமயம் போன்றவற்றால் மட்டுமே இவர்களின் திசைகளைத் திருப்ப இயலும். கலை, இலக்கியம், விளையாட்டு போன்ற துறைகளில் இந்த இளைஞர்களின் கவனம் திரும்பினால் நிச்சயம் வன்முறை குறையும்.

கபடி, சிலம்பம் போன்ற துறைகளில் இந்த இளைஞர் களின் கவனம் இப்பொழுது திரும்பியுள்ளது. இதன் வழி முதலில் நமது தேசிய விளையாட்டுகளிலும், ஆசிய விளை யாட்டுகளிலும், பின் ஒலிம்பிக் போன்ற உலக அரங்கிலும் பிரகாசிக்க முடியும் என்ற நம்பிக்கை வளர விளையாட்டுத் துறையைச் சார்ந்தவர்கள் பாடுபட வேண்டும். இந்தத் துறைகளில் புறக்கணிக்கப்பட்டால் மீண்டும் ஒரு ஏமாற்றம் இவர்களிடத்தில் தோன்றும். பிறகு பழைய நிலைக்கு இன்னும் உக்கிரமாக செயல்படத் தொடங்குவார்கள். சம்பந்தப் பட்டவர்கள் இது பற்றி ஆழமாகச் சிந்திக்க வேண்டும்.

ஒரு காலனித்துவ ஆட்சியிலிருந்து நாடு விடுதலை அடைந்தபிறகு இந்த 46 ஆண்டுகளில் மற்ற இனத்தவரோடு சகல துறைகளிலும் ஒப்பிடுகையில் நமது வளர்ச்சி மிகக் குறைவு என்றுதான் சொல்ல வேண்டும். மலேசியாவில் சராசரி வருமானம் அமெரிக்க டாலரில் வருடத்திற்கு 3000 வெள்ளி யாகக் கணக்கிடப்பட்டுள்ள நிலையில், தோட்டப்புற மாதாந் திரச் சம்பளமாக அண்மையில் தரப்பட்டுள்ள 350 வெள்ளியைப் பார்க்கும்பொழுது, இது ஆண்டுக்கு 1105 டாலரைத்தான் எட்டுகிறது. ஏறக்குறைய மூன்றில் ஒரு பங்குக்குச் சற்றே மிகுதியானது. நாட்டின் வளத்தில் தோட்டத் தொழிலாளர் களுக்குச் சரியான பங்கு போய்ச் சேரவில்லை என்பதையே இது காட்டுகிறது. உலகில் வெற்றி பெற்ற சமூகங்களின்

அமைப்பு முறைகளை ஆராயும்போது தானே முயற்சி செய்து தனது வாழ்க்கையை வெற்றிப் பாதையில் செலுத்திய சமூகங்கள் நிரந்தரமான நல்ல வாழ்க்கையை அமைத்துக் கொண்டுள்ளன எனலாம். காலம் காலமாகத் தனது தாழ்வான நிலையிலிருந்து தானே போராடிப் பெற்ற வெற்றிகள் நிச்சயம் நிரந்தரமானவை என்பதை உலக சமூகங்களின் வெற்றி நமக்கு உணர்த்துகின்றது.

நாட்டுப்புறங்களிலும் சரி, நகர வாழ்க்கையின் வேகமான மாற்றங்களாலும் சரி இன்று புதிய வாழ்க்கையைப் பெற்றுள்ள கியூபா போன்ற மூன்றாம் உலக நாடுகளின் மக்கள் இயக்க வெற்றிகள் இங்கே கவனிக்கத்தக்கவை. தனது தேசிய சர்வதேச உரிமைகளையும் சலுகைகளையும் கடமைகளையும் முழுமையாக உணர்ந்த புதிய மனிதனைத் தானே உருவாக்கிக் கொண்ட கியூபா மக்களை எந்தச் சக்தியாலும் திசை திருப்பிவிட முடியாது. கியூபா அடைந்துள்ள மக்களின் பொருளாதாரக் கல்வி, விஞ்ஞான, அரசியல் வெற்றி என்பது சலுகைகளால் பெற்றது அல்ல. அது தானே உழைத்து தனக்காகவும் நாட்டுக் காகவும் ஏற்படுத்திக்கொண்டது. உலகின் எந்த வல்லரசு நாடும் அழிக்கமுடியாது.

இன்றைய மலேசியத் தமிழ்ச் சமூகம் தானே முயன்று அப்படியொரு வெற்றிப்பாதையில் முதல் அடியை எடுத்து வைத்துள்ளது என்றே நாம் கருத வேண்டியுள்ளது. இது யாரும் எடுத்துச் சொல்லி வழிகாட்டாமலேயே நிகழ்ந்துள்ள ஓர் அதிசயம்! இன்னும் இருபது ஆண்டுகளில் நிச்சயமாக மலேசியத் தமிழ்ச் சமூகம் தனது புதிய தடங்களில் தலை நிமிர்ந்து நிற்கும். அந்த வெற்றி அவர்களே உண்டாக்கிய பாதையில்தான் நிகழும்.

நமது சொந்த வீடு எரியும்போது, நாம் கத்திக் கூச்சல் போடுவதைவிட நாமே தண்ணீரைப் பீய்ச்சியடித்து நெருப்பை அணைப்பது போல்தான் இந்த நிலை. வெகுதூரத்தில் இருக்கும் மற்றவர்களின் உதவியைவிட நாமே நமது வீட்டின் நெருப்பை அணைப்பதற்கு முதல் முயற்சியை மேற்கொள்ள வேண்டும். இல்லாவிட்டால் தீயணைப்பு வாகனங்கள் வருவதற்கு முன்பே நமது வீடு சாம்பலாகிவிடும். தமிழ்ச் சமூகம் இப்பொழுது எரியும் தனது வீட்டைத் தானே அணைக்க முயன்றுள்ளது. இது வெற்றி மனப்பான்மையின் முதல் படி!

தமிழ் இனி . . .

உலக வரைபடத்தில் பல்வேறு நாடுகளில் இந்தியர்கள் வாழ்ந்தாலும் வாழ்க்கை முறையிலும் மற்றும் மொழி, கல்வி, சமயம், குடும்பம் போன்ற அமைப்பு முறைகளிலும் வெவ்வேறு தளங்களில் இவர்களின் பிரச்னைகள் மாறுபடுகின்றன. இன்று உலகின் வெளி வட்டாரங்களிலிருந்து மிக உரத்த குரலாகத் தமிழ் மொழிக்கு எழுந்துள்ள கேள்வி இன்னும் 50 ஆண்டுகளில் தமிழ் மொழி அழிந்து விடுமா என்பதுதான்.

அண்மைய மொழி ஆய்வாளர்கள் தமிழ் மொழிக்கு மட்டுமல்ல, சில மொழிகளுக்கும் இந்த அழியும் தன்மை உண்டு என்று கூறியுள்ளார்கள். 'மெல்லத் தமிழினிச் சாகும் – அந்த மேற்கு மொழி கள் புவிமிசை யோங்கும் – என்றந்தப் பேதை உரைத்தான்' என்று பாரதியும் பாடியுள்ளான்.

தமிழ் மொழி, தமிழர் வரலாறு பல்வேறு கால கட்டமாக வரலாற்று அறிஞர்களால் சொல்லப் படுகிறது.

'ஹிராட்டாஸ்' என்ற அறிஞன் எழுதிய 'வரலாறு' என்ற கிரேக்க நூல் மிகத் தொன்மையான வரலாற்று நூல் மாத்திரமல்ல – இதுவரை கிடைக்கப் பெற்ற மனிதகுல வரலாற்றில் மிகப்பழமை வாய்ந்ததுமாகும்.

ஹிராட்டாஸின் காலம் கி.மு. 484 – 408 ஆகும். அவர் வாழ்ந்த காலத்துக்கு முன்னும் 'வரலாறு' இந்த பூமி உருண்டையில் நடந்த வண்ணம்தான் இருந்துள்ளது. ஆனால் யாரும் அதைப் பதிவு செய்யவில்லை.

ஹிராட்டாஸ் எழுதிய வரலாறு கிரேக்க நாட்டிற்கும் பாரசீகப் பேரரசுக்கும் இடையே நிகழ்ந்தவை பற்றித் தெளிவாகப் பேசுகிறது. பாரசீகர்களின் பழக்க வழக்கங்களையும் பாபிலோனியர், எகிப்தியர், இந்தியர் (தமிழர்), பினீசியர், லிபியர் ஆகியவர்களின் அன்றைய வரலாற்றையும் இந்நூல் கூறுகிறது.

இந்த வரலாற்று நூலில் மிகப்பெரிய வெளிச்சப் பகுதியாக பினீசியர்கள் என்ற இனம் பேசப்படுகிறது. தமிழ் நாட்டிலிருந்து கிரேக்கப் பகுதிகளுக்குச் சென்ற பனையேறிகள் தான் பரமேசியர் என்று அழைக்கப்பட்டு பின்பு அது திரிபு கண்டு பினீசியர்கள் என்றழைக்கப்பட்டனர். இவர்கள் தமிழ் நாட்டிலிருந்து அவ்வாறு கடல் மார்க்கமாகச் சென்றது இன்றைக்கு 4000 ஆண்டுகள் முன்பு நடந்த சம்பவம் ஆகும். ஆக 4000 ஆண்டுகளுக்கு முன்பே தமிழ் நாட்டிலிருந்து தமிழர்கள் மேலை நாட்டில் குடியேறி உள்ளார்கள்.

அஸ்ஸீயரின் கல்வெட்டுக்களிலிருந்தும் பினீசியர்களின் பழக்க வழக்கங்களிலிருந்தும் தமிழர்களின் பண்பாடு எவ்வாறு கலந்துள்ளது என்பதையும் இங்கே அறியமுடிகிற அதே வேளையில் தமிழ்ச் சொற்களின் பல்வேறு தன்மைகளை அந்த மொழி எப்படி உள்வாங்கிக்கொண்டு வளர்ந்தது என்பதையும் அறியமுடிகிறது.

சொல்லாராய்ச்சி என்றால் இக்கட்டுரை மிக விரிவடையும் என்பதால் சில தமிழ்ச் சொற்கள் எப்படிக் கிரேக்க மொழியில் இன்றும் வழக்கில் உள்ளன என்பதைக் கீழ்க்கண்ட வகையில் காணலாம்.

தமிழ்	–	**கிரேக்கம்**
அச்சு	–	ஆக்ஸிஸ்
அடு (சேர்)	–	அடிடே
ஆன்மா	–	அனிமா
இஞ்சி	–	சென்சிம்
ஏனம் (பாத்திரம்)	–	ஏனம்
ஒன்று (ஒன்னு)	–	யூனி

கட (அகழ்)	–	கடோ
கரா (முதலை)	–	குரோகொடைல்
கனவு	–	கேனா
கேடு	–	கேடா
சதம்	–	சென்டம்
சந்தனம்	–	சன்டலம்
சப்பு (சுவை)	–	சேபியோ
சர்ப்பம்	–	செர்பன்
தசம்	–	டெசிம்
தம்பட்டம்	–	டிம்பனம்
தரை	–	டெர்ரா
தெப்பம்	–	தேபா
நலம்	–	நவம்
நாரி (பெண்)	–	நாரி
நாவாய்	–	நேவல்
நோய்	–	நோஸ்
பரல்	–	பெர்ல்
பள்ளி	–	பலிஸ்
பாண்டில் (வளைந்த)	–	பாண்டாஸ்
பிள்ளை (பெண்)	–	பில்லா
புலி	–	பெலிஸ்
யாளி, யானை	–	எலிஃபாண்ட்
வீரா	–	ஹீரோ
வீரி (காளி)	–	ஹீரா (கிரேக்க துர்க்கை)

பண்டையக் காலத்தில் உலக இலக்கிய இலக்கண நூல்களைக் கொண்ட மொழிகளாக கிரேக்கம், எரேபியம், தமிழ், சமஸ்கிருதம், சீனம் ஆகிய ஐந்து மொழிகள்தாம் அடிப்படையான பேச்சு வழக்கிலும் எழுத்து வழக்கிலும் வாழ்ந்து வந்தன. இன்றைய நிலையில் மேற்கண்ட ஐந்து மொழிகளில் பேச்சு வழக்கிலும் இலக்கிய வகைகளிலும் இருப்பது தமிழும் சீனமும் மட்டுமே!

இதில் தமிழ்ப்பண்பாடும் மொழியும் இன்றளவும் வளர்ந்து வரும் நிலையில்தான் உள்ளன. இதற்குப் பூகோள வடிவிலான ஒரு பாதுகாப்பு தமிழ்நாட்டுக்கும் அதன் மொழிக்கும் அரணாக அமைந்துள்ளதைக் காண வேண்டும்.

தொலைமேற்கில் கிரேக்க நாடு, மேற்கில் எகிப்து, தொலை கிழக்கில் சீனா இவற்றுக்கு மத்தியில் தமிழ்நாடு அமைந் துள்ளது.

கிரேக்க நாட்டில் கடல் கொந்தளிப்பும், போர்களும் எரிமலை வெடிப்பும், பூகம்பங்களும் அடிக்கடி நிகழ்ந்து ஒரு நிலையான நாகரிகத்தை நிற்கமாட்டாமல் செய்துவிட்டன. இதே போன்ற இயற்கைப் பேரிடர்களால் மெசபொடேமியா, டைக்ரிஸ், யூப்ரடீஸ் என்ற இரு நதிகளின் இடையில் இருந்த காரணத்தால் அவற்றின் நிலையற்ற வெள்ளப்பெருக்கு நாக ரிகம் தோன்றித் தோன்றி மறைய ஆரம்பித்தது. உலகின் பழைய நாகரிகம் அடைந்த நாடு என்று சொல்லப்படுகின்ற பாபிலோனிய நாகரிகம் ஆற்றுப்பெருக்கங்களில் நீடித்து நிற்க முடியவில்லை. எகிப்து இவ்வெள்ளப் பெருக்கால் தனது நாகரிகத் தொட்டில்களைப் பாலைவனத்துக்குச் சமர்ப்பணம் செய்ய வேண்டியதாகிவிட்டது. பரோவாஸ் போன்ற செல் வாக்கு மிக்க மன்னர்களின் பிரமிட் கல்லறைகள் மட்டுமே இன்று அவர்களைப் பற்றிப் பேசும் நிலை உள்ளது. கீழை நாட்டில் உள்ள சீனாவின் மஞ்சள் ஆறு *(Yellow River)* பல பண்பாட்டுச் சிதைவுகளை அந்நாட்டில் ஏற்படுத்திவிட்டது என்றாலும் அந்நாட்டின் பரந்த நிலப்பரப்பு அதன் மொழியையும் பண்பாட்டையும் ஓரளவு காப்பாற்றி அதன் மொழியையும் வாழ வைத்துள்ளது.

தமிழ்நாட்டைப் பொறுத்த அளவில் நதிகளின் சீற்றம் இல்லாத, கடல் கொந்தளிப்புகள் அற்ற, எரிமலைகள் வெடிக் காத இடமாக அமைந்துவிட்டது.

இயற்கையின் சீற்றம் இல்லாத முழுமையான நாடு என்றும் தமிழகத்தைச் சொல்ல முடியாது. என்றாலும் மற்ற நாடுகளைப் போல மிக மோசமான தாக்குதல்களுக்கு அது ஆளாகவில்லை. காவிரிப்பூம்பட்டினம் போன்ற கடல் கோள்களால் அழிந்த இடங்களும் தமிழகத்தில் உண்டு. இதன் மூலம் பழைய இலக்கிய, இலக்கண நூல்கள் பலவற்றை அது இழந்துள்ளது. ஆனால் என்றுமே எக்காலத்திலுமே இலக்கியமே இல்லாத, தோன்றாத மொழியாகத் தமிழ் இன்றளவும் இருந்ததில்லை.

ஒவ்வொரு காலமாற்றத்திற்கு ஏற்ப தமிழ் மொழியில் இலக்கியங்கள் தோன்றிய வண்ணமே உள்ளன.

ஆனால் வரும் ஐம்பது ஆண்டுகளில் தமிழ்மொழி அழிந்து வருமென்று ஒரு தரப்பு ஆய்வாளர்களும், ஐ.நா.சபையின் ஆதரவில் வெளிவந்த பட்டியலில் 100 ஆண்டுகளில் அழிந்து விடும் மொழிகளில் தமிழும் உள்ளது என்பதை அறியும் பொழுது நமக்கு உயிர் போய்விடும் அளவு மனம் துடிக்கிறது. தமிழ் அழிந்துவிடுமென்ற மனம் ஏற்றுக்கொள்ள முடியாத விசயத்தை சற்றே உணர்வுபூர்வமாகவும் ஆராய்ச்சி மனத் தோடும் ஆய்வு செய்ய வேண்டிய சூழலில் நாம் உள்ளோம்.

அறிவியல், பொருளாதாரம் மற்றும் அனைத்துலக விவகாரங்கள் குறித்துத் தமிழில் நூல்கள் வருவதில்லை. அப்படியே வந்தாலும் அதைப் படிப்பவர்கள் குறைந்து வருகிறார்கள். கதை, கட்டுரை, நாவல், கவிதை என்ற வகை களிலேயே நமது கவனம் சென்றுள்ளது. தமிழ் நாட்டில்கூட தமிழ் மட்டுமே படித்து பெரிய வேலைகளில் சேர்ந்து உயர முடியாது. இன்று உலகில் எந்த நாட்டிலும் தமிழ்மொழி ஆட்சி மொழியாக இல்லை.

விஞ்ஞானம், மருத்துவம் மற்றும் அறிவியல் சார்ந்த துறைகளில் ஜப்பானிய மொழி வளம் பெற்று வளர்ந்துள்ளது. அது ஆட்சி மொழியாக இருக்கிற காரணத்தால் இந்த வளர்ச்சி சுலபமாகியுள்ளது. நமது தேசிய மொழியான மலாய்கூட கடந்த 46 ஆண்டுகளில், தன்னை நிலைநிறுத்திக் கொண்டு பிற மொழிச்சொற்களை ஏற்றுக்கொண்டு வளர்ந் துள்ளது. மலாய் மொழியில் சிறந்த தேர்ச்சி பெற்றவர்கள் அரசாங்க வேலைவாய்ப்புகளில் உயர்ந்து கொண்டே போகலாம்.

ஆனால் தமிழில் அப்படி இல்லை. தமிழ் கற்றால் அது ஒரு சுய தேவைக்காக, மொழிப்பற்றுக்காக படிப்பது என்றாகிவிட்டது. தமிழ் படித்து பொருளாதார ரீதியில் வளர்ச்சி என்பது இன்றுள்ள சூழ்நிலையில் நடக்காத காரியம் என்ற சிந்தனை பரவலாகத் தமிழர்களிடத்தில் பேசப்பட்டு வருகிறது.

உண்மையில் ஏராளமான தமிழர்கள் அறிவியல் ஆராய்ச் சியில் புகழ்பெற்று உள்ளார்கள். நெல் ஆராய்ச்சித் துறையில் சாமிநாதன், சித்தீக் போன்றவர்கள் அனைத்துலக அங்கீகாரம் பெற்றவர்கள். இன்று இந்திய ஜனாதிபதியாக இருக்கும் அப்துல் கலாம் அணுவாராய்ச்சியில் சாதனை படைத் துள்ளார். நோபல் பரிசு பெற்ற பேராசிரியர் சந்திரசேகர் ஒரு தமிழர். இவரின் ஆராய்ச்சியால் விண்ணுலக ஆராய்ச் சிக்கு இன்றுள்ள முன்னேற்றம் கிடைத்துள்ளது. அமெரிக்கா வில் குடியேறி மிகப்பெரிய வெற்றியை ஈட்டியவர் இவர் – அண்மையில் இவரின் பெயர் பதித்த கேடயத்தை நிலவில்

அமெரிக்கா வைத்தது மட்டுமல்ல, அவரின் மனைவியை அழைத்துக் கௌரவம் கொடுத்தது.

இவர்கள் தமிழறிந்தவர்களாக இருந்தார்கள். ஆனால் இவர்களின் ஆய்வுகள் தமிழில் நடைபெறவில்லை. குறிப்புகள் அனைத்தும் ஆங்கிலத்திலேயே வந்தன. இது இவர்களின் குறை மட்டுமன்று, இந்தக் குறிப்புகள் வந்தால், அதை எத்தனைத் தமிழர்கள் வாங்கிப் படிப்பார்கள்?

விஞ்ஞானப்பூர்வமாகக் கலைச்சொற்களின் உருவாக்கங்கள் அண்மையில் பரவலாகக் கணினியில் வந்துள்ளன. மணவை முஸ்தபா ஏறக்குறைய 1000 பக்கங்களில் கம்ப்யூட்டரில் கலைச் சொற்களை உருவாக்கியுள்ளார். இது மட்டுமல்லாது மருத்துவம், விஞ்ஞானம், நீதி, ராணுவ வகைகளில் 80,000 கலைச் சொற்களைத் தமிழில் நீண்ட ஆராய்ச்சிக்குப் பிறகு தந்துள்ளார். இவர் ஒருவரே செய்த இந்த முயற்சி பெரிய பாராட்டுக் குரியது. ஆனால் எந்த அளவு நடைமுறைக்கு இது வந்துள்ளது? இதன் பயன் என்ன?

ஆங்கிலம், ஜெர்மன் மொழிகளில் புதிய கலைச்சொற்கள் ஆண்டுக்கு 11,000 வெளிவருகின்றன. மேற்கண்ட விஞ்ஞானம், மருத்துவம் மற்றுமுள்ள துறைகளில் அதன் அன்றாட செயல் பாட்டால் இது சாத்தியமாகிறது. நமக்கு செயல்பாடும் குறைவு. அதனால் சொற்களைப் பாவிப்பதும் குறைவு.

நமது மொத்த ஆறு கோடி தமிழர்களில் இலக்கியம் படிப்பவர்கள் 2 விழுக்காடுதான் என்பதே பெரிய பின்னடைவு. இதில் அறிவியல் துறை என்பது 0.0001க்குக் கீழேதான் இருக்க முடியும். உணர்ச்சிக்கு இடம் கொடுக்காமல் அறிவுபூர்வமாகச் சிந்தித்தால் தமிழ் அழிந்துவிடும் என்பதற்குப் பல காரணங்கள் உள்ளன. ஆனால் வரும் 50 முதல் 100 ஆண்டுகளில் பல்வேறு மாற்றங்கள் நிகழலாம். தமிழர்களுக்குத் தமிழ் ஆட்சி மொழி யாகும் ஒரு நாடு அமையலாம். தமிழ்நாட்டில் இப்பொழுது உரத்துக் கேட்கும் தமிழைச் செம்மொழியாக்க வேண்டுமென்ற குரல் வெற்றி பெறலாம். இதுவன்றி எதிலும் தமிழ் என்ற நிலை உருவாகித் தமிழ் நாட்டில் தமிழ் மொழி ஆட்சி மொழி யாக அறிவிக்கப்படலாம். அதற்கான சாத்தியக் கூறுகளை நாம் மறுக்க முடியாது. இதன்வழி பொருளாதார ரீதியாகத் தமிழ்மொழியின் பயன்பாடு அதிகரித்து எதிர்காலத்தில் அதன் வளர்ச்சி நாம் நினைப்பதைவிட உச்சத்துக்குச் செல்ல பல வாய்ப்புகள் உள்ளன.

உலகத்தில் அழிந்த மொழிகளில் பைபிள் தோன்றிய 'ஹிப்ரு' மொழியும் ஒன்று. பேச்சு வழக்கிலும் ஏன் எழுத்து

வழக்கிலும் அது அழிந்து சில நூற்றாண்டாகிறது. இஸ்ரேலியர்களின் மொழியான 'ஹிப்ரு' இன்று 'இடிஸ்' மொழி என்று அழைக்கப்படுகிறது.

இஸ்ரேலியர்கள் இன்று வல்லமை படைத்தவர்களாக ஆகி விஞ்ஞானம், மருத்துவம், ராணுவம் போன்ற துறைகளில் அபரிமித வளர்ச்சி பெற்று, தங்களுக்கென்று போர் மேகங்களுக்கிடையிலும் ஒரு நாட்டை உருவாக்கிக்கொண்ட சூழலில் தங்களின் செத்த மொழியை மீண்டும் உயிர்பெறச் செய்துள்ளார்கள்.

சொற்கள்கூட இல்லாத, புழக்கத்தில் ஒரு வார்த்தைகூட இல்லாத 'இடிஸ்' மொழி இன்று இஸ்ரேலியர்கள் மத்தியிலும் உலகில் உள்ள யூதர்களின் இடையிலும் பேசப்படும் மொழியாக மட்டுமல்லாது, எழுதப்படும் மொழியாகவும் உருவாகியுள்ளது. சில பத்தாண்டுகளுக்கு முன்பு மொத்த யூதர்களில் சுமார் 25,000 பேர் மட்டுமே இந்த மொழியைப் பேசுபவர்களாகவும் படிப்பவர்களாகவும் இருந்தார்கள். அதன் வேகமான வளர்ச்சி ஆச்சரியப்பட வைத்தது. சுமார் 25,000 பேருக்கு மட்டுமே தெரிந்த அந்த மொழியில் நாவல் எழுதிய ஒரு யூதர் நோபல் பரிசு பெற்றுள்ளார். இது யூதர்களுக்கென்று ஒரு நாடு இருந்ததாலும், அவர்களுக்கென்று தனி மொழி வேண்டுமென்ற ஆர்வத்தாலும் சாத்தியமாகியுள்ளது.

இன்று யூதர்கள் ஆங்கிலத்தில் உரையாடுவதைவிடத் தங்களது 'இடிஸ்' மொழியில்தான் உரையாடுகிறார்கள். வானொலி, தொலைக்காட்சி, பத்திரிகை என்று இதன் வளர்ச்சி அபரிமிதமாக உள்ளது. கம்ப்யூட்டர் துறையில் இன்று முன்னணியில் இருக்கும் பில்கேட்ஸின் நிறுவனம் மூன்று மொழிகளில் மட்டுமே தனது அண்மையக் கண்டுபிடிப்புகள் மற்றும் கணினியில் ஏற்பட்டுள்ள முன்னேற்றங்கள் குறித்து இதழ்கள் வெளியிடுகிறது. அதிகமாக ஆங்கிலத்திலும், இரண்டாவதாக 'இடிஸ்' மொழியிலும், மூன்றாவதாகத் தமிழிலும் இந்த இதழ் வெளிவருகிறது. செத்த மொழியான 'இடிஸ்' மொழி இரண்டாவது இடத்தில் இருப்பதே அதன் முன்னேற்றத்தைக் காட்டுகிறது.

சுமார் 4000 ஆண்டுகள் பழமை வாய்ந்த மொழியான நமது மொழி மூன்றாவது இடத்தில் இருப்பது நமக்குப் பெருமையே. இலங்கையிலிருந்து பல்வேறு நாடுகளில் குடியேறியுள்ள தமிழர்கள் தங்களுக்குள் உரையாட கணினியை அதிகம் பயன்படுத்துவதால் இது சாத்தியமாகியுள்ளது. தமிழ், தமிழர்களுக்குள் பேசும் மொழியாக மட்டுமே இப்பொழுது உள்ளது. உலக அளவில் இதில் உள்ள இலக்கியம், கலை, பண்பாட்டுக் கூறுகளை ஆய்வதற்குச் சில வெளிநாட்டுப்

பேராசிரியர்கள் கற்று வருகிறார்கள். இவர்களின் எண்ணிக்கை மிகக் குறைவு.

நவீன விஞ்ஞானக் கண்டுபிடிப்பான கம்ப்யூட்டரில் தமிழ் மிகப்பெரிய வளர்ச்சிக்குத் தன்னை ஆட்படுத்திக்கொண்டுள்ளது. இதன்வழி எந்தச் சூழலுக்கும் தமிழ் வளைந்து கொடுத்துத் தன்னை நிலைநிறுத்திக்கொண்டுள்ளது. இன்றைய நிலையில் இது மகிழ்ச்சியான விசயமே! இந்த மகிழ்ச்சி இன்னும் ஏனைய துறைகளிலும் முன்னெடுத்துச் செல்லப்பட வேண்டும். அதற்குத் தமிழ்மொழிக்கென்று தனிநாடும், ஆட்சி மொழி நிலைப்பாடும் மிக மிக அவசியம்.

உலகில் நாம் எதிர்பார்க்காத பல சம்பவங்கள் நடைபெற்று வருகின்றன.

மொழியைப் பொறுத்தமட்டில் 'இடிஸ்' மொழியின் மறுபிறப்பு யாரும் எதிர்பார்க்காத ஒன்று. இது முடியுமென்றால், இன்றும் இனிமை குன்றாது தன்னைக் காலத்துக்கேற்ற முறையில் வடிவமைத்துக்கொண்டுள்ள தமிழ் மொழி ஏன் அழிய வேண்டும்?

தமிழ்மொழி பற்றி உணர்ச்சிவசப்பட்டுச் சிந்திப்பதை விட்டு ஆக்க வழிகளில் செயல்பட்டால் அதன் வளர்ச்சி நிச்சயம் உயர்ந்ததாக அமையும்!

என் கதவுகளைத் திறக்கிறேன் . . .

நான் எப்படி எழுத்தாளன் ஆனேன்? எனக்குள் அண்மையில் எழுந்த கேள்வி இது. சில சமயங்களில் வாசகர்கள் என்னிடம் கேட்கும் கேள்வியும்கூட.

முதலில் எனது 14 வயது தொட்டு படிப்பதில் ஒரு தீவிரமான வாசகனாக இருந்தேன். பள்ளியில் மூன்றாவது வகுப்பு படித்துக்கொண்டிருக்கும் போது மேசைக்கடியில் வைத்து நான் தமிழ் வாணனின் ‘கல்கண்டு’ படித்துக்கொண்டிருந் தேன். அதில் வரும் கேள்வி – பதில் பகுதிதான் என்னைப் பொது அறிவு பெற வைத்தது. நான் ‘கல்கண்டு’ படிப்பதைப் பார்த்த எனது ஆசிரியை பிரம்பால் அடித்தது மட்டுமல்ல, எனது இடை வாரைக் கழற்றித் தாறுமாறாக அடித்தார். இன்று வரை அவர் ஏன் என்னை அடித்தார் என்பதற்குச் சரியான காரணம் தெரியவில்லை. படித்து பல்வேறு விசயங்களை மாணவர்கள் அறிந்துகொள்ள வேண்டும் என்று ஊக்குவிக்கவேண்டிய நிலையில் இருந்த அந்த ஆசிரியை அப்படி நடந்து கொண்டது எனக்கு வேதனையாக இருந்தது.

அதற்குப்பின் இன்றுவரையில் ஒரு நல்ல வாசகனாகவே நான் இருக்கிறேன். தமிழ்வாணன், சிரஞ்சீவி, மேதாவி போன்ற துப்பறியும் நாவல் எழுத்தாளர்களின் ஒரு நூல்கூட பாக்கி யில்லாமல் அக்காலத்தில் படித்தேன் – சங்கர்லால், கத்தரிக்காய் போன்றவர்களைத் தமிழ்வாணனின் நாவல்களில் படித்த பொழுது அவர்கள் உயிரோடு உள்ள கதாபாத்திரங்கள் என்ற நினைப்பே என்னில் இருந்தது.

நிறைய நூல்கள் வாங்கிப் படிக்கும் பொருளாதாரச் சூழ்நிலை எனக்கு அப்போது இல்லை. நண்பர்கள், தெரிந்த வர்களிடம் ஓசியில் வாங்கிப் படிப்பேன். இதனால் எனக்கு 'ஓசி பீர் முகமது' என்ற ஒரு பெயரே எங்கள் வட்டாரத்தில் இருந்தது!

ஆறாம் வகுப்பு முடிந்து குடும்பச் சூழ்நிலையால் உயர் கல்விக்குப் போக முடியாத நிலையில் நான் ஒரு ஓட்டுக் கடையில் பேப்பர் போடும் பையனாக வேலைக்குச் சேர்ந்தேன். ஜாலான் ஈப்போவில் இப்பொழுது நாரா கிளினிக் இருக்கும் வரிசையில் அந்தப் பழைய கடை இருந்தது. கல்வியைத் தொடர முடியவில்லையே என்ற ஆதங்கம் மனதில் இருந்தாலும், ஓட்டுக் கடையில் தமிழ்நாட்டுப் பத்திரிகைகள் அனைத்தும் படிக்கும் வாய்ப்புக் கிட்டியது. புதிய இதழ்கள் வந்ததும் முடிந்த அளவு இரவில் படித்து முடித்துவிடுவேன். செந்தூல் ஜாலான் ஹாஜி சாலையில் 'தங்கம் புத்தகசாலை' என்ற ஒரு கடை இருந்தது. இப்பொழுதும் அது சற்றுத் தள்ளி ஜாலான் செந்தூலில் இருக்கிறது. மாதம் இரண்டு வெள்ளி சந்தா கட்டினால் அந்தக் கடையிலிருந்து பைண்ட் செய்யப்பட்ட 'ஆனந்த விகடன்', 'கல்கி', 'குமுதம்' போன்ற இதழ்களில் வரும் தொடர்கதைகள் கிடைக்கும் – சில சமயங்களில் அபூர்வமாகக் கல்கியின் 'சிவகாமியின் சபதம்', 'அலை ஓசை' போன்ற நாவல்களும் கிடைக்கும். எனக்கு அப்பொழுது வீடு வீடாகப் பேப்பர் போடுவதற்கு முப்பது வெள்ளி சம்பளம் தந்தார்கள். முதல் மாதச் சம்பளத்தில் நான் இரண்டு வெள்ளி எடுத்துக்கொண்டு மீதியை வீட்டில் கொடுத்துவிட்டேன். அந்த இரண்டு வெள்ளி யில்தான் ஒரே மாதத்தில் 'அலை ஓசை', 'சிவகாமியின் சபதம்', கொத்தமங்கலம் சுப்புவின் 'தில்லானா மோகனாம்பாள்' ஆகியவற்றைப் படித்தேன். இதற்கிடையில் 'அம்புலிமாமா', 'கண்ணன்', 'கல்கண்டு' என்று அதையும் போனசாக வைத்துக் கொண்டேன். எனது வாசிப்புத்தன்மை மாறியது. சங்கர்லாலும், கத்தரிக்காயும் என்னிடமிருந்து விடைபெற்றுக்கொண்டார்கள்.

அகிலன், 'கல்கி', டாக்டர் மு.வ. என்று எனது பாதை மாறியது. அந்த நேரத்தில் எனது வேலையும் மாறியது. ஜாலான்

அம்பாங்கில் இருந்த இந்தியக் கைத்தறி நிலையத்தில் ஐம்பது வெள்ளி சம்பளத்தில் சேர்ந்தேன். சம்பளம் கூடியது. ஆனால் தமிழ் இதழ்களைப் படிக்கும் வாய்ப்புப் பறிபோனது. அங்கே என்னோடு வேலைசெய்த திருஞானம் என்ற நண்பர் அடிக்கடி இந்தியத் தூதுவராலயத்துக்குச் சென்று தமிழ் இதழான 'கல்கி'யைப் படித்துவிட்டு அதில் வரும் தொடர்கதைகளைப் பற்றிக் கூறுவார். நா. பார்த்தசாரதியின் 'குறிஞ்சி மலர்' தொடர் கதை பற்றி அவர் கூறக் கூற எனக்கு மயக்கமே வந்தது. மதியம் சாப்பாட்டு நேரத்தில் நானும் இந்தியத் தூதுவரா லயத்தில் தஞ்சமடைந்தேன்.

எனக்குக் கல்வியைத் தொடர வேண்டும் என்ற வேட்கை தணியாத தாகமாக இருந்தது. கைத்தறி நிலையத்திலிருந்து கொண்டு இரவு வகுப்புகளுக்குச் செல்வது மிகச் சிரமமாக இருந்தது.

அது 1958ஆம் ஆண்டு. நண்பர் ஜே.பி. ஜேவியர் எனக்குப் பால்ய சினேகிதன். இன்றைய டிவி நடிகரும் 'சுராங்கனி' என்ற திரைப்படத்தில் சில்க் ஸ்மிதாவோடு நடித்தவருமான ராஜ்கமலின் அண்ணன். இரவு நேரங்களில் பொட்டல் வெளியில் நின்றுகொண்டு நாங்கள் மேடையில் பேசுவது போல் பேச்சுப் பயிற்சி செய்வோம். பத்திரிகைகளுக்குக் கதை எழுதுவதுபற்றித் தீவிரமாகப் பேசுவோம் – ஜே.பி. ஜேவியர் 'தமிழ் நேச'னில் ஆபீஸ் பையனாக வேலை செய்தார். எங்கள் இருவருக்கும் ஏற்பட்ட இலக்கியக் கனவுகள் கலர் கலராய் வந்து போகும். ஜேவியரின் கையெழுத்தைக் கண்ணில் ஒற்றிக் கொள்ளலாம். மல்லிகையை வரிசையாக அடுக்கியதுபோல் அழகாக இருக்கும்.

1958ஆம் ஆண்டு ஆரம்பத்தில் செந்தூல் தமிழர் திருநாளுக் கான அறிவிப்புகள் வந்தன. அதன் கலை, இலக்கியப்பகுதிச் செயலாளராக இருந்த நா. சுப்பையா எங்களுக்கு அறிமுக மானார். செந்தூல் தமிழர் திருநாளில் கதை, கட்டுரை, பேச்சுப் போட்டிகளில் கலந்துகொள்ளும்படி எங்களிருவரையும் உற்சாகப் படுத்தினார். நா. சுப்பையா சிறந்த பாடகர். சி.எஸ். ஜெயராமன் பாடல்களை மிக அற்புதமாகப் பாடுவார் – அது மட்டுமல்ல சிறந்த பேச்சாளர். இப்போதைய மில்லியன் செட்டில்மென்ட் பகுதியில் அப்பொழுது பலகை வீடுகள்தான் இருந்தன. அவரின் வீடும் அங்குதான் இருந்தது. எங்களுக்கு அவரின் வீடு பெரிய இலக்கியச் சர்ச்சைகள் செய்வதற்கு ஒரு பல்கலைக்கழகமாக மாறியது. நான் கதை, கட்டுரைப் போட்டிகளுக்கு எழுதி முதல் தமிழர் திருநாளில் கலந்துகொண்டேன். பேச்சுப்

போட்டியிலும் பாட்டுப் போட்டியிலும் கலந்துகொள்ளும்படி எங்களின் பெயரையும் நா. சுப்பையா இணைத்துக்கொண்டார்.

எனது பிரிக்பீல்ட்ஸ் விவேகானந்தா பள்ளி நாட்களில் 1954ஆம் ஆண்டு நடந்த சிலாங்கூர் மாநிலத் தமிழ்ப்பள்ளி களுக்கான பேச்சுப் போட்டியில் 'சி' பிரிவில் முதல் பரிசும், 1955ஆம் ஆண்டு பள்ளியில் நடந்த நவராத்திரி விழாவில் முதல் பரிசும் பெற்ற அனுபவம் இருந்தது. எனது தலைமை யாசிரியரும் எனது ஆசானுமாகிய வெ. காசிநாதன் கொடுத்த பயிற்சி மட்டுமல்ல, அது எழுதி மனப்பாடம் செய்த பேச்சு. எனது தமிழ் உச்சரிப்பைச் சரி செய்தவர் ஆசிரியர் பொன்னையா.

ஆனால் தமிழர் திருநாளில் சுயமாகப் பேசவேண்டும். எனக்கு நடுக்கமாக இருந்தது. நா. சுப்பையா ஒரு ஞாயிற்றுக் கிழமை ஒரு நண்பரோடு எங்களிருவரையும் சந்திக்க வந்தார். அவர் சினிமா மெட்டுக்கு அருமையாகப் பாடல்கள் புனை பவர். அவர் பெயர் மறந்துவிட்டது. நாங்கள் பாட வேண்டிய பாடலுக்கு வடிவம் கொடுக்கவே நா. சுப்பையா அவரை அழைத்து வந்திருந்தார். அப்பொழுது பி.எஸ். வீரப்பா தயாரித்த முதல் படம் 'பிள்ளைக் கனியமுது'. அதில் எஸ்.எஸ். இராஜேந்திரன் நடித்திருந்தார். அதில் பிரபலமாக விளங்கிய பாடல் 'ஏர்முனைக்கு நேர் இங்கே எதுவுமேயில்லை' என்ற பாடலாகும். நான் அந்தப் பாடலைப் பாட வேண்டு மென்று நினைத்தேன். வந்த கவிஞரோ நல்ல பாடல், ஆனால் அதே மெட்டில் நாம் ஒரு பாடலை இயற்றிப் பாடினால் சிறப்பாக இருக்குமென்று கூறினார்.

நான் உடனே முதல் வரியைக் கூறினேன். 'தமிழ் மொழிக்கு நேர் இங்கே எதுவுமேயில்லை' என்று நான் பாடிக் காட்டியதும் அந்தக் கவிஞர் உடனே நாற்காலியை விட்டு எழுந்து என்னை ஆரத்தழுவிக்கொண்டார். எனது எழுத்து, எனது கற்பனை என்றால் அதுதான் முதல் வரி. இன்று வரையில் தமிழ்மொழி, இனம், தமிழுணர்வு போன்றவற்றுக்கு எனக்கு அந்த முதல் வரிதான் அடிப்படையாக அமைந்தது. அதுவே இன்றுவரை எனது எழுத்து, பொதுவாழ்க்கை அனைத்துக்கும் பல்லவியாகவும் அமைந்துவிட்டது. 1953ஆம் ஆண்டு தமிழர் திருநாளில் எனக்குக் கதை, பேச்சுப் போட்டி, பாட்டுப் போட்டிகளில் பரிசு கிடைக்கவில்லை. கட்டுரைப் போட்டியில் மூன்றாவது பரிசு கிடைத்தது. பரிசு கிடைத்ததில் என்னைவிட எனது பால்ய நண்பன் ஜே.பி. ஜேவியர்தான் அதிகம் மகிழ்ந்து போனான். அன்று இரவு எனக்கு ஒரு ஸ்டால் கடையில் மீ கோரேங்கும் டீயும் வாங்கிக் கொடுத்தான்.

இதில் இன்னொரு விசயம் என்னவென்றால் அந்தத் தமிழர் திருநாளில் என்னோடு எல்லாப் போட்டிகளிலும் அவனும் கலந்துகொண்டு எந்தப் பரிசையும் பெறாமலேயே எனது அந்த மூன்றாவது பரிசைக் கொண்டாடியதுதான். அப்படி யான நட்பையும் நெருங்கிய உறவையும் அவன் மரணத்துக்குப் பிறகு என்னால் இன்றளவும் பெறமுடியவில்லை. அவன் உருவம் கட்டையானது, கறுப்பு நிறம். நட்பில் உயர்ந்தவன், உள்ளத்தில் வெள்ளையானவன். அவன் இறந்த அன்று நான் ஆஸ்திரேலியாவில் இருந்தேன். நாடு திரும்பியதும் செய்தி கேட்டு என் மனம் வருந்தியது. பல ஆண்டுகள் எங்களுக்குள் சந்திப்பு இல்லாமலேயே இருந்தது. எப்பொழுதாவது அவனை நினைத்துக்கொண்டால், அவனுடைய இல்லம் சென்று மணிக் கணக்கில் பேசுவோம் – வெளியே சாப்பிடச் செல்வோம் – ஒரு நாள் முழுதும் அவனோடு கழியும்.

ஜே.பி.ஜேவியர் அந்த 1968ஆம் ஆண்டு தமிழர் திரு நாளுக்குப் பிறகு இலக்கியத்தில் அதிக கவனம் செலுத்தினார். அவர் 'தமிழ் நேசனி'ல் பணியாற்றிய பொழுது ஞாயிறு பதிப்பு ஆசிரியராக எம்.துரைராஜ் இருந்தார். அவரது ஊக்கு விப்பால் ஜேவியர் முதல் சிறுகதை எழுதினார். 'ஆசையினாலே மனம்' தலைப்பில் அக்கதை பிரசுரமாகியது. சிகாம்புட் மூன்றாவது மைலில் அன்றைய ஞாயிற்றுக்கிழமை ஓர் அற்புத மான எழுத்தாளன் உருவானார். எதைச் செய்தாலும் முழு ஈடுபாட்டுடன் ஒரு வெறித்தனத்தோடு செயல்படுவார் ஜேவியர். ஆனால் எந்தத் துறையிலும் நீடிக்காமல் வேறு துறைக்கு உடனே மாறிவிடுவார். இது அவரது பலவீனமா பலமா என்ற கேள்வி எனக்கு இன்றளவும் உள்ளது.

முருகு சுப்பிரமணியம் சிங்கை 'தமிழ்முரசி'ல் இருந்த வேளையில் 'உங்கள் எழுத்து' என்ற பகுதியை ஆரம்பித்து புதிய எழுத்தாளர்களை ஊக்குவித்து வந்தார். சிறந்த கட்டுரைக்கு ஐந்து வெள்ளி பரிசும் கொடுத்தார்கள். தாளின் ஒரே பக்கத் தில் அக்கட்டுரை அமைய வேண்டும். எதைப்பற்றியும் எழுத லாம். ஜேவியர் அதற்கு விடாப்பிடியாக வாரந்தோறும் எழுதி வந்தார். மூன்றாவது முறையாக அவருக்குப் பரிசு கிடைத்தது மட்டுமன்றி அக்கட்டுரை கட்டம் கட்டிச் சிறப்பாகப் பிரசுரிக்கப் பட்டிருந்தது. என்னை வற்புறுத்தி அப்பகுதிக்கு எழுத வைத்தார். எனது எழுத்தும் வாரந்தோறும் 'தமிழ்முரசி'ல் வெளிவந்தது. அதன் பிறகு இருவரும் இலக்கியம் பற்றிப் பேசுவதற்கு நீண்ட இரவுகளைக் குத்தகைக்கு எடுத்துக்கொண்டோம். ஒரு சிறுகதை எழுதும்படி என்னை அதிகம் தூண்டினார் ஜேவியர். இரண்டு நாட்கள் முயன்று 'தலையணை' என்ற சிறுகதையை எழுதினேன். அக்கதை எம்.துரைராஜ் பார்வைக்குச் சென்றது.

கதையில் சில திருத்தங்களைச் சொல்லி மீண்டும் எழுதிக் கொடுக்கும்படி துரைராஜ் ஜேவியர் மூலம் சொல்லி அனுப் பினார். நான் கதையைத் திருத்தி எழுதிக்கொடுத்தேன். கதை அடுத்த வாரமே பிரசுரமாகியது. தலைப்பு மாறி வந்தது – 'தங்கமும் எட்டமாட்டாள்!'

நான் இந்தியக் கைத்தறி நிலையத்தில் வேலை செய்து கொண்டிருந்த பொழுதுதான் அக்கதை பிரசுரமாகியது. வெள்ளிக்கிழமையே அச்சாகிய எனது கதை பிரசுரமான பகுதியை எடுத்துக்கொண்டு 'தமிழ் நேசனி'லிருந்து ஓடி வந்து காட்டினார் ஜேவியர். அன்றே வெள்ளிக்கிழமை 'மலைநாடு' வார இதழில் எனது 'தன்னம்பிக்கை' என்ற கட்டுரையும் வெளிவந்திருந்தது. பெரியவர் மீனாட்சி சுந்தரம் ஆசிரியராக இருந்த பத்திரிகை அது. சுங்கை சிப்புட்டிலிருந்து வெள்ளி தோறும் வெளிவரும். 'சங்கு' சண்முகம், கரு. வேலுச்சாமி, கு.சா. பெருமாள் போன்றவர்கள் அதில் வேலை செய்து கொண்டிருந்தார்கள்.

எனது ஆரம்ப எழுத்துக்குப் பின்னணியில் இருந்து ஊக்கப்படுத்தியவர் ஜே.பி. ஜேவியர்தான். ஒரு நாள் மாலை என்னை 'முத்தமிழ்ப் படிப்பக'த்துக்கு அழைத்துச் சென்று அதில் உறுப்பினராக்கினார். செந்தூல் – ஜாலான் ஈப்போவில் இருந்த உணவகத்தின் மேல் மாடியில் 'முத்தமிழ்ப் படிப்பகம்' செயல்பட்டு வந்தது. அதற்கு முன்பு இப்பொழுது ஜாலான் ஈப்போ 'ஹாங்காங் ஷங்காய் வங்கி'க்கு முன்புறம் இருந்த மூங்கில் குத்துக்கம்பத்தில் ஒரு சிறிய இடத்தில் செந்தூல் ரயில்வே ஓர்க்ஷாப்பில் பணியாற்றிய அன்பர்களால் உருவாக்கப் பட்டு இயங்கியது. குமாரசாமி என்ற மிகத்தீவிரமான பொதுநலத் தொண்டர்தான் அதன் பதிவு வேலைகளைச் செய்து கொடுத் தார். அவருக்குக் கால்கள் சரியாக நடக்க வராது. கெந்திக் கெந்தி நடப்பார். என்றாலும், அக்காலகட்டத்தில் எல்லாக் கூட்டங்களிலும் கலந்துகொள்வார். இன்று சமூகம் அவரை மறந்துவிட்டது. பல இளைஞர்களைப் பொதுவாழ்க்கைக்குக் கொண்டு வந்தவர். தீவிர பெரியார் பக்தர்! செந்தூல் செட்டி யார்கள் மண்டபத்தில் நடந்த ம.தி.க. மாநாட்டில் அவர் பக்கத்தில் அமர்ந்து மாநாட்டு நிகழ்வுகளைக் காலை முதல் இரவு வரை அதிசயத்தோடு பார்த்துப் பிரமித்து நின்றது எனக்கு இன்றும் ஞாபகமிருக்கிறது. இந்த மாநாட்டில் இரவு நடந்த கலைநிகழ்ச்சிகளில் அப்பொழுது சிறிய பையனாக இருந்த 'மலேசிய' வாசுதேவனின் கச்சேரி நடந்தது. அவருடைய மூத்த சகோதரர்கள் நடத்திய 'தோட்டி மகன்' என்ற சமூகச் சீர்திருத்த நாடகமே என்னைப் பகுத்தறிவுப் பக்கம் இழுத்து வந்தது. அப்படி ஒரு தரமான ஓரங்க நாடகத்தை இதுவரை

காண முடியவில்லை. மூங்கில் குத்துக் கம்பத்தில் அப்பொழுது குடியிருந்த மணியரசு, அவரது துணைவியார் பாக்கியம் மணியரசு இருவரையும் அறியும் வாய்ப்பு அந்தச் சிறிய வயதில் எனக்குக் கிடைத்தது. ஈப்போ ரோட்டில் சாலை ஓரத்தில் இருந்த பொது நீர்க்குழாயில்தான் தண்ணி எடுக்க வேண்டும். அங்கேதான் நான் குளிக்க வருவேன். திருமதி பாக்கியம் மணியரசு, அங்கே துணி துவைக்க வருவார். ஒரு தைப்பூசத் தினத்தன்று நான் அவசரமாகச் செல்ல வேண்டு மென்று கூறிய பொழுது திருமதி பாக்கியம் மணியரசு, "எங்கே இவ்வளவு அவசரம்?" என்று கேட்டார். "நான் தைப்பூசம் காணப் போகிறேன்" என்றேன். அவர் துணி துவைப்பதை விட்டு விட்டு என்னைத் துவைக்க ஆரம்பித்துவிட்டார். "உனக்கு அங்கு என்ன வேலை? நீ காவடியா எடுக்கப் போகிறாய்?" – அப்படி இப்படி என்று எனக்குப் பெரிய சொற்பொழிவை ஆற்றினார். அவரின் துணியும் வெளுத்தது. நானும் வெளுக்கப் பட்டேன். மூங்கில் குத்துக் கம்பத்தில் அப்போது ஓர் அரிசி ஆலை இருந்தது. அதன் பக்கத்தில்தான் அவர்களின் வீடு. நான் என் பெரியப்பாவோடு ஆலையின் மறு பக்கத்தில் குடியிருந்தேன். அடிக்கடி அவர்களின் இல்லத்திற்கு என்னை அழைத்துச் சென்று காப்பி, பலகாரங்கள் கொடுப்பார். அவர் மகன் கபிலன் அப்பொழுது சிறிய பையன். என்னைவிட வயது குறைவு.

ஓ! அந்த அரிசி ஆலையின் மீதப்பட்ட உமியில் புரண்டு விளையாடுவதில்தான் எத்தனை இன்பம்! எனது விளையாட்டுத் தோழர்கள் அங்கே குறைவு. ஆனால் திருமதி பாக்கியம் மணியரசு போன்ற பெரியவர்களின் நட்புக் கிடைத்தது. அந்த ம.தி.க. மாநாட்டில் மணியரசு, திருமதி மணியரசு போன்றவர்களோடு நானும் கலந்துகொண்டது எனக்கு இன்றும் ஆச்சரியமாகவே உள்ளது.

1954இல் பெரியார் மலாயாவுக்கு வந்துவிட்டுப் போன பிறகு, எனது பெரியப்பா பெரியார் பக்தராக ஆகிவிட்டார். 'தமிழ்முரசி'ல் வரும் பகுத்தறிவுச் செய்திகளையும் பெரியார் பற்றிய குறிப்புகளையும் என்னைப் படிக்கும்படி வேண்டுவார். காலையில் எழுந்ததும், பத்திரிகை படிக்காவிட்டால் அவருக்குப் பைத்தியம் பிடித்தது போல் ஆகிவிடும். பத்திரிகை வர நேர மானால், சிடுசிடுவென்று பாய்ந்து விழுவார். காப்பி, தேநீர் எல்லாமே பத்திரிகை படித்த பின்புதான். இன்றுவரை எனக்கும் அதே பழக்கம் ஏற்பட்டுவிட்டது.

அந்த ம.தி.க மாநாட்டின் கலை நிகழ்ச்சி முடிந்து ஒருவர் பேசினார் – அது எவ்வளவு தீர்க்க தரிசனமான பேச்சு! –

“வாசுதேவன் இந்தச் சிறிய வயதிலேயே அபாரமாகப் பாடு கிறார் – இவரைத் தமிழ்நாட்டுக்கு அனுப்பி மேலும் பயிற்சி செய்ய வைத்தால், நிச்சயம் தமிழ் சினிமா உலகில் இவருக் கென்று தனி இடம் பிடிப்பார் – அவரைத் தமிழ்நாட்டுக்கு அனுப்ப நாம் முயற்சி செய்ய வேண்டும்” என்று பாராட்டி னார். ஆனால் நான் அறிந்த மட்டில் யாரும் அதற்கான முயற்சிகள் செய்யவில்லை. அதன் பிறகு 60களில் மலாக்கா ‘இளங்கோ கலைமன்றம்’ ஏற்பாடு செய்த விழாவில் பட்டி மன்றத்தில் பேசுவதற்கு நானும் அமரர் சா.ஆ. அன்பானந்தன், ‘சங்கநாதம்’ க. கிருஷ்ணசாமி, மு. அன்புச்செல்வன் நால்வரும் சென்ற பொழுது அவர் அங்கே நிகழ்ச்சியில் பாடுவதற்கு வந்திருந்தார். இரண்டு நாட்கள் மலாக்காவில் தங்கியிருந்த வேளையில் அவரும் எங்களோடுதான் இருந்தார். எந்த நேரமும் ஏதாவது ஒரு வாத்தியக்கருவியைக் கையில் வைத்து வாசித்துக் கொண்டு, எதிர்காலக் கனவுகளில் மிதந்துகொண்டிருப்பார். அவரின் உணவு, உடை, தூக்கம் அதில் வரும் கனவுகள் எல்லாமே இசை பற்றியே இருந்தன. அதிகம் பேசமாட்டார். பேசினால் அது இசை பற்றியே இருக்கும். பிறகு அவர் ‘ரத்தப் பேய்’ படத்தில் நடிப்பதற்கும் பாடுவதற்கும் தமிழ்நாடு சென்று பல சிரமங்களை ஏற்று வெற்றி பெற்றது வேறு கதை. ‘ரத்தப் பேய்’ நாடகத்தை எழுதி இயக்கிய மு. பக்ருதீன் என்னை அதில் கதாநாயகனாக நடிக்க அழைத்தது பற்றிப் பிறகு எனது நாடக அனுபவங்கள் குறித்து எழுதும் பொழுது விளக்குவேன்.

எனது ம.தி.க. அனுபவங்கள் எல்லாமே பனிரெண்டு, பதிமூன்று வயதில் நடைபெற்றவை. ‘முத்தமிழ்ப் படிப்பகமே’ நான் பொது வாழ்க்கைக்கு வருவதற்கு முதல் படி. படிப் பகத்தில் நான் சேர்ந்த பொழுது எனக்கு அது தங்கச் சுரங் கத்தைத் திறந்துவிட்டு வேண்டியதை அள்ளிக்கொள் என்பது போல் கை நீட்டி வரவேற்றது. இங்கே வந்த பிறகு அகிலன், நா. பார்த்தசாரதி, மு.வ. போன்றவர்கள் பிரியாவிடை பெற்றார் கள். சாண்டில்யன், கல்கி, அரு. இராமநாதன், விக்ரமன், கோவி. மணிசேகரன் போன்றவர்கள் அதற்கு முன்பே எனக்கு வழியனுப்பு செய்துவிட்டார்கள். புதுமைப்பித்தன், கு.ப.ரா, மௌனி, லா.ச.ரா, சுந்தர ராமசாமி என்று எனது வாசிப்பு வேறு தளத்திற்கு மாறியது.

படிப்பகத்தில் உறுப்பினராகிய பிறகு எனக்கு சி. ஆறுமுகம், வெ. ஆறுமுகம், ச. செல்வநாதன், சாந்தழகன் போன்ற நண்பர்கள் அறிமுகமானார்கள். ப. சந்திரகாந்தம், மு. பக்ருதீன், தே. நவமணி போன்றவர்கள் அப்பொழுது மிகவும் பிரபலமான எழுத்தாளர் கள். நான் பிரிக்பீல்ட்ஸ் விவேகானந்தா பள்ளியில் நான்காம்

வகுப்பு முடித்து, சிகாம்புட்டுக்கு என் பெரியப்பாவோடு தங்கும் சூழ்நிலை உருவாகிய பொழுது எனது பள்ளியையும் மாற்றும் நிலை உருவாகியது. நான் பத்து எஸ்டேட் தமிழ்ப் பள்ளிக்கு மாற்றலாகி வந்தேன். அங்கேதான் ஜே.பி.ஜேவியர் ஐந்தாம் வகுப்பில் படித்துக்கொண்டிருந்தார்.

நாராயணசாமி என்ற ஆசிரியர் அப்பள்ளியில் ஒற்றை ஆசிரியராக இருந்து ஆறு வகுப்புகளை நடத்திக்கொண் டிருந்தார். ஒரு நாள் அரைக்கால் சட்டை அணிந்த ஒரு பையன் பள்ளிக்கு வந்து நாராயணசாமியோடு வெகு நேரம் பேசிக்கொண்டிருந்தான். அடுத்த நாள் அவர் ஒன்றாம் இரண் டாம் வகுப்பு மாணவர்களுக்குப் பாடம் சொல்லிக் கொடுத்தார். பிறகுதான் தெரிந்தது அவர்தான் ப. சந்திரகாந்தம் என்ற எழுத்தாளர். ஆசிரியர் ஆயத்தப் பரிட்சையின் இறுதி ஆண்டில் அவர் பயில்கிறார் என்பதும் தெரிந்துகொண்டோம். ஒரு வாரத்தில் ஆசிரியர், மாணவர் என்ற பந்தாவெல்லாம் மறந்து நெருங்கிய நண்பர்கள் ஆனோம். பிறகு முத்தமிழ்ப் படிப் பகத்தில் சந்தித்தபோது நட்பு இறுகியது.

சி. ஆறுமுகமும் நானும் நெருக்கமான நண்பர்கள் ஆனோம். அதே வேளையில் பகல் நேர ஆசிரியர் பயிற்சிக் கல்லூரியில் பயின்ற வெ. ஆறுமுகம், ச. செல்வநாதன், மு. சாந்தழகன் மூவரும் முத்தமிழ்ப் படிப்பகத்தில் உறுப்பினரான காலகட்டத்தில் அவர்களுக்கும் எழுத்து, கவிதை என்ற பித்து பிடித்திருந்தது தெரிந்ததும்ஒரு கூட்டுக்குழுவாக இயங்க முயன்றோம். இந்த நேரத்தில் ‘தமிழ்முரசி’ல் வெண்பாப் போட்டி ஆரம்பித்தது. அதில் பங்கேற்று கவிஞர்களாகப் பலர் உருவெடுத்திருந் தார்கள். வாராவாரம் ‘வெண்பா’ பகுதி ஆவலோடு எதிர் பார்க்கும் பகுதியாக வாசகர்களிடத்தில் பிரபலமானது. முருகு சுப்பிரமணியம் இப்பகுதியை வெற்றிகரமாக ‘தமிழ்முரசி’ல் நடத்தினார்.

எங்களுக்கும் ‘வெண்பா’ எழுதும் ஆர்வம் பிறந்தது. அந்த நேரத்தில் செந்தூல் ரயில்வேயில் பணியாற்றிய ஜெயராமன் என்பவரும் எங்களோடு சேர்ந்துகொண்டார். நல்ல நாடக அனுபவமிக்கவர். அவரை ‘சாக்ரடீஸ்’ ஜெயராமன் என்றே அழைப்பார்கள். ‘ராஜா ராணி’ படத்தில் கலைஞர் எழுதிய சாக்ரடீஸ் நாடகத்தை அச்சுப்பிசகாமல் தனது பாணியில் மேடையேற்றி வெற்றி கண்டவர். 1959ஆம் ஆண்டு செந்தூல் தமிழர் திருநாளில் ஜெயராமன் நடித்த ‘ஜூலியஸ் சீசர்’ நாடகத்தில் ‘புரூட்டஸ் நீயுமா?’ என்ற வசனம் என் மனதின் ஆழத்தில் பதிந்தது. இன்று வரை ‘புரூட்டஸ் நீயுமா?’ என்ற

வசனத்தை எனது பல நண்பர்களின் மத்தியில் கேட்டுவிட ஆவல் உள்ளவனாகவே இருக்கிறேன்.

அண்மையில்கூட ஒரு மலரில் எனது மணிமன்ற நாட்களில் நண்பர் கவிஞர், 'அக்கரைப் பச்சை பழமொழியெல்லாம் மாட்டுக்கே அன்றி மனிதருக்கில்லை!' என்று எழுதியிருந்தார். நான் வெளிநாடுகளில் நமது மலேசிய இலக்கியம் பேசப்பட வேண்டும் என்ற எண்ணத்தில் செய்யும் காரியங்களில் அவருக்கு உடன்பாடு இல்லை போலும். அதற்கு வேறு வியாபாரக் காரணம் இருக்கக்கூடும். நான் இலக்கிய வியாபாரியோ, அச்சுக்கூட வியாபாரியோ அல்ல. உள்ளபூர்வமாக எந்த லாபமும் கருதாமல் செய்யும் காரியத்துக்கு இப்படி 'மாட்டுப் பட்டம்' வாங்க வேண்டிய சூழலில் 'நீயுமா புரூட்டஸ்?' என்று ஜூலியஸ் சீசர் கேட்டதுபோல், 'நீங்களுமா . . .?' என்று கேட்க எனது மனது துணியவில்லை. நான் எந்த இலாபமும் கருதாமல் செய்யும் வேலைகளைத் தமிழ்ச் சமூகம் இன்று மதிக்காவிட்டாலும் அல்லது என்றும் மதிக்காமல் போனாலும் அது பற்றிக் கவலைப்பட நான் தயாராயில்லை. எனது பாதையில் பயணம் தொடரும். இந்த நாற்பத்து மூன்று ஆண்டுகால பொதுவாழ்க்கையில் எத்தனையோ பொறாமைக் காரர்களையும் சுயநலவாதிகளையும் கடந்து வந்த அனுபவம் எனக்குண்டு.

'நெஞ்சு பொறுக்குதில்லையே – இந்த நிலைகெட்ட மனிதரை நினைந்துவிட்டால்' என்ற எனது ஞானாசிரியன் பாரதி பாடிய பாடலைப் பாடிப் பார்த்துக்கொண்டு அவன் கைபிடித்து நடப்பதைத் தவிர வேறு எந்த உணர்வும் ஏற்படவில்லை. சரி, ஜெயராமனுக்கு வருவோம். ரயில்வேயில் வேலை செய்து கொண்டு எதிர்கால சினிமாக் கனவுகளில் ஜெயராமன் இருந்தார். எப்படியும் சினிமாவில் நடித்துவிட வேண்டும் என்ற தீராத வேட்கை அவர் மனதில் இருந்தது.

செந்தூல் ஜாலான் ஸ்டேசனில் ஒரு கடை வீட்டின் மேல் மாடியில் அறை எடுத்துத் தங்கியிருந்தார். இந்த நேரத்தில் தான் கவிஞர் சங்கு சண்முகம் எங்களுக்கு அறிமுகமானார். அவரின் மூலமாக யாப்பிலக்கணம் கற்க நான், சி. ஆறுமுகம், வெ. ஆறுமுகம், ஜெயராமன் அனைவரும் ஒன்று கூடினோம். வாரத்தில் இரண்டு நாட்கள் வகுப்பு ஜெயராமன் அறையில் நடக்கும். அதன்பிறகு முத்தமிழ்ப் படிப்பகத்தில் வாரந்தோறும் ஞாயிற்றுக்கிழமைகளில் நா. சுப்பையாவின் தலைமையில் சொற்பயிற்சிக் கூட்டம் என்று எங்களது இலக்கியப் பயணம் தொடர்ந்தது. சங்கு சண்முகம் கவிதை இலக்கணம் மட்டு மல்லாது, இலக்கியம், சிறுகதை, நாவல் என்று நிறைய

விஷயங்கள் குறித்துப் பேசுவார். அவரது கவிதைகளைக் கேட்டுக்கொண்டே இருக்கலாம். 'மலைநாடு' பத்திரிகையில் அவர் பணி புரிந்த காலத்தில் 'கவிதைத் திரட்டு' என்ற சிறிய கவிதை நூல் ஒன்றை அவரும் தில்லைநாதன் என்பவரும் சேர்ந்து வெளியிட்டிருந்தார்கள். சங்கு சண்முகத்தின் ஒரு வரி எனக்கு அந்தத் தொகுப்பில் இன்றும் மனப்பாடம். 'நேற்று இருந்த கிழவனின் உடல் நீரில் மிதக்குதண்ணே – இன்று நீரில் மிதக்குதண்ணே' என்ற நிலையாமை குறித்து அந்தப் பாடல் பேசியது.

எங்களின் இலக்கிய அறிவும் தேடலும் அதிகமாகியது. 'தமிழ்முரசு' வெண்பாப் போட்டியில் சி. ஆறுமுகம், வெ. ஆறுமுகம் இருவரின் வெண்பாக்கள் வர ஆரம்பித்தன. நான் எவ்வளவு முயன்றும் கவிதைப்பெண் கைவிட்டே போய்க்கொண்டிருந் தாள். கவிதைகளை வாசிப்பதில் இருந்த ஆர்வம் எனக்கு எழுத வரவில்லை. உரைநடையில்தான் எனது ஆர்வம் அதிக மிருந்தது.

ஒரு ஞாயிற்றுக்கிழமை சி. ஆறுமுகத்தின் பெயரை மாற்றும் முயற்சியில் நகைச்சுவைப் பித்தனின் வீட்டில் கூடினோம். (நகைச் சுவைப் பித்தனின் நிஜப்பெயர் வெ. ஆதிமுகம். இப்போதைய புனைபெயர் 'அதிகமணி.') சி. ஆறுமுகம் கொஞ்சம் ஓவியம் வரைவார். 'சியா' என்ற பெயரில் அவர் வரைந்த ஓவியம் ஒன்று எனது 'சேலை' என்ற சிறுகதைக்குச் சிறப்பாக இருந்தது. அந்தக் கதை 'தமிழ்நேசனி'ல் அந்த ஓவியத்துடன் பிரசுர மாகியது. சிங்கப்பூரில் உள்ள ஓர் ஓவியப் பள்ளியில் தபால் மூலம் ஓவியம் பயின்று இடையில் விட்டுவிட்டார்.

புனைபெயர் வைப்பதில் மூவரும் தீவிரமாகச் சிந்தித்தோம். பாரதிதாசனின் பாக்களில் சி. ஆறுமுகம் மிகுந்த ஈடுபாடு கொண்டவர். அதன் அடிப்படையிலேயே பெயர் அமைய வேண்டுமென்று அவர் விரும்பினார். 'பாரதிதாசனு'க்குத் 'தாசன்' என்றால் நன்றாக அமையாது. எனவே பாரதிதாசனின் முதல் எழுத்தான 'பா'வை எடுத்துக்கொண்டு 'பாதாசன்' என்ற பெயரைச் சூட்டினோம். பாட்டுக்கும் தாசன், பாரதி தாசனுக்கும் தாசன் என்ற மறைபொருளில் அப்பெயர் அமைந்து பிறகு அதுவே நிரந்தரமாகிவிட்டது.

சங்கு சண்முகம் ஈப்போ ரோட்டில் அப்பொழுது இருந்த 'பசு மார்க்' சுருட்டுக் கம்பெனிக்குப் பக்கத்தில் ஒரு சீனக் காப்பிக் கடைக்கு மேல் மாடியில் ஓர் அறையில் அவரது தகப்பனார் மற்றும் அண்ணன் வெ. விவேகானந்தனோடு தங்கியிருந்தார். நேரம் கிடைக்கும்போதெல்லாம் அந்த அறையில் இலக்கியச் சர்ச்சை செய்வோம். ஒருநாள் சங்கு

சண்முகம் ஓர் 'ஆனந்த விகடன்' இதழை எடுத்துக்கொண்டு முத்தமிழ்ப் படிப்பகத்துக்கு வந்தார்.

இந்தக் கதையைப் படியுங்கள் என்று ஒரு குறுநாவலைப் படிக்கச் சொன்னார். அது ஜெயகாந்தன் எழுதிய 'யாருக்காக அழுதான்?' என்ற குறுநாவலாகும். எங்களுக்குள் ஒரு பிரமாண்டத்தையும் அதிர்ச்சியையும் அந்த நாவல் ஏற்படுத்தியது. 'திருட்டு முழி ஜோசப்' என்ற பாத்திரத்தை விளக்கும்பொழுது சங்கு சண்முகத்தின் கண்களில் நீர் பெருகியது. அந்த 'ஆனந்த விகடன்' பத்திரிகை ஏறக்குறைய 100 பேருக்குக் கைமாறிக் கைமாறி வாசிக்கப்பட்டது. பணம் கொடுத்து நூல்கள் வாங்கும் சக்தி குறைந்திருந்த நேரமது.

'யாருக்காக அழுதான்?' வாசித்த பிறகு ஜெயகாந்தன் பக்கம் கவனம் திசை திரும்பியது. அக்காலகட்டத்தில் ஒவ்வொரு வாரமும் ஜெயகாந்தனின் முத்திரைக் கதை 'ஆனந்த விகடனி'ல் வரும். 'விழுதுகள்', 'கோகிலா என்ன செய்துவிட்டாள்', 'சமூகம் என்பது நாலு பேர்', 'அந்தரங்கம் புனிதமானது', 'ஆடும் நாற்காலிகள் ஆடுகின்றன', 'யுகசந்தி', 'லவ் பண்ணுங்கோ சார்', 'குருபீடம்', 'அக்கினிப் பிரவேசம்', 'ஒரு நடிகை நாடகம் பார்க்கிறாள்' என்று எனது ஜெயகாந்தன் தேடல் ஒரு சக்கரம் போல் சுழன்று சுழன்று வந்தது. 'யாருக்காக அழுதான்?', 'பிரம்மோபதேசம்', 'சினிமாவுக்குப் போன சித்தாளு' போன்றவற்றை இன்றும் மீண்டும் மீண்டும் வாசிக்கிறேன். 'சில நேரங்களில் சில மனிதர்க'ளை எத்தனை முறை வாசித்தேன் என்ற கணக்கே மறந்து போய்விட்டது. ஒவ்வொரு வாசிப்பிலும் ஜெயகாந்தன் எனக்குப் புதுமைப்பித்தனை வாசிப்பது போல் புதுப்புது அர்த்தங்களைத் தருகிறார். 'ஜெய ஜெய சங்கர', 'பாரீசுக்குப் போ', 'கைவிலங்கு' போன்ற நாவல்கள் பல்வேறு தளத்தில் சஞ்சரிக்கின்றன. 'ஒரு மனிதன் ஒரு வீடு ஒரு உலகம்' மனித நேயத்தின் உச்சத்தைத் தொட்ட நாவலாகும். 'கருவாட்டுக் குழம்பு வாசனையோடுகொதித்துக்கொண்டிருந்தது' என்று எழுதியிருந்தால்கூட அந்தக் கதை எவ்வளவு சிறப்பாக இருந்தாலும் 'ஆனந்த விகடனி'ல் பிரசுரிக்கமாட்டார்கள். ஆனால் ஜெயகாந்தனின் 'பிரம்மோபதேசம்' என்ற நாவல் பிராமண சமூகத்தின் சில சீர்கேட்டை முன்னிறுத்தி எழுதப்பட்ட குறுநாவல். அதிலும் மகாகவி பாரதி தன் காலத்தில் ஒரு பிற்படுத்தப்பட்ட கனகலிங்கம் என்பவருக்குப் பூணூல் அணிவித்து புரட்சி செய்ததை அடிப்படையாக வைத்து 'பிரம்மோபதேசம்' எழுதப்பட்டிருந்தது. 'ஆனந்த விகடன்' தனது கொள்கையை ஜெயகாந்தன் என்ற பெரிய எழுத்தாளரின் படைப்பின் சிறப்புக்காக விட்டுக்கொடுத்தது.

‘பிரம்மோபதேசம்’ படித்த பிறகு நாமும் இப்படிச் சுவர்களைத் தாண்ட வேண்டும் என்ற எண்ணம் வலுத்தது. புரட்சியும் புதுமையும் இதுவரை மலேசிய இலக்கியத்தில் சொல்லப்படாத விசயங்களைச் சொல்ல வேண்டும் என்ற எண்ணங்களும் என்னை ஜெயகாந்தன் பக்கம் இழுத்தன. சுந்தர ராமசாமி, ஜெயமோகன், சா. கந்தசாமி, எம்.ஜி. சுரேஷ் என்ற வட்டம் தாண்டியும் வந்துவிட்டேன். எனது படிப்புப் பசிக்குத் தீனி போட பலரால் முடியவில்லை.

இப்பொழுதெல்லாம் ஆங்கில நூல்களைத் தேடுகிறேன். தமிழில் சொல்லும் முறையும் ஆங்கிலத்தில் சொல்லும் முறையும் பல்வேறு அம்சங்களில் வேறுபட்டே இருக்கின்றன.

இப்பொழுதெல்லாம் எழுதுவதைவிட படிப்பதில் எனக்கு ஆர்வம் அதிகமாகிவிட்டது. ஒரு மாறுபட்ட சிந்தனை தமிழில் வரவேண்டுமென்றால் உலக இலக்கியங்களைப் படிக்க வேண்டும். குறைந்தபட்சம் மொழிபெயர்ப்பு நூல்களையாவது கற்க வேண்டும். நமக்கு மிஞ்சியது எதுவுமில்லை என்ற நினைப்பே நம்மை அழித்துவிடும்.

எனது இலக்கியத் தேடல் இன்னும் திசைகள் நோக்கிப் பயணித்துக்கொண்டே இருக்கிறது.

திராவிடத் தேசியமா, தமிழ்த் தேசியமா?

அண்மையக் காலமாகத் தமிழர்களுக்குத் தேவை திராவிடத் தேசியமா, தமிழ்த் தேசியமா என்ற விவாதம் விரிவாகப் பல இடங்களில் நடந்து வருகிறது. குறிப்பாகத் தமிழ்ச் சான்றோர் பேரவை தமிழகத்தில் ஆக்ககரமாகச் செயல்பட முனைந்த பொழுது மேற்கண்ட விவாதம் மிகவும் சூடு பிடிக்க ஆரம்பித்தது. நமக்குத் திராவிடத் தேசியம் தேவையில்லை – தமிழ்த் தேசியமே வேண்டுமென்ற பிடிவாதம் மேலோங்கி வருகிறது. தமிழகத்திலிருந்து வெளிவரும் சிற்றிதழ்களான 'எழுகதிர்' மற்றும் 'தமிழ்ப்பாவை'யில் வந்த கட்டுரை ஒன்றைக் காணும் வாய்ப்பு எனக்கு ஏற்பட்டது. இலக்கியக் குரிசில் மா.இராமையா அந்தக் கட்டுரையை எழுதியிருந்தார்.

திராவிடக் கொள்கைகள் பெரியார் காலத்திலும் அண்ணா காலத்திலும் தமிழகத்தில் மிகத் தீவிரமாகப் பரவத் தொடங்கின. தமிழகத்தைப் பொறுத்தவரையில் ஒரு காலத்தில் சேர, சோழ, பாண்டிய அரசுகள் இருந்த ஆட்சியின்போது தெலுங்கு, கன்னடம், மலையாளம் போன்ற மொழிகள் தமிழிலிருந்து மருவி வெவ்வேறு உச்சரிப்புகளில் பேசப்பட்டு வந்தன.

நமது மலேசியாவில்கூட மலாய் கிழக்குக்கரை மாநிலங்களான கிளந்தான், திரங்கானுவில் வேறு உச்சரிப்புகளும் – கெடா, பெர்லிஸ், பினாங்கு மாநிலங்களில் வேறுபட்டும் இருப்பதைக் காண முடியும்.

ஒரு ஐந்தாயிரம் ஆண்டுகள் பழமை வாய்ந்த தமிழ் மொழி தனது கிளைகளைப் பரப்பும் பொழுது அது நிச்சயமாக வெவ்வேறு மாறுபட்ட சூழ்நிலைகளில் மருவி நிற்பது தவிர்க்க முடியாதது. தமிழகத்துக்குப் பக்கத்தில் இருக்கும் யாழ்ப்பாணத்தில் பேசப்படும் தமிழ்கூட வேறுபட்டு இருப்பதை நாம் அறியாதவர்கள் அல்லர். அதனால் அவர்கள் தமிழர்கள் அல்ல என்று வாதிட முடியுமா? நாட்டால் வேறுபட்டிருந்தாலும் அவர்களும் தமிழர்கள்தானே?...

'இன்று திராவிடத் தேசியம் நமக்குத் தேவையில்லை' என்ற விவாதம் சரியானதுதானா என்ற கேள்வி பலரிடம் எழுந்துள்ளது. அது சரியில்லை; நாம் தமிழ்த் தேசியம் மட்டுமே பேச வேண்டும்; தமிழர்கள் உயர்வுதான் நமக்கு முக்கியம் என்ற வாதத்தை இவர்கள் முன் வைக்கிறார்கள்.

தந்தை பெரியார் கன்னடத்தைத் தாய்மொழியாகக் கொண்டவர். வீட்டில் தனது மனைவி மணியம்மையுடன் அவர் கன்னடத்தில்தான் பேசுவாரென்று கவியோகி சுத்தானந்த பாரதியார் ஈ.வெ.ரா.வின் வாழ்க்கைக் குறிப்பொன்றில் கூறியுள்ளார். தாய்மொழி எதுவாக இருந்தாலும் அவர் இன்று தமிழனைத் தலை நிமிர வைத்தவர். காலில் செருப்பு போட முடியாத, தோளில் துண்டு போட முடியாத, எப்போதும் மேல் சாதியினருக்குக் கூனிக் குறுகி சலாம் போட்டு வாழ்ந்த ஒரு சமூகத்தைத் தலை நிமிர்ந்து நடக்க வைத்து, "நாங்களும் மனுசங்கதான்டா!" என்று கூற வைத்தவர் பெரியார்!

பெரியார் இல்லாமலிருந்தால் இந்த நூற்றாண்டிலும் தமிழன் தலை நிமிர்ந்து நடந்திருக்க முடியாது. தமிழனை அவன் சுயமரியாதையுடன் வாழ்வதற்கு வழியமைத்துக் கொடுத்தவர் அவர்.

தமிழ் நாட்டைப் பொறுத்தமட்டில் மக்கள் திலகம் எம்.ஜி.ஆர். ஒரு மலையாளி. ஆனால் தமிழ் நாட்டு மக்கள் எந்தக் காலத்திலும் அவரை அப்படி நினைத்துப் பார்த்திருப்பார்களா? தமிழ்தான் தனது மூச்சு என்று கடைசிவரை வாழ்ந்தவர். தமிழ்த் திரைப்படத்திலும் சரி, அதன் பிறகு அவர் முதலமைச்சராக இறுதி வரை இருந்த காலகட்டத்திலும் சரி, அவரை ஒரு மலையாளி என்று தமிழர்கள் எப்போதும் நினைத்ததில்லை. இன்று வரையிலும் எம்.ஜி.ஆர். பெரும்

பான்மை தமிழ்நாட்டுக் கிராமவாசிகளுக்குக் கடவுள்தான். அவரின் செல்வாக்கால்தான் அ.தி.மு.க. போன்ற கட்சிகள் இன்றும் பெயர் போட்டுத் தேர்தலில் ஜெயிக்க முடிகிறது. ஜெயலலிதா அவரோடு இருந்தார் என்பதற்காகவே கன்ன டத்தைத் தாய்மொழியாகக் கொண்ட அவரைத் தமிழர்கள் முதலமைச்சராக ஏற்றுக்கொண்டுள்ளார்கள். இதில் அதிசயம் என்னவென்றால் இந்தி எதிர்ப்பில் முனைப்புக் காட்டிய தி.மு.க.வை, அதன் தலைவர் கலைஞரைக்கூட புறந்தள்ளி வைக்க அவர்கள் தயக்கம் காட்டவில்லை.

டால்மியாபுரம் என்ற ஊரின் பெயரைக் கல்லக்குடி என்று மாற்றுவதற்கு ரயில் தண்டவாளத்தில் தலைவைத்துப் படுத்த கலைஞர் கருணாநிதியைக்கூட அவர்கள் எம்.ஜி.ஆர். இருக்கும் வரை முதலமைச்சராக்கவில்லை. எம்.ஜி.ஆருக்குப் பிறகு வந்த ஜெயலலிதா கன்னடத்தைத் தாய்மொழியாகக் கொண்டவர் என்றாலும் திராவிடப் பாரம்பரியத்தில் வந்தவர் என்பதால் அவரை ஏற்றுக்கொண்டார்கள்.

இன்று தமிழ்நாட்டில் மட்டுமல்ல நமது மலேசியாவிலும் திராவிடம் வேண்டாம் தமிழ்த் தேசியமே நமக்கு நல்லது என்று பேசத் தொடங்கியிருப்பதற்குக் காரணங்களை நாம் ஆராய வேண்டிய சூழலில் உள்ளோம். மலேசியாவைப் பொறுத்தமட்டில் நமது தலைவர்களாகப் பல திராவிடமொழி பேசுபவர்களை ஏற்றுக்கொண்டுள்ளோம். 'தமிழ் எங்கள் உயிர்' நிதியை ஆரம்பித்தவரும் தமிழர் திருநாளை ஏற்படுத்தி நமக்குத் தமிழுணர்வு ஏற்படக் காரணமாக இருந்தவருமான அமரர் கோ. சாரங்கபாணியின் தாய்மொழி தெலுங்கு. இன்று அவருடைய நூற்றாண்டு கொண்டாடப்பட்டுக்கொண் டிருக்கும் வேளையில் அவர் தெலுங்கர் என்று நாம் நினைப் பதே இல்லை. நமது தமிழ்மொழிக்கு அவர் ஆற்றிய அரும்பணி களை மட்டுமே நன்றியுடன் நினைவுகொள்கிறோம்.

அதே போலத் தேசியத் தோட்டத் தொழிலாளர் சங்கத் தலைவராக இருந்த அதன் பொதுச்செயலாளர் பி.பி. நாராயணன் மொழியால் ஒரு மலையாளியாக இருந்தாலும், இந்நாட்டு 85 சதவிகிதத் தோட்டப்புறத் தமிழர்கள் அவரைத் தலைவராக ஏற்றுக்கொண்டார்கள். அவரும் தனது கடைசிக் காலம் வரை இந்நாட்டுத் தோட்டப்புற மக்களின் உயர்வுக்காகக் குரல் கொடுத்தார்.

ரேடியோ மலேசியாவின் இந்தியப் பகுதித் தலைவராக இருந்து தூயத்தமிழை நடைமுறைக்குக் கொண்டுவந்த இரா. பாலகிருஷ்ணன் மொழியால் தெலுங்கர். ஆனால்

தமிழர்கள் அவரை எந்தக் காலத்திலும் மொழி, இனம் பிரித்துப் பார்த்ததில்லை. இன்றுகூட கூட்டங்களில் அவர் வானொலியில் செய்த மாற்றங்கள் எந்த அளவு தமிழுக்கு வளம் சேர்த்தன என்பதை விரிவாகவும் நன்றியுடனும் பேசி வருகிறார்கள்.

இன்றைய நவீன எழுத்துச் சீர்திருத்தத்திற்கு முன்பிருந்த எழுத்தை நடைமுறைப்படுத்தியவர் ஜி.யூ.போப் ஓர் ஆங்கிலேயர். அதன்பிறகு இன்றைய எழுத்துச் சீர்திருத்தத் திற்குக் காரணமானவர் – ஈ.வெ. இராமசாமி நாயக்கர் – மொழி யால் கன்னடர். அந்தப் பெரியாரின் எழுத்துச் சீர்திருத்தத்தை நடைமுறைப்படுத்தியவர் ஒரு மலையாள மொழிக்காரரான எம்.ஜி.ஆர்.!

இன்றைய சிலரின் ஆதங்கம் மலையாளிகளும் தெலுங்கர் களும் தங்களது திருமணப் பத்திரிகைகளில் அவர்களின் தாய் மொழிகளைப் பயன்படுத்துகிறார்கள் – முன்பு அப்படி இல்லை என்பது ஒரு வாதமாகும். இது மிகக்குறுகிய நிலை என்னலாம். நமது தாய்மொழியான தமிழை நாமே சரியாகப் பயன்படுத்துவ தில்லை. நமது பிள்ளைகளைத் தமிழ்ப்பள்ளிக்கு அனுப்புவ தில்லை. நுனி நாக்கில் ஆங்கிலம் பேசும் குடும்பங்கள்தானே இங்கே அதிகம்! மலையாள அன்பர்களும் தெலுங்கு அன்பர் களும் வீட்டில் அவர்களின் தாய்மொழியில் பேசுவதை எப்படித் தவறு என்று கூற முடியும்? திருமணம் மற்றும் தங்கள் வீட்டு நிகழ்வுகளுக்கு அவர்களின் தாய்மொழியைப் பயன்படுத்துவது எந்த வகையிலும் தவறில்லைதானே?

தமிழர்களிடத்தில் எந்தக் காலத்திலும் ஒற்றுமை இருந்த தில்லை. மதுரையை ஆண்ட பாண்டியர்கள் இறுதிக்காலத்தில் தங்களது சகோதரச் சண்டையால் மாலிக்கபூர் போன்றவர் களுக்குக் கதவைத் திறந்துவிட்டார்கள். மாலிக்கபூர் மூட்டை மூட்டையாக மதுரையைக் கொள்ளையடித்துச் சென்றான். இதன் பிறகு நாயக்கர்கள் மதுரையைத் தலைநகராகக்கொண்டு தமிழ் மன்னர்களைச் சிறு சிறு பாளையக்காரர்களாகப் பிரித்து ஆட்சி செய்தார்கள். ராணி மங்கம்மா காலத்தில் உள்ள ஆவணங்கள் அனைத்தும் தெலுங்கில்தான் உள்ளன. எந்த மதுரையில் சங்கம் வைத்துத் தமிழ் வளர்த்தார்களோ அதே மதுரையில் தெலுங்கு ஆட்சி மொழியாகச் செயல்பட்டது. அதையும் தமிழர்கள் ஏற்றுக்கொண்டுதான் வாழ்ந்தார்கள்.

இதன் பிறகு ஆற்காட்டு நவாபுகளின் ஆட்சி நடைபெற்ற பொழுது உருது, ஆங்கிலம், பிரெஞ்சு மொழிகள் மேலோங்கி நின்றன. எப்போதும் எந்தக் காலத்திலும் தமிழர்கள் இந்த மொழிகளுக்கான எதிர்ப்பைக் காட்டியதில்லை. இன்றும்

தமிழகத்திலும் சரி, மலேசியா, சிங்கப்பூர், இலங்கை மற்றும் உலகின் எந்த மூலையிலும் தமிழர்கள் தங்கள் இனத்தவர் ஆட்சி செய்யும் இடத்தை வைத்திருக்கவில்லை. மற்ற இனத்த வரின் ஆட்சியின் கீழ்தான் நாம் வாழ்ந்துகொண்டிருக்கிறோம்.

திராவிடம் என்பது மிக அகன்ற நிலப்பரப்பைக் கொண்டது. இதன் வழி நமது ஒட்டுமொத்தக் குரலாக இனவிடுதலை தேவைப்படுவதற்கு இந்த உரத்தத் 'திராவிடம்' என்ற சொல் மிக மிக அவசியமாகப்பட்டது. இதன் காரணமாகவே பெரியார், அண்ணா போன்றவர்களின் பின்னே மக்கள் அணி திரண்டு நின்றார்கள். இன்று காலத்தின் கட்டாயத்தால் 'திராவிடம்' என்ற அடைமொழிக்கு அதிகபட்ச முக்கியத்துவம் தருபவர்கள் தமிழர்கள் மட்டுமே. மற்ற தெலுங்கு, கன்னட, மலையாள மொழிக்காரர்களுக்கு இந்தத் 'திராவிடம்' என்பது தேவையற்ற ஒன்றாகிவிட்டது. இந்நிலையில்தான் கடந்த 450 வருட காலத்தில் ஏற்படாத உணர்வு இப்போது தமிழர்களுக்கு ஏற்பட்டுவிட்டிருக்கிறது.

தமிழ்த் திரைப்படத்தைப் பொறுத்தமட்டில்கூட தமிழர்கள் தமிழ் நடிகர்களுக்கு இரண்டாவது இடத்தையே காலங்கால மாகக் கொடுத்து வந்துள்ளார்கள். எம்.ஜி.ஆர். காலத்தில் சிவாஜிகணேசனுக்கு இரண்டாவது இடம்தான் இருந்தது. இப்பொழுது இரண்டு, மூன்று ஆண்டுகளுக்கு ஒரு திரைப் படம் தரும் ரஜினிகாந்த்தான் முதலிடம் வகிக்கிறார். அவர் மொழியால் கன்னடக்காரர். தமிழரான கமலஹாசன் இரண் டாவது இடமே பிடிக்க முடிந்தது. இதிலிருந்து தமிழர்கள் எப்போதுமே 'திராவிடம்' என்ற நிலைக்குத்தான் அதிகபட்ச இடம் ஒதுக்கியுள்ளது தெரியவரும்.

தமிழர்களைத் தவிர மற்ற மூன்று மொழிக்காரர்களும் தங்களது தாய்மொழியைத் திருமண, மற்றும் வீட்டு மொழி யாகப் பயன்படுத்துவதை நாம் எப்படித் தவறு என்று கூற முடியும்? நமக்கிருக்கும் மொழிப் பற்று அவர்களுக்கு இருக்கக் கூடாதா? தங்களது தாய்மொழி, இனம் கடந்து பெரியார், எம்.ஜி.ஆர்., இரா. பாலகிருஷ்ணன், டாக்டர் பி.பி. நாராயணன், சிங்கப்பூரில் தேவன் நாயர் போன்றவர்கள் நமது தமிழினத் துக்குச் செய்த நன்மைகளை நாம் மறந்துவிடலாகாது! நாம் நன்றி மறந்தவர்களில்லையே?!...

'யாதும் ஊரே யாவரும் கேளிர்!' என்று பெருமையாக வாய்க்கிழியப் பேசுவதால் மட்டுமே நாம் உயர்ந்துவிட முடியாது. இரண்டாயிரம் வருடத்திற்கு முன்பு எங்கோ ஒரு கிராமத்திலிருந்து பாடிய அக்கவிஞன் உலகைத் தனது ஊர்

என்று விரிவாகச் சிந்தித்துள்ளான். இன்று ஏற்கெனவே மதம், சாதியால் நாம் சிறு சிறு குழுக்களாகப் பிரிந்து கிடக்கிறோம். மீண்டும் ஒரு பிளவும் – பிரிவும் வேண்டுமா . . .?

மெதுவாய் செல் மேகமே . . . !

இன்று கோலாலம்பூரின் மையப்பகுதியான ஜாலான் துங்கு அப்துல் ரஹ்மானில் பழைய பத்து ரோட்டின் 13ஆம் எண் துணிக்கடையின் மூன்றாவது மாடி அறையில்தான் நான் பிறந்தேன். ஒரு நாட்டின் இளவரசன் பிறந்தால் வாண வேடிக்கை, மேளதாளக் கச்சேரி, பாட்டு, நடனம் என்ற ஏக தடபுடல்கள் நடக்கும். நான் பிறந்த பொழுதும் இப்படித்தான் ஏகப்பட்ட குண்டுகளை ஜப்பானியர்கள் ஜாலான் துன் பேராக்கில் கொட்டினார்கள்!

வெடிச்சத்தங்களைக் கேட்டுக்கொண்டே பிறப்பது எல்லாருக்குமா வாய்க்கிறது?

அப்போதைய ஜாலான் மவுன்பாட்டன் சாலையிலுள்ள பாலம் நடுவில் உடைந்து ஆற்றில் குளித்துக்கொண்டுவிட்டதாகப் பிற்காலத்தில் அம்மாவும் அப்பாவும் சொல்லக் கேட்டிருக் கிறேன். எனக்கு ஆறு வயது ஆனபோதுகூட இப்போதைய ஹாங்காங் சங்காய் பேங்கின் புதிய கட்டடம் இருக்கும் இடத்தில் பழைய *John Little* என்ற ஆங்கிலேயர்களின் *Shopping Complex* இருந்த கட்டடமும் மேல்கூரையெல்லாம் இழந்து பரிதாப கரமாக பல ஆண்டுகள் இருந்ததை நான் கண்டுள் ளேன்.

இன்று இருக்கும் துவாங்கு அப்துல் ரஹ்மான் சாலை 13வது எண் கடையின் 3ஆவது மாடியில் நான் பிறந்த மறு வாரமே பக்கத்து அறையில் பீபி என்ற அந்தப் பாகிஸ்தானியப் பெண்ணும் பிறந்தாள்! அவளுடைய உண்மைப் பெயர் என்ன வென்று அவளுக்கே தெரியாது! பீபி என்றுதான் அனைவரும் கூப்பிடுவார்கள். இருவரும் ஒன்றாகவே வளர்ந்து வந்தோம். இரண்டாவது மாடியில் அரசியல்வாதியாக இருந்து இன்று அமைதியான பத்துமலை சையிது முகம்மது (சேது)வின் மனைவி கதிஜாவின் பெற்றோர்கள் குடியிருந்தார்கள்.

எனக்கு விளையாட்டுத் தோழர்களாக அந்த நகரத்துப் பகுதியில் யாருமே இருந்ததில்லை – பீபியைத் தவிர!

சிவந்த மேனி, அகன்ற கண்கள், கூர்மையான நாசி, அழகிய வரிசைப்பற்கள், சிவந்த உதடுகள், புதுப்புது கவுன்கள் அணிந்து ஒரு தேவதை போல பீபி என்னோடு நடந்த அந்த நினைவுகள் வரும்பொழுது, எனக்கு ஏழு வயது வந்துவிட்டது போல உணர்வுகள் ஏற்படும்.

“பீபியை பீருக்குத்தான் கட்டி வைக்க வேண்டும்” – இப்படி என் அம்மா அடிக்கடி சொல்வதை பீபியின் தாயார் ஒரு புன்முறுவலுடன் ஏற்றுக்கொள்வார். எனது ஆறாவது வயதில் இப்போதைய ஜாலான் மஸ்ஜித் இந்தியா பள்ளி வாசலில் மதக்கல்விக்காகச் சேர்க்கப்பட்டேன். அப்போது அது பலகை யால் கட்டப்பட்டிருந்தது. பள்ளிவாசலுக்கு முன்னே சலசலத்து ஓடும் நதிக்கரையில் ஒரு மாமரத்தடியில் பாய் விரித்து அமர்ந்து அரபு எழுத்துக்களைப் படித்தேன். என்னோடு பீபியும் படித்தாள்.

பாடம் சொல்லும் உஸ்தாத் தலையில் வெள்ளைத் தொப்பியுடன் கையில் எப்பொழுதும் மெலிதான பிரம்பை வைத்திருப்பார். அவரின் தாடி மீசைக்குள் முகம் மறைந்திருப்ப தால் எந்த நேரத்தில் என்ன நினைக்கிறார் என்று சொல்ல இயலாது. முழங்காலுக்குக் கீழ் சுரீர் சுரீரென்று பிரம்படி படும்பொழுது பீபி துடித்துப் போவாள். என்னைவிட பீபிதான் அதிகம் அடி வாங்குவாள். அந்த அடிகள் என் மேல் விழுந்தால் நான் கவலைப்பட்டிருக்கமாட்டேன். அவள் அடியால் துடிக்கும்போது என்மனம் ஏன் இப்படிப் பதற வேண்டும்...?

பாடம் முடிந்து வீடு திரும்பும் பொழுது இப்பொழுது சப்பாத்திகள் விற்கும் அந்த மலாய் ஸ்ட்ரீட் பஞ்சாபி உணவகத்தின் வெளியே பெரிய பெரிய இரண்டு ஒலிபரப்பி கள் இருக்கும். அதில் போடப்படும் இந்திப் பாடல்கள் வீதியெங்கும் நிறைந்திருக்கும். இருவரும் அங்கே வெகுநேரம்

காத்திருப்போம். பீபி அழகாகப் பாடுவாள். பாடல்கள் அனைத்தும் அவளுக்கு அத்துப்படி!

அப்பொழுது மூலைமுடுக்கெல்லாம் பிரசித்தி பெற்ற பாடல், 'தீரே தீரே, பாதல் தீரே தீரே சல்!' என்ற பாடலாகும். அதன் அர்த்தம் எனக்கு வெகுகாலமாய் புரிந்ததில்லை. 'ஏ, மேகமே மெதுவாகச் செல்! என் காதலன் தூங்கிக்கொண்டிருக் கிறான்' என்று அர்த்தம் தெரிந்த நாளில் பீபி இந்த நாட்டில் இல்லை. ஆனால் சதா என்னைப் பார்த்து அவள் எப்பொழுது பாடும் பாடல் அது!

என் தாயார் இறந்தவுடன் என்னையும் எனது தங்கை களையும் தமிழ்நாட்டுக்குக் கூட்டிச் செல்வதற்குத் தகப்பனார் ஏற்பாடுகள் செய்தார். பாஸ்போர்ட்டுக்காகப் புகைப்படம் எடுக்கச் சென்ற பொழுது பீபியும் பிடிவாதமாக எங்களோடு வந்தாள். தனித்தனிப் படம் எடுத்த பிறகு அனைவரும் ஒரு குழுப்படம் எடுத்துக்கொண்டோம். பீபீ பிடிவாதமாக என் பக்கத்தில் வந்தமர்ந்துகொண்டாள். எனது பழைய வீடு எரிந்து போன வரையில் அந்தப் படம் என்னிடம் மிக மிகப் பத்திர மாக இருந்தது. என் வாழ்க்கையின் எத்தனையோ அபூர்வப் படங்களைப் பற்றிக் கவலைப்படாமல் தொலைத்த நான் அதை மட்டும் ஏன் அப்படிப் பாதுகாக்க வேண்டும்?

எனது தமிழ்நாட்டுப் பயணம் தடைபட்டது. ஆனால் பீபியும் அவள் குடும்பத்தாரும் நிரந்தரமாக பாகிஸ்தானுக்குப் புறப்பட்டார்கள். அவளுடைய தகப்பனாருக்குப் பழைய ராணுவ வாகனங்களை வாங்கி விற்றதில் பெரும் பணம் சேர்ந்ததாகக் கூறினார்கள். அவளுடைய வீட்டில் மகிழ்ச்சியும் கலகலப்பும் இருந்துகொண்டிருந்தது. பீபி மட்டும் அழுத கண்ணீரும் சிந்திய மூக்குமாக இருந்தாள்.

புறப்படுவதற்கு முதல் நாள் எங்கள் அறையில் வந்து என்னோடும் என் தங்கைகளோடும் படுத்துக்கொண்டாள். காலையில் பெட்டி படுக்கைகளோடு அவர்கள் புறப்பட்ட பொழுது மாடிப்படியிறங்கி காரில் அவர்கள் ஏறிச் செல்வதைப் பார்த்துக்கொண்டிருந்தேன். கார் ராபின்சன் வளாகத்தைக் கடக்கும் வரையிலும் பீபி திரும்பிப் பார்த்துக் கையசைத்த வாறே இருந்தாள். அதுதான் நான் கடைசியாக அவளைப் பார்த்தது.

அவளுடைய சித்தப்பா இங்கே கோலாலம்பூரில்தான் இருந்தார். எப்பொழுதாவது அவரைச் சந்திப்பேன். நலம் விசாரிப்பார். ஒரு முறை என்னைப் பார்த்து விட்டு சத்தம் போட்டுக் கூப்பிட்டார். கிட்டே போய்ப் பார்த்தேன். "போன

வாரம்தான் பாகிஸ்தானிலிருந்து வந்தேன். பீபி உன்னை ரொம்பவும் விசாரித்தாள். அவளுக்குக் கல்யாணமாகி மூன்று பிள்ளைகள் இருக்கிறார்கள். முடிந்தால் உன் படத்தை வாங்கி அனுப்பச் சொன்னாள். உனக்கு ஒரு பரிசு தந்திருக்கிறாள். என்னோடு வா தருகிறேன்" என்றார். என் கண்கள் பனித்தன.

என்னை அதே மலாய் ஸ்ட்ரிட்டில் உள்ள ஒரு கடையின் மேல் மாடியிலிருந்து கொண்டு வந்த விசிறியைக் கொடுத்தார். அதில் அழகிய பின்னல் வேலைகள் செய்யப்பட்டிருந்தன. "இது அவளே பின்னியது – உனக்காக!" அதை மிகப்பத்திரமாக வைத்திருந்தேன். பிறகு அதுவும் அந்தப் பழைய வீட்டோடு எரிந்துவிட்டது.

அன்பு – காதல் என்பது எந்த வயதிலும் வரலாம். ஒரு வேளை அவள் பாகிஸ்தான் போகாமல் இருந்திருந்தால் எங்கள் வாழ்க்கை எப்படி அமைந்திருக்குமோ? எனது திருமணப் பேச்சுகள் நடந்துகொண்டிருந்த சமயத்தில்கூட எனக்கு அவள் முகமே அடிக்கடி நினைவுக்கு வந்தது.

அந்த இளம் பருவத்துத் தோழியின் படம், அழகிய விசிறி எல்லாம் எரிந்து போயிருக்கலாம். அன்பு என்பது பொருட்களால் ஆனதில்லைதானே ...? காதலர் தினத்தில் மட்டுமல்ல, உயிர் போகும் தருணத்திலும் நினைவுகள் மிஞ்சி நிற்பதே உண்மையான அன்புக்கான அடையாளம்.

பீபி நீ எங்கிருக்கிறாய் ...?

எனது கலையுலக அனுபவங்கள்

1963ஆம் ஆண்டு கோலாலம்பூர் அப்பர் தமிழ்ப்பள்ளியில் குறள் இயக்கம் வாரந்தோறும் திருக்குறள் வகுப்பை மிக வெற்றிகரமாக நடத்திக் கொண்டிருந்தது. இதன் தலைவராக சிதம்பரம் செட்டியார் இருந்து நடத்தி வந்தார். கவிஞர் சி. வேலுசுவாமி, மணிக்குமரன் போன்றவர்கள் இவ்வகுப்பில் அதிகத் தீவிரம் காட்டி வந்தார்கள். குறள் இயக்கத்தில் 10ஆம் ஆண்டு விழாவை அதே அப்பர் தமிழ்ப்பள்ளியில் மிகச் சிறப்பாகக் கொண்டாட ஏற்பாடுகள் செய்து பத்திரிகைகளில் அது பற்றி விரிவான செய்திகள் வந்த வண்ண மிருந்தன. குறள் மனனப் போட்டியில் தங்கப் பதக்கம் முதல் பரிசாக வழங்க ஏற்பாடாகி இருந்தது.

பொதுக்கூட்டத்தில், ‘தமிழ் நேசன்’ நிர்வாகி புலவர் மு. சேதுராமன், மலாயாப் பல்கலைக்கழக விரிவுரையாளர் சா. அமீது போன்றவர்கள் பேசுவ தாகச் செய்திகள் வந்த வண்ணமிருந்தன. 10ஆம் ஆண்டு விழாவில் கலை நிகழ்ச்சியின் சிறப்பம்ச மாக ஓர் ஓரங்க நாடகம் நடத்திக் கொடுக்கும்படி முத்தமிழ்ப் படிப்பகத்தைக் கேட்டுக்கொண்டார் கள். குறுகிய நாட்களே இருந்த காரணத்தால் முதலில் முத்தமிழ்ப் படிப்பக நிர்வாகிகள் மறுத்து விட்டார்கள். பிறகு சிதம்பரம் செட்டியாரின்

வற்புறுத்தலாலும் கவிஞர் சி.வேலுசுவாமியின் வேண்டுகோளின் படியும் ஒப்புக்கொண்டு நாடகத்தை எழுதும் பொறுப்பை என்னிடம் ஒப்படைத்தார்கள். அதிலும் திருக்குறள் கருத்துகள் நாடகத்தில் அநேகமாக இடம்பெறும் விதமாக அமையும்படி கேட்டுக்கொண்டார்கள் – அரை மணியிலிருந்து நாற்பத் தைந்து நிமிடங்களுக்கு மேற்போகாமல் நாடகம் அமைய வேண்டுமென்பது அவர்களின் எதிர்பார்ப்பு.

அன்றிரவு வீடு சென்ற நான் இரவோடு இரவாக 45 நிமிடங்களுக்குரிய நாடகத்தை எழுதினேன். விடிகாலை ஆறு மணிக்கு நாடகத்தை முடித்துவிட்டே படுக்கப் போனேன்.

அந்த நாடகத்திற்கு முன் சிங்கை வானொலி, மலேசிய வானொலிகளுக்கு 15 நிமிட நகைச்சுவை நாடகம் எழுதிய அனுபவமே எனக்குண்டு. மேடை நாடகம் எழுதியதில்லை. ஏதோ ஒரு நம்பிக்கையில் அப்பொழுதிருந்த வேகத்தில் நாடகத்தை எழுதி முடித்து, மறுநாள் முத்தமிழ்ப் படிப்பகத்து நிர்வாகிகளிடம் ஒப்படைத்தேன். நாடகத்தின் பெயர் ‘நீர்க்குமிழி’ என்று தலைப்பிட்டிருந்தேன்.

அக்காலகட்டத்தில் முத்தமிழ்ப் படிப்பகத்தில் நல்ல நாடகக் கலைஞராக கிருஷ்ணன் என்பவர் இருந்தார். நாடகத்தில் நடிக்கவும் இயக்கவும் திறன் பெற்றவர் – அவர் நாடகத்தை இயக்குவதாக முடிவெடுக்கப்பட்டது. கதாநாயகியாக மு. சாந்தகுமாரி தேர்வு செய்யப்பட்டார். இவர் முத்தமிழ்ப் படிப்பகத்தில் உறுப்பினராக இருந்த அப்பர் உயர்நிலைப்பள்ளி மாணவி – சிறந்த நடிகை – பிற்காலத்தில் ‘கண்மணி’ என்ற முழு நாடகத்தில் கதாநாயகியாக மிகச் சிறப்பாக நடித்துப் புகழ் பெற்றவர்.

கதாநாயகி கிடைத்துவிட்டார். ஆனால் கதாநாயகன்தான் பொருத்தமாக அமையவில்லை. இயக்குனர் கிருஷ்ணன் என்னையே கதாநாயகனாக்கிவிட மிகத் தீவிரம் காட்டினார். வேறு வழியின்றி நானும் ஒப்புக்கொண்டேன்.

நாடகம் நடக்க இன்னும் ஒரு வாரம் இருக்கும் பொழுது குறள் இயக்கத் தலைவர் சிதம்பரம் செட்டியார் நாடகத்தை ஒருமுறை பார்க்க வேண்டுமென்று கேட்டுக்கொண்டார். ஒத்திகையின் பொழுது நாடகத்தைப் பார்த்து அவருக்குப் பூரண திருப்தி என்று கூறினார் – சில சிறு மாற்றங்களும் சொன்னார். முடிந்தவரை அந்த மாற்றங்களைச் செய்தோம்.

10ஆம் ஆண்டு விழாவன்று நாடகம் பெரும் வெற்றி பெற்றது. நாடகத்தின் ஒரு காட்சியில் எனக்குத் தந்தையாக நடித்த சின்னையா என்பவர் என்னை அறைய வேண்டும்.

இதற்காகப் பலமுறை பயிற்சி செய்து சரி பார்த்துக்கொண் டோம். அவர் அறைவதற்கும் நான் கன்னத்தில் கை வைப்பதற் கும் சரியாக இருக்க வேண்டும். நாடகத்தின் மிக உணர்ச்சிமய மான இடம் இது.

நாடகத்தின்போது நான் கையைக் கன்னத்தில் வைப்ப தற்கு முன் சின்னையாவின் கை என் கன்னத்தைப் பதம் பார்த்துவிட்டது. சின்னையா செந்தூல் ரயில்வே தொழிற் சாலையில் வேலை பார்ப்பவர். இரும்பையும் சுத்தியலையும் கையில் பிடித்தவர். அவர் விட்ட அறை என் கண்களை இருளச் செய்தது. மயக்கம் வந்தது. கன்னம் வீங்கிவிட்டது. நல்ல வேளையாக அவர் அறை விடுவதோடு நான் 'அப்பா' என்று அலறுவதோடு அந்தக் காட்சி முடிவடையும் – திரை விழுந்த பொழுது நான் உள்ளே சென்று ஒரு நாற்காலியில் உட்கார்ந்துவிட்டேன். கீழே நாடகம் பார்த்துக்கொண்டிருந்த கவிஞர் சி. வேலுசுவாமி மேடைக்கு ஓடி வந்து, "உண்மையில் அறைந்துவிட்டாரே, வலி அதிகமா"? என்று கேட்டு என் கன்னத்தைத் தடவி விட்டு பருகுவதற்கு நீர் வரவழைத்துக் கொடுத்தது இன்றும் பசுமையாக நினைவில் நிற்கிறது. இது தான் எனது நாடக அனுபவத்தின் முதல்படி!

இதன் பிறகு பலரும் என்னை நடிக்க அழைத்தும் நான் மறுத்துவிட்டேன். நடிப்பதில் எனக்கு ஆர்வமிருந்ததும் இல்லை. 1964ஆம் ஆண்டு கோலாலம்பூர் மணி மன்றத்தின் 4ஆவது கலை இலக்கிய விழா பெரிய அளவில் நடத்த ஏற்பாடுகள் நடந்துகொண்டிருந்தன. இதில் சா.ஆ. அன்பானந்தன் எழுதிய 'இள ரத்தம்' என்ற ஓரங்க நாடகம் நடத்துவதாக முடிவெடுக்கப்பட்டிருந்தது. என்னைக் கதாநாயகனாக நடிக்கும் படிக் கேட்டுக்கொண்டார் அன்பு.

அந்த நேரத்தில் செந்தூல் தமிழர் திருநாள் விழாவில் கலை இலக்கியப் பகுதிச் செயலாளராக இருந்து பணியாற்றிக் கொண்டிருந்தேன். இதோடு மணிமன்ற விழா ஏற்பாட்டு வேலைகள் வேறு பார்க்க வேண்டும். நாடகத்தில் கவனம் செலுத்த முடியாது என்று கூறியும், அன்புவின் வற்புறுத்தலால் நடிக்க ஒப்புக்கொண்டேன். இதில் என்ன பெரிய விஷய மென்றால் அனைவருமே விழா ஏற்பாடுகளில் இருந்ததால் ஒரு ஒத்திகைகூட பார்க்க இயலவில்லை. அன்பானந்தன் எழுதிய அந்நாடகத்தை அவர்தான் இயக்க வேண்டும். ஆனால் யாருக்குமே நேரமில்லை. எனக்கோ நெஞ்சு படக்படக்கென்று அடித்துக்கொண்டது.

நாடகம் நடக்க இன்னும் இரண்டு மணிநேரம் இருக்கும் பொழுது அன்பானந்தன் ஆழி அருள்தாஸை அழைத்து ஒரு

ஒத்திகை பார்த்துவிடும்படி கூறினார். கடைசி நேரத்தில் சில மாற்றங்களை ஆழி செய்தார் – காட்சிகளிலும் மாற்றங்கள் வந்தன. எனக்கு நல்லவேளையாக வசனங்கள் மனப்பாடம் ஆகி விட்டிருக்கின்றன. ஆழி கொண்டுவந்த மாற்றங்களை அந்த 2 மணி நேரத்தில் உள்வாங்கிக்கொண்டு செயல்பட நான் தயாராக இருந்தாலும் சக நடிகர்கள் அதை அமல்படுத்த சிரமப் பட்டார்கள். அன்றுதான் அந்த அமைதியான ஆழி நாடக மேடைக்கு உள்ளே எப்படி ஒரு ருத்திரதாண்டவம் ஆடுபவர் என்பதைப் புரிந்துகொண்டேன். வாய்க்கு வந்தபடியெல்லாம் திட்டினார். என்றாலும் நாடகம் வெளியே குறைகள் தெரியா மல் சிறப்பாக அமைந்தது. ஆழி மேல் ஏற்பட்ட திடீர் பயத்தால் நான் இறுதிக்காட்சியில் என்னை மறந்து நடித்தேன். விஷ மருந்தி உயிர் விடும் பொழுது விஷக்கோப்பையைக் கையில் பிடித்து அழுத்தியவாறே நான் உயிர் விட வேண்டும். எங்கிருந்து தான் அந்தப் பலம் வந்ததோ ... அந்தக் கோப்பையை அழுத்திய வேகத்தில் அது சுக்குச்சுக்காக உடைந்துவிட்டது. நாடகம் முடிந்து மேடைக்குப் பின்னே சிரித்துக்கொண்டே என் கையைப் பிடித்துக் கொண்டு, “நன்றாகச் செய்தீர்கள்” என்று ஆழி கூறிய பொழுது, என்னால் நம்பவே முடியவில்லை.

நாடகம் முடிந்து நான் வெளியே வந்த பொழுது அப்போதைய பிரபல எழுத்தாளர் மு. பக்ருதீன் என்னை அழைத்தார். “நன்றாக நடித்தீர்கள் – நான் ‘இதயக்குறளி’ என்ற நாடகத்தை நடத்தியது உங்களுக்குத் தெரியும் – இப்பொழுது ‘இரத்தப்பேய்’ என்ற நாடகத்தை நடத்த ஏற்பாடு செய்து வருகிறேன். இந்த நாடகத்தைத் திரைப்படமாகவும் எடுக்க உள்ளேன். நீங்கள்தான் கதாநாயகனாக நடிக்க வேண்டும்” எனறு அவர் கூறிய பொழுது எனக்கு ஆச்சரியமாக இருந்தது.

பிறகு யோசித்துச் சொல்கிறேனென்று கூறி விடைபெற்றேன்.

மறுநாள் மீண்டும் என் அலுவலகத்துக்கு போன் செய்தார் மு. பக்ருதீன். அன்று மாலையே அன்பானந்தனிடம் ஆலோ சனை செய்தேன். நாடக ஒத்திகைக்கு வரும் செலவு முழுதும் நானே ஏற்றுக்கொள்ள வேண்டும். படப்பிடிப்பிற்குத் தமிழ்நாடு செல்லும் பொழுது அந்தச் செலவும் தமிழ் நாட்டில் தங்குவது, உணவு எல்லாச் செலவுகளையும் நானே ஏற்றுக்கொள்ள வேண்டுமென்பது மு. பக்ருதீனின் நிபந்தனைகளாக இருந்தன. எனது அப்போதைய பொருளாதார நிலை இதற்கு நிச்சயம் இடம் தராது. ஆறு மாதங்கள் தமிழ்நாட்டில் தங்கினால் அங்கேயும் செலவு இங்கேயும் வருமானம் தடைபடும். இதை யெல்லாம் உத்தேசித்து அன்பானந்தன் இந்த வாய்ப்பு வேண்டாமென்று கூறிவிடும்படி கூறினார். அப்பொழுது

'பெடரல் ஹவுஸ்' கெண்டீனில் இருந்த பைரோஜி நாரா யணன், "உங்களை எவ்வளவோ பெரிய இடத்தில் வைத்துப் பார்த்துக் கொண்டிருக்கிறோம். நீங்கள் நடிக்கவெல்லாம் போக வேண்டாம், பேசாமல் எழுதிக்கொண்டிருங்கள்" என்று கூறினார். இதன் பிறகே அப்படத்திலும் நாடகத்திலும் அற்புதமான பாடகரான சின்னசாமி கதாநாயகனாக நடித்தார்.

இதன் பிறகு மணிமன்ற மாநாட்டு நாடகப் போட்டிகளில் கோலாலம்பூர் மணிமன்றம் சார்பாகக் கலந்துகொண்டு பல முறை முதல் பரிசு வாங்கியது இன்றும் நினைவில் நிற்கிறது.

'பொன்னி' என்ற பத்திரிகையின் ஆண்டு மலரில் நான் எழுதிய 'அதனால் என்ன?' என்ற சிறுகதைக்கு சா.ஆ. அன்பா னந்தன் நாடக மறு உருவம் கொடுத்தார். இந்த நாடகம் சிரம்பானில் நடந்த 5வது மாநாட்டில் போட்டியில் கலந்து முதல்பரிசு பெற்றது. இந்த நாடகத்தில் சா.ஆ. அன்பானந்தன், நான், அந்தோணி, இராமகிருஷ்ணன் நடித்திருந்தோம். நாடகம் பெரும் வெற்றி பெற்றது. இதே நாடகத்தைப் பிறகு பல இடங்களில் பத்தாங்பெர்சுந்தை மணிமன்றம் நடத்தியது.

பினாங்கில் நடந்த மாநாட்டில் 'அடலேறு அபிமன்யு' முதல் பரிசைப் பெற்றது. இந்த நாடகத்திலும் பிறகு தைப்பிங் மாநாட்டில் 'கவரிமான்' என்ற நாடகமும் முதல் பரிசைப் பெற்றது. 'அடலேறு அபிமன்யு' நாடகத்தில் சா.ஆ. அன்பானந்தன் துரியோதனனாகவும் சங்கநாதம் க. கிருஷ்ணசாமி கர்ணனாகவும் நான் துரோணாச்சாரியாகவும் இராமகிருஷ்ணன் அபிமன்யு வாகவும் நடித்தோம்.

'அடலேறு அபிமன்யு' நாடகம் பினாங்கில் அரங் கேறுவதற்கு முன் இங்கே பிரிக்பீல்ஸில் இயங்கிவந்த முத்தமிழ் மன்றத்தினர் ஓர் ஓரங்க நாடகப் போட்டியைச் சாரணியர் சங்க மண்டபத்தில் நடத்தினார்கள். அங்கேயும் இந்த நாடகம் முதல் பரிசை வென்றது. தைப்பிங் மாநாட்டில் 'கவரிமான்' நாடகத்தில் சேரனாக சா.ஆ. அன்பானந்தனும் பாண்டியனாக நானும் நடித்தோம். நாடகம் முடிந்ததும் சங்கநாதம் க. கிருஷ்ணசாமி உணர்ச்சிவசப்பட்டவராய் மேடையில் என்னையும் அன்புவையும் கட்டிப்பிடித்துக்கொண்டார்.

இது இப்படி இருக்க ஒரு முழு நேர நாடகத்தில் நடிக்க என்னை அழைத்தார்கள். சந்தர்ப்பச் சூழ்நிலை காரணமாக ஆட்கள் கிடைக்காத பொழுது வேறு வழியின்றி நாடகங்களில் நடித்தேனே ஒழிய எனக்கு அதில் முழு ஈடுபாடு இருந்த தில்லை. இந்தக் 'கண்மணி' என்ற முழு நேர நாடகமும் இப்படித்தான் என் தலையில் வந்து விடிந்தது.

பெரி. நீல. பழனிவேலன் (எழுத்தாளர் நீ. பெ. கலைச்செல்வன்) போன்றவர்கள் இதில் ஈடுபட்டிருந்தார்கள். தமிழர் திருநாள் நடத்துவதில் மும்முரம் காட்டி வந்த முத்தையா இந்த நாடகத்தை நடத்துவதற்கு ஏற்பாடுகள் செய்திருந்தார்.

கதாநாயகனாக மனு இராமலிங்கமும் கதாநாயகியாக மு. சாந்தகுமாரியும் ஒத்திகை பார்த்துக்கொண்டிருந்தார்கள். இந்த நேரத்தில் ‘கொஞ்சும் சலங்கை’ படத்தைத் தயாரித்து இயக்கிய இராமன் என்பவர் மலேசியாவில் ஒரு படம் தயாரிக்கும் முயற்சியில் இறங்கினார். நடிகர்கள் தேர்வு செய்யப்பட்டதில் மனு இராமலிங்கமும் தேர்வு செய்யப்பட்டிருந்தார். நாடகத்திலோ, வேறு எந்தக் கலை நிகழ்வுகளிலோ அவர் கலந்துகொள்ள முடியாது என்ற நிபந்தனையும் இருந்தது. இதனால் ‘கண்மணி’ நாடகத்தில் அவர் நடிக்க முடியாத சூழ்நிலையில் என்னை அணுகினார்கள்.

‘கண்மணி’ நாடகம் சம்பந்தப்பட்ட அனைவருமே நண்பர்கள். வேறு வழியின்றி ஒப்புக்கொண்டு நாடக ஒத்திகைகளுக்கு அப்பர் தமிழ்ப்பள்ளிக்குச் சென்று வந்தேன். அதில் ஒரு காட்சியில் கதாநாயகனான என் முகத்தில் ‘ஆசிட்’ வீசி விடுவார்கள். அப்பொழுது துடிதுடித்து நடிக்க வேண்டும். பழனிவேலன் எனக்கு அக்காட்சியைச் செய்து காண்பித்த பிறகு நான் நடித்துக் காட்டினேன். எல்லாரும் கைதட்டிப் பாராட்டினார்கள்.

பிறகு திடீரென்று ஒரு நாள் மலேசியாவில் படமெடுக்கும் எண்ணத்தைக் கைவிட்டுவிட்டு இராமன் அன்ட் கம்பெனி தமிழகம் திரும்பிவிட்டது. மனு இராமலிங்கம் மீண்டும் ‘கண்மணி’ நாடகத்தில் நடிக்கும் ஆர்வத்தை வெளிப்படுத்தினார். சனிக்கிழமை ஒரு காட்சியில் நானும் மறுநாள் ஞாயிற்றுக்கிழமை நாடகத்தில் இரண்டு காட்சிகளில் ஒன்றில் அவரும் மற்றதில் நானும் நடிக்கலாமென்று ஆலோசனை கூறப்பட்டது. என்னைவிட நடிப்பில் மிக உயர்ந்த கலைஞர் அவர். நாடகம் அவரது உயிர்நாடி.

எனக்கோ நாடகம் அவ்வளவு முக்கியமானதல்ல. இறுதி நேரத்தில் உதவிக்கரம் நீட்ட மட்டுமே வந்தவன் நான். இப்பொழுது அந்த உதவியே தேவையில்லை என்ற நிலையிலும் மூன்று காட்சிகளில் இரண்டில் என்னை நடிக்கச் சொன்ன பெருந்தன்மையையும் நினைத்துப் பார்த்தேன். அந்த நாடகத்தில் அவர் நடிக்க மிகுந்த ஆவலுடன் இருப்பதை என்னால் உணர முடிந்தது. “எல்லாக் காட்சிகளிலும் அவரே நடிக்கட்டும், அவரைவிட எந்த வகையிலும் என்னால் சிறப்பாகச் செய்துவிட முடியாது” என்று கூறி விடைபெற்றுக்கொண்டேன்.

இதன்பிறகு நாடகங்களில் நடிப்பது எனக்குச் சரிப்பட்டு வரவில்லை. சில மேடை நாடகங்களை எழுதிக் கொடுத்து அக்காலகட்டத்தில் மேடையேற்றியுள்ளேன். பாரதிதாசனின் காவியமொன்றை நாடகமாக எழுதி அதில் மு. சாந்தகுமாரி அற்புதமாக வசனம் பேசி நடித்தது இன்னும் நினைவில் நிற்கிறது. சில கலைநிகழ்ச்சிகளில் சா.ஆ. அன்பானந்தனோடு எழுதாத நாடகங்களில் நடித்துள்ளேன். கதையை மட்டும் சொல்லு வார்கள். வசனத்தைச் சூழலுக்கு ஏற்ப நாமே பேசிக்கொள்ள வேண்டும்.

*1977*ஆம் ஆண்டு இளையராஜாவின் தம்பி கங்கை அமரன் சிலரோடு, கூட்டாகச் சேர்ந்து 'பன்னீர் புஷ்பங்கள்' என்ற படத்தைத் தயாரித்தார். இதில் சில காட்சிகளில் நடிக்கும்படி கேட்டுக்கொண்டார். அது ஒரு அன்பின் மிகுதியால் சொல்லப் பட்ட வேண்டுகோள். நான் மறுத்துவிட்டேன். அந்த மறுப்புத் தான் எனது பலமென்று இன்றும் நினைத்துக்கொள்கிறேன்.

எனது ராணுவ அனுபவங்கள்

அது 1961ஆம் ஆண்டு. ஈப்போ ரோட்டிலுள்ள பத்து தெரிசனில் சாதாரண சிவில் வேலையில் இருந்தேன். மலேசிய ராணுவத்திற்கு உணவைத் தவிர மற்ற அனைத்துப் பொருட்களையும் விநியோகம் செய்யும் மிகப்பெரிய ராணுவக் கிடங்குகள் உள்ள தளம் அது. கடைநிலை ஊழியனாக அங்கே சேர்ந்த பொழுது எனக்குள் ராணுவக் கட்டொழுங்குகள் மற்றும் அவர்களின் பயிற்சிகளைக் காணும் வாய்ப்பு ஏற்பட்டது. கிடங்குகளைக் கூட்டுவதிலிருந்து கக்கூஸ் கழுவுவது வரை என்மேல் வேலைகள் திணிக்கப்பட்டன. எதையும் முகம் சுளிக்காமல் செய்துகொண்டிருந்தேன்.

நாடு சுதந்திரம் அடைந்துவிட்டாலும் ஐரோப்பிய ராணுவ அதிகாரிகள்தான் அப்போது அங்கே பெரிய பதவிகளில் இருந்தார்கள். இரண்டு ஆண்டுகள் கழித்து எனக்குப் பதவி உயர்வு கிடைத்தது. ராணுவ வாகனங்களுக்கான உதிரிப் பாகங்களைக் கொண்ட மிகப்பெரிய கிடங்கில் வேலைமாறி வெய்யிலிலிருந்து நிழலுக்கு மாற்றலாகிப் போனேன். மூன்றரை லட்சம் வகையிலான உதிரிப் பாகங்கள் கொண்ட பத்து தெரிசனில் மிகப் பெரிய கிடங்கு அது. இந்த வேலைதான்

என்று இல்லாமல் அங்கே எல்லா வேலைகளையும் கற்றுக் கொண்டிருந்தேன்.

ஒரு நாள் அந்த முழுக் கிடங்கின் அமைப்பையே மாற்றி நவீனப்படுத்துவதற்காக லண்டனிலிருந்த கேப்டன் நெட்டால் என்ற ஆங்கிலேயர் வந்தார். அவர் வந்த மறுவாரமே என்னைத் தனது அறைக்கு அழைத்து சில பெரிய பொறுப்புகளைக் கொடுத்து அதைச் செய்ய இயலுமா என்று கேட்டார். என்னால் சர்வசாதாரணமாக அதைச் செய்ய இயலும் என்றாலும் என்னைவிட பல மடங்கு பெரிய பதவிகளைக் கொண்ட பலர் அங்கே இருந்தார்கள். அவர்களையெல்லாம் விட்டுவிட்டு என்னை அவர் தேர்ந்தெடுத்தது பலருக்குச் சங்கடத்தை உண்டுபண்ணிவிடக் கூடாது.

நான் நிலைமையை அவருக்கு எடுத்துச்சொல்லி, தயவு செய்து என்னை யாராவது ஒரு சீனியர் ஸ்டோர்கீப்பரின் கீழ் அமர்த்தினால் இதைச் செய்து முடிக்கிறேனென்று கூறியும் அவர் மறுத்து என்னையே அந்த வேலைகளைச் செய்யும்படி கூறினார். வேறு வழியின்றி அவரின் வழிகாட்டுதல்படி மூன்று ஊழியர்களுடன் முதல் கட்ட வேலையைச் செய்துமுடித்த பொழுது கேப்டன் மறு சீரமைப்பு வேலைகளை என்னிடம் ஒப்படைத்தார். அந்த வேலைகள் நடந்துகொண்டிருக்கும் போது, அவரே தற்காப்பு அமைச்சிற்குச் சென்று எனக்குப் பெரிய பதவி உயர்வு தரவேண்டுமென்றும் வாதாடினார். எவ்வளவு முயன்றும் எனக்குப் பதவி உயர்வு கிடைக்கவில்லை.

மிகவும் மனச்சங்கடத்துக்குள்ளான கேப்டன் நெட்டால் என்னை முழுநேர ராணுவத்தில் சேர்ந்துவிடும்படி கேட்டது மட்டுமல்ல, அதற்கான பாரங்களைக் கொடுத்து பூர்த்தி செய்யச் சொன்னார். என் பெரிய தகப்பனாரிடம் கேட்டு விட்டுச் சொல்வதாகக் கூறி பாரங்களை வாங்கிக்கொண்டேன். அப்பொழுது எனது பெரிய தகப்பனாரும் அதே பத்து தெரிசனில் வேறு ஒரு பிரிவில் வேலை செய்துகொண்டிருந் தார்கள்.

"நீ முழு நேர ராணுவத்தில் சேர்ந்தாலும் உன் திறமைக்கு ஏற்ற பதவி உயர்வு கிடைக்காது. இதே நிலைமைதான் தொடரும். உயர் பதவிகளில் இருக்கும் ஐரோப்பிய அதிகாரிகள் கொஞ்ச நாளையில் திரும்பிவிடுவார்கள். அவர்களும் உனக்கு உதவ முடியாது." இதை என்னிடம் கூறிய எனது பெரிய தகப்பனார் அதைக் கேப்டன் நெட்டாலிடமும் விளக்கினார்.

"அப்படியென்றால் அடுத்த ஆண்டு நான் நாடு திரும்பி விடுவேன். என்னோடு உங்கள் மகனை அனுப்புங்கள். அங்கே

இவனுடைய திறமைக்கு மேலே வந்துவிடுவான். எல்லாப் பொறுப்புகளையும் நானே ஏற்றுக்கொள்கிறேன்" என்று கூறியும் எனது பெரியப்பா மறுத்துவிட்டார்.

முழுநேர ராணுவ வீரனென்ற விதை தூவப்பட்டதால் எனக்கு அதே நினைவாக இருந்தது. ஒரு மாதம் கழித்து பிரதேச ராணுவத்தில் சேர்ந்தால் இதே அனுபவம் கிடைக்குமே என்ற எண்ணம் வலுப்பெற்றது. வாரத்தில் மூன்று நாட்கள் பயிற்சி பெறும் பகுதிநேர ராணுவம் அது. அப்பொழுது கர்னி ரோடு என்று அழைக்கப்பட்ட இன்றைய ஜாலான் சிமாராக்கில் 7ஆவது விநியோகப்படையும் 13வது போக்கு வரத்துப் படையும் பகுதிநேரப் பிரதேச ராணுவ முகாமாக இருந்தன.

ஒரு ஞாயிற்றுக்கிழமை அங்கே சென்ற பொழுது கேப்டன் சூல்கிப்ளி என்பவர் என்னை நேர்காணல் செய்து, உடனே எனது உயரம் எடையெல்லாம் கணக்கிடச் சொல்லி 7ஆவது விநியோகப் படையில் சேர்த்துக்கொண்டார். அங்கிருந்த ராணுவ வீரர்களில் எனக்கு முன்பே ஆறு தமிழர்களும் இரண்டு சீனர் களும் இருந்தார்கள். பக்கத்து 13வது போக்குவரத்துப் பிரிவில் ஏகப்பட்ட தமிழர்கள். அதில் இன்று 'தொழிலாளர்கள் நாணயக் கூட்டுறவு சங்க'த் தலைவராக இருக்கும் லட்சுமணனும் ஒருவர்.

வாரத்தில் மூன்று நாட்கள் புதன் மாலை, சனி மதியம், ஞாயிறு காலை என்று பயிற்சி தொடங்கியது. வாரத்திற்கு ஏறக்குறைய பத்து மணிநேரம் பயிற்சி. இரண்டு மாதத்திற்கு ஒரு முறை சனி, ஞாயிறுகளில் 24 மணிநேரப் பயிற்சிகள் நடக்கும். இது பெரும்பாலும் காடுகளில் நடைபெறும். பிறகு ஆண்டிற்கு ஒரு முறை இரண்டு வாரம் காடுகளில் அல்லது வெளியூர் ராணுவ முகாம்களில் நடைபெறும் பயிற்சிகள் மிகக் கடுமையானதாக இருக்கும். சில வேளைகளில் அது உல்லாசப் பயணமாகவும் அமைந்துவிடுவது உண்டு.

பிரதேச ராணுவத்தில் சேர்ந்தபொழுது இரவில் ஒரு குத்துக்கட்டையைப் பார்த்தாலும் நான் பயந்து போய் விடுவேன். எனக்கு இளமையில் சொல்லப்பட்ட பேய்க் கதைகள்தான் அடிக்கடி ஞாபகத்துக்கு வரும். பெரும்பாலும் விளக்கு வைத்த பிறகு தனியே செல்வதை நான் அதிகம் விரும்பு வதில்லை. இனம் புரியாத பயம் எப்பொழுதும் இருக்கும். 7வது விநியோகப் பிரிவில் சேர்ந்த மறுமாதமே முதன் முதலில் வார இறுதிநாள் பயிற்சிகளுக்காக எங்களைக் கோலகுபு பாருவிலும் சிலிம் ரிவரிலும் இரு பிரிவாகப் பிரித்துக் கூட்டிக் கொண்டு போனார்கள். மனதில் உற்சாகம் கரை புரண்டோடி யது. கையில் முதன் முறையாக அந்த '303' துப்பாக்கியைப்

பிடித்த பொழுது தைரியமும் பதற்றமும் இருந்தது. என்னை முதன்முறையாக நேர்காணல் செய்த கேப்டன் சூல்கிப்ளியும் மிகவும் அணுக்கமாக என்னைக் கவனிக்கிறார் என்பதை அப்பொழுதுதான் உணர்ந்தேன். ராணுவத்திற்குத் தேவை யில்லாத பயந்தாங்கொள்ளித்தனம் என்னிடம் இருப்பது அவருக்கு எப்படியோ தெரிந்துவிட்டது.

படைகளை இரு பிரிவாக பிரித்து ஒரு பகுதி எதிரி களாகவும் மறுபகுதி அவர்களை எதிர்ப்பவர்களாகவும் ஆக்கி விட்டார்கள். ராணுவ ஆயுதங்கள், உணவு மற்றும் பலவற்றை எதிரிகளை மீறி உரிய இடத்தில் சேர்ப்பிக்கும் வேலை எங்களுக்கு. சிலிம் ரிவர் கிளாப்பா பாலி எஸ்டேட்டில் மிக அடர்த்தியான காட்டுப்பகுதியில் என்னையும் வேறொருவரையும் இறக்கி பீரங்கிகள், குண்டுகள், துப்பாக்கி ரவைகள் மற்றும் பல ஆயுதங்களைப் பாதுகாக்கும் பொறுப்பை ஒப்படைத்தார்கள். இருவராக இருக்கிறோமென்ற மனத்தைரியம் இருந்தது. மாலை மங்க ஆரம்பித்தது. ஆறு ஏழு மணிக்கு உணவு வந்துவிடு மென்று கூறினார்கள். எனக்குச் சரியான பசி. குடிப்பதற்கு மட்டுமே ராணுவ அலுமிய பாட்டிலில் இடுப்பில் சொருகிய தண்ணீர் இருந்தது. 7.30 மணிக்கு ஒரு ராணுவ வாகனம் வந்தது. அதில் கேப்டன் சூல்கிப்ளி இருந்தார். என்னையும் என்னோடு இருந்த மற்ற வீரனையும் அழைத்தார்.

“உங்களுக்கான உணவை எதிரிகள் கைப்பற்றிவிட்டார்கள். இரவு உணவு கிடையாது. ஆயுதங்களை ஒருவர் மட்டுமே பாதுகாக்க வேண்டும். மற்றவரை வேறு இடத்திற்கு மாற்ற மேலிடத்து உத்தரவு” என்று கூறியவாறு எனது சக வீரரை அவரது ஜீப்பில் ஏற்றிக்கொண்டு, “ஜாக்கிரதை; தூங்கிவிடாதே!” என்று எச்சரித்துவிட்டுச் சென்றுவிட்டார்.

வாழ்க்கையில் ஒரு காட்டில் தனிமையாகப் பசியுடன் முதன் முதலில் நின்ற பொழுது எனக்கு ஏற்பட்ட அனுபவத்தை எப்படி விவரிப்பது? ஏற்கெனவே ஒரு குத்துக்கட்டையைப் பார்த்தாலே நடுங்கும் எனக்கு அந்தத் தனிமையும் இருட்டும் மிகப் பயங்கரமாக இருந்தது.

நேரம் ஆக ஆகக் காட்டுப் பன்றிகளின் உறுமலும் சில இரவுப் பறவைகளின் பயங்கரக் கூவுதல்களும் என்னை நிலை குலைய வைத்தன. அந்த ‘303’ துப்பாக்கி ஒவ்வொரு ரவையாகப் போட்டுச் சுட வேண்டும். துப்பாக்கியைக் கையில் கொடுத்து விட்டார்களே அன்றி அதற்கு முன் அதைக் கையாண்ட அனுபவம் கிடையாது. இரண்டாவது உலகப் போரில் உப யோகித்த துப்பாக்கி வகையைச் சேர்ந்தது அது. அப்போதைய

மனநிலையில் அந்தத் துப்பாக்கிதான் எனக்குப் பெரிய துணை !

பெட்டிகளாக அடுக்கப்பட்டிருந்த பீரங்கிக் குண்டுகளின் மேல் ஏறி அமர்ந்துகொண்டு கொட்டக் கொட்ட விழித்துக் கொண்டிருந்தேன். எனக்கு முன்பு இரை தேடி உறுமியவாறு காடுப்பன்றிகள் குறுக்கும் நெடுக்குமாக ஓடிக்கொண்டிருந்தன. ரோத்தான்கள் நிறைந்த சதுப்பு நிலம் அது. கொஞ்சம் கொஞ்ச மாக எனது தனிமை, பயம், பசி எல்லாமே மறந்துவிட்டது. எது நிகழ்ந்தாலும் தனியாக இருந்துதான் போராட வேண்டும். வேறு வழியே இல்லை. ஒரு பூனையைத் துரத்தும் பொழுது அது தொடர்ந்து ஓடும். இனி போராட வழியில்லை என்றதும் அது சீறிக்கொண்டு தனது கோபத்தைக் காட்டும். எனக்கும் அதே நிலைதான். எனக்குள் தானே துணிச்சலும் போராடும் மனவலிமையையும் அந்த இரவு வழங்கியது. வாழ்க்கையில் ஒரு கட்டொழுங்கை அந்த ராணுவப் பயிற்சிகள் ஏற்படுத்தின. மறுநாள் எனக்கென்று உணவு மற்றும் கேப்டன் சூல்கிப்ளியின் பாராட்டும் கிடைத்தன. அதன்பிறகு அந்தப் பிரதேச ராணு வத்தில் நான் அதிக அக்கறை காட்டிப் பயிற்சிகளில் ஈடு பட்டேன்.

இந்தோனேசியாவுக்கும் நமது நாட்டிற்கும் ஏற்பட்ட கருத்து வேற்றுமையால் பயிற்சிகள் கடுமையாக்கப்பட்டன. முதன் முறையாக நமது ராணுவத்திற்கு *'SLR' (Self Loding Rifle)* வழங்கப்பட்டது. ஈப்போவிற்குப் பக்கத்திலுள்ள ராணுவ முகாமில் தேர்ந்தெடுக்கப்பட்ட வீரர்களை இரண்டு வாரப் பயிற்சிக்கு அனுப்பினார்கள். அதில் நானும் இருந்தேன். இங்கேதான் 'மெஷின் கன்' உபயோகப்படுத்துவதில் மிகுந்த தேர்ச்சி பெற்றேன். அதை ஒரு விளையாட்டுப் பொருளை உபயோகிப்பதுபோல் என்னால் கையாள முடிந்தது.

மலேசியாவில் உள்ள அனைத்து பிரதேச ராணுவத்தி லிருந்தும் சிலரை மட்டுமே தேர்ந்தெடுத்து சில முக்கியப் பயிற்சி களுக்கு அனுப்புவார்கள். அந்த ஒவ்வொரு பயிற்சியிலும் எனது பெயர் நிச்சயமாக இருந்தது. நான் காட்டிய ஆர்வம் அதற்குக் காரணமாக இருக்கலாம்.

வாழ்க்கையில் எனக்கு மறக்க முடியாத பயிற்சி தைப்பிங் கமுண்டிங் கேம்பில் நடந்த மிகக் கடுமையான பயிற்சி ஆகும். அந்தப் பயிற்சி உடல் ரீதியானது மட்டுமல்ல மன வலிமையை – எந்தச் சூழலிலும் போராடும் குணத்தை – எனக்கு வழங்கியது. ஆறு மாதங்களில் ஒரு ராணுவ வீரன் பெற வேண்டிய அனைத்து அனுபவங்களையும் இரண்டே வாரத்தில் செய்து முடிக்க வேண்டிய கட்டாயத்தில் அந்தப் பயிற்சி அமைந்தது.

இரவு பகல் என்று கணக்கே இல்லை. மலேசியா முழுவதும் 30 வீரர்கள் மட்டுமே அந்தப் பயிற்சிக்குச் சென்றிருந்தோம். பயிற்சி ஆரம்பித்த மூன்றாவது நாள் அதன் கடுமை தாங்க முடியாமல் இருவர் மருத்துவமனையில் அனுமதிக்கப் பட்டார்கள்.

ராணுவப் பயிற்சிகள் எதிரிகளை மட்டுமல்ல சொந்த பலவீனங்களை எதிர்த்துப் போராடும் மனவலிமையையும் தரத்தக்கவை. கோழையாகவும் எதைக் கண்டும் பயப்படும் என்னை எதையும் தனித்து நின்று சாதிக்க முடியுமென்ற மனிதனாக மாற்றியது அந்த ராணுவப் பயிற்சிகள்தான்! 'எழுந்து நில்! போராடு! கடைசி வரையில் போராடு!' இது தான் தாரக மந்திரம்!

சிங்கப்பூரில் எனக்களிக்கப்பட்ட தனிப்பயிற்சிகள் – பகாங், திரங்கானு காடுகளில் நான் பெற்ற அனுபவங்கள் இன்றும் எனது போராட்டக் கேடயங்களாக இருக்கின்றன. பயிற்சிகளில் எத்தனையோ இடர்களும் சங்கடங்களும் இருக்கலாம். ஆனால் அவை மனவலிமையுள்ள ஒரு மனிதனை உருவாக்கும் ஆற்றல் பெற்றவை.

ஒரு முறை அனைத்து மலேசியப் பிரதேச ராணுவத் திற்கும் பட்டர்வொர்த்திலும் தாய்லாந்து எல்லை பெந்தோங் கிலும் பயிற்சி அளிக்கப்பட்டது. அதுவே நான் கலந்துகொண்ட கடைசிப் பயிற்சி. உணவு விநியோகத்திற்காக ரேசன்களை அளவிட்டு ஒவ்வொரு பிரிவிற்கும் அனுப்பும் பொறுப்பு என்னிடம் ஒப்படைக்கப்பட்டது. நிர்வாகம் – கணக்கு – ஒரு சின்னத் தவறுகூட நிகழாமல் பார்த்துப் பார்த்துச் செய்ய வேண்டிய பெரிய பொறுப்பு. எனக்கு உதவியாகக் கூட யாரையும் வைத்துக்கொள்ள முடியாத கடுமையான பயிற்சிச் சூழல். எனக்கே என் மேல் நம்பிக்கை ஊட்டிய பயிற்சி அது தான். இதில் மறக்க முடியாத ஒரு சோகம் பெந்தோங்கிலிருந்து திரும்பும்பொழுது ராணுவ வாகனங்களை வழி நடத்தி மோட்டார் சைக்கிளில் வந்த முருகன் என்ற நண்பர் விபத்தில் ஒரு காலை இழந்ததுதான்.

எனக்கு அந்தப் பிரதேச ராணுவத்தில் எத்தனையோ அனுபவங்கள். அதில் 1969இல் மே 13ஆம் தேதி நடந்த கலவரத் தின் பொழுது முழு நேர ராணுவ வீரனாகப் பணியாற்றும் வாய்ப்புக் கிடைத்தது. இரவு பகல் பாராது அந்த நேரத்தில் பணியாற்றிய அனுபவங்கள் ஒரு நாவல் எழுதும் அளவுக்குச் சம்பவங்கள் நிறைந்தவை.

இப்பொழுது தேசிய ராணுவப் பயிற்சி அறிமுகப்படுத்தப் பட உள்ளது. இதில் நமது இளைஞர்கள் தீவிர கவனம்

செலுத்தவேண்டும். இந்தோனேஷியக் கலவரத்தின் பொழுது அறுபதுகளில் இப்படியொரு கட்டாயப் பயிற்சி நமது இளைஞர் களுக்கு வழங்கப்பட்டது. அதில் பணியாற்றிய பல நண்பர் களை நான் அறிவேன். இன்றும் அந்தப் பயிற்சி தந்த அனுபவத் தால் அவர்கள் வாழ்க்கையில் ஒரு கட்டொழுங்கோடு வாழ்ந்து வருகிறார்கள்.

இப்பொழுது சரியான நேரத்தில் இந்தப் பயிற்சியை ஆரம்பித்திருக்கும் அரசாங்கத்தைப் பாராட்ட வேண்டும். இந்தப் பயிற்சியின் வழி வன்முறைக் கலாச்சாரம் மறையும். இளைஞர் களிடத்தில் பொறுப்புணர்வு தலைதூக்கும். கட்டொழுங்கு நிச்சயம் ஏற்படும். இதற்கு எனது அனுபவமே தக்க சான்று! வாய்ப்புக் கிடைத்தவர்கள் சந்தர்ப்பத்தை நழுவ விடாதீர்கள்.

மரணம் எப்பொழுதும் வரலாம்!

அண்மையில் மருத்துவமனையில் ஐந்தாறு நாட்கள் தங்கி அறுவைச்சிகிச்சை செய்துகொண்ட பொழுது எனக்குள் மரணத்தைப் பற்றிய ஏகப் பட்ட எண்ணங்கள் தலைதூக்கின. மருத்துவமனை யிலிருந்து அறுவைச்சிகிச்சைக்குக் கொண்டு செல்லப்படும் சில நோயாளிகளின் உடல்கள் மட்டுமே திரும்பி வரும் பொழுது, உறவுக்காரர்கள் சுற்றி நின்று கண்ணீர் வடிக்கும் பொழுது, எனக்கு மரணம் பற்றியும் எனது கடந்து போன வாழ்க்கை பற்றியும் சிந்திக்கும் வாய்ப்பு ஏற்பட்டது.

மரணம் பற்றி எனக்கு எப்பொழுதும் பயம் இருந்ததில்லை. மரணத்தைப் பல வழிகளில் நான் நேரில் பார்த்தவன். அன்புக்குரியவர்களின் மரணம் சிறிது காலம் துயரமாக இருந்து, பிறகு அது மறந்தும் போய்விடுகிறது. வாழ்க்கையின் ஓர் அங்கமாக மரணமும் கணக்கில் சேர்ந்துவிடுகிறது. என் குடும் பத்தாரிடமும் நெருங்கிய நண்பர்களிடமும் நான் அடிக்கடி கூறும் ஒரு வார்த்தை – 'டிக்கெட் எடுத்து விட்டேன். எனக்கான வாகனம் வந்தவுடன் எனது இறுதிப் பயணம் ஆரம்பித்துவிடும்!'

மரணம் பலருக்குத் துயரமானது. எனக்கோ அது மகிழ்ச்சியானது. ஒரு மனிதன் தனது

வாழ்க்கையின் எத்தனையோ அனுபவங்களை மற்றவர்களுக்கு எடுத்துச் சொல்ல முடியும் – மரணத்தைத் தவிர. நமது வேத நூல்களும், இதிகாசங்களும் பல்வேறு வகையில் மரணம் பற்றிப் பேசுகின்றன. மரணமடைந்து பிறகு உயிரோடு திரும்பிய பலரைப் பற்றி வந்த கட்டுரைகளைப் படித்துள்ளேன். ஆனால் அதில் எந்த அளவு உண்மை உள்ளது?

எமதர்மராஜா பெரிய மீசையுடன் விஜுச்சக்கரவர்த்தி போல் தனது பரிவாரங்களுடன் நின்று, என்னை வரவேற்று, எனது நன்மை தீமைகளின் பட்டியல் பார்த்து நான் சொர்க்கத் துக்குப் போவேனா, இல்லை நரகத்தில் ஏற்கனவே சென்று விட்ட எனது நண்பர்களையும் இனி நிச்சயமாக நரகத்துக்குத் தான் வருவார்கள் என்று நான் கணித்து வைத்திருக்கும் நண்பர் களையும் சந்திக்கும் வாய்ப்புக் கிட்டுமா என்பது அங்கே போனதும்தான் முடிவாகும்!

மரணபயம்

ஒருமுறை எனது நண்பர் இருதயநோய் காரணமாக மருத்துவமனையில் அனுமதிக்கப்பட்டிருந்தார். அறுவைச் சிகிச்சைக்குச் செல்வதற்கு முன் டாக்டர் அவரைப் பரிசோதித்துக் கொண்டிருந்தார். நண்பரின் முகத்தில் மரணபயம் எழுதி ஒட்டியிருந்தது.

‘டாக்டர், நான் பிழைத்துக்கொள்வேனா?’ திடீரென்று இந்தக் கேள்வியைக் கேட்டார்.

‘நாங்க முயற்சி செய்வோம்’ என்ற பதில் டாக்டரிடம் இருந்து வந்த பொழுது நண்பரின் முகத்தில் இன்னும் கலவரம் குடிகொண்டது!

நான் அவருக்கு எவ்வளவோ தைரியம் சொன்னேன். ‘மருத்துவம் மிகவும் நவீனம் அடைந்துவிட்டது. இருதய ஆபரேசன் என்பது இப்பொழுதெல்லாம் சாதாரண ஒரு கட்டியை வெட்டி எடுப்பது போல ஆகிவிட்டது. எத்தனையோ பேர் கருவிகளைப் பொருத்திக்கொண்டு உயிரோடு இன்னும் இருக் கிறார்கள்’ என்று நான் தொடர்ந்து கூறியவற்றை அவர் காதில் வாங்கிக்கொண்டதாய் தெரியவில்லை. அறுவைச்சிகிச்சை முடிந்து அவரைப் படுக்கையில் கொண்டுவந்து படுக்க வைத்தார்கள் – இரண்டு மணி நேரத்திற்குப் பிறகு அவர் உயிர் பிரிந்துவிட்டது.

அறுவைச்சிகிச்சை வெற்றிகரமாக முடிந்தும் அவரால் மரணத்தை வெல்ல முடியவில்லை. அதற்குக் காரணம் பல

சொன்னாலும், முதலில் அவரைப் பாதித்தது அவரின் ‘பயம்’ தான் என்று நான் முடிவு செய்துகொண்டேன்.

எம்.ஜி.ஆரின் மனோதிடம்

மக்கள் திலகம் எம்.ஜி.ஆருக்கு அமெரிக்காவில் சிகிச்சை அளிக்கப்பட்டது. சிகிச்சை முடிந்து நாடு திரும்பியதும் அவரோடு வந்த டாக்டர்களைச் செய்தியாளர்கள் பேட்டி கண்டார்கள் – அப்பொழுது ஒரு டாக்டர் சொன்னது இன்னும் நினைவில் நிற்கிறது.

‘எம்.ஜி.ஆருக்கு நாங்கள் சிகிச்சை செய்தது கால்வாசிதான். அவரின் மனோதிடமே இன்று மீண்டும் அவரை நடமாட வைத்துள்ளது.’

எம்.ஜி.ஆரின் வாழ்க்கையும் – இளமையில் அவர் அனுபவித்த துன்பங்களும் பிறகு திரைப்படத்தில் – அரசியலில் அவரின் துணிவும் அவரை ஒரு போராட்டவாதியாக ஆக்கி விட்டன. அதுவே அவரின் சொந்த உடலைப் பற்றியுமான போராட்டமாகவே ஆகிவிட்டது.

சில கடமைகள்

சில கடமைகளைச் செய்துவிட்டுப் போகவே மனம் கொஞ்சம் மரணத்தைத் தள்ளிப் போடும்படி கேட்கிறது. கொஞ்ச காலம் வாழும் வாய்ப்புக் கிடைத்தால் இன்னும் நாலைந்து புத்தகங்கள் எழுதி பலருக்கு எரிச்சலை மூட்டலாம். வாசகர்களோடு சண்டை போடலாம். முக்கியமாக இந்த நாட்டுத் தமிழரின் வரலாற்றோடு கலந்த நாவலை எழுதி முடிக்க வேண்டும். எனது வாழ்வின் மிக முக்கியமாக இதைத்தான் நினைத்துக்கொண்டிருக்கிறேன்.

என்னைப் பொறுத்தமட்டில் நான் கொஞ்சம் உணர்ச்சி வசப்படக்கூடியவனே தவிர, எவர் மீதும் வெறுப்பைக் கொட்டு பவன் அல்ல. எழுத்து – இலக்கியம் என்ற வட்டத்தில் நான் இல்லாமல் இருந்திருந்தால் ஓரளவு நல்ல நண்பர்களைப் பெறக் கூடிய வாய்ப்பு அதிகமாக இருந்திருக்குமோ என்னவோ!

மொட்டைக் கடிதம் எழுதி எனது பெயரைத் தேவை யில்லாமல் சில பத்திரிகைகளுக்குச் சிலர் அனுப்பியுள்ளார்கள். அவர்களுக்குத் தெரியாது எனக்கும் – அந்த சம்பந்தப்பட்ட பத்திரிகையின் உரிமையாளர்களுக்கும் –ஆசிரியர்களுக்கும் எந்தவிதமான தொடர்புகள் உண்டு என்பது. அந்த மொட்டைக்

கடிதங்கள் என்னதான் தந்திரமாக எழுதப்பட்டிருந்தாலும். அதை எழுதியவர்கள் யார் என்பதைச் சுலபமாக அறிந்திடும் வாய்ப்பு அதிகம். அப்படித்தான் இரண்டு மூன்று கடிதங் களைப் பார்க்கும் வாய்ப்புக் கிடைத்த பொழுது, எனக்குப் பெரிய ஆச்சரியமாக அவை அமையவில்லை! கோணல் புத்தியும் குறுக்கு மனமும் உடைய இவர்களை வெகுநாட் களாக நான் அறிவேன். இவர்கள் நண்பர்களாக இருந்து கொண்டு முதுகில் குத்துபவர்கள். இவர்களோடு இருப்பதும் ஒன்றுதான். இல்லாமல் பிரிவதும் ஒன்றுதான். நான் யாரைப்பற்றி எழுதுகிறேன் என்பதைச் சம்பந்தப்பட்ட 'மொட்—டைக் கடித' ஆசாமிகள் புரிந்துகொள்வார்கள் என்பது எனக்குத் தெரியும்.

மடியில் மரணம்

எனக்குப் பதினாறு வயது இருக்கும் பொழுது ஒரு மரணம் எனது மடியிலேயே கண் இமைக்கும் நேரத்தில் நடந்தது.

மிகத் திடகாத்திரமான, மாணிக்கம் என்பவர் சாலை அமைக்கும் குத்தகைத் தொழில் செய்து வந்தார். அவர் அன்பு மனைவி அவருக்குத் துணையாக இருப்பார். ஓய்வு வேளை களில் நாங்கள் தாயம் விளையாடுவோம்.

ஒரு நாள் அவ்வழியாக வந்த ஒரு சந்நியாசி குடிப்பதற்கு நீர் கேட்டார். மாணிக்கமும் குளிர்ந்த நீரை அவருக்குக் கொடுத்தார். சந்நியாசி நீரைப் பருகியதும், 'தம்பி, ரெண்டு மூன்று நாளைக்கு எங்கேயும் போகாதீர்கள். உங்களுக்கு நேரம் சரியில்லை' என்று கூறியவாறு எழுந்து சென்றுவிட்டார்.

மாணிக்கத்தின் மனைவி அவரை இரண்டு நாட்கள் வீட்டிலேயே தங்க வைத்துவிட்டார். சந்நியாசி வந்து சென்ற மறுநாள் என்னை அழைத்து, "தாயம் விளையாடலாம் வா" என்றார். என் முன்பாக அவர் அமர்ந்தார் – முதல் காயை உருட்டிய அவருக்குத் தாயம் விழுந்தது. 'ஆகா தாயம்!' என்று உரத்துக் கூவியவாறு என் மடியில் சாய்ந்தார். அவ்வளவுதான். அந்தத் திடகாத்திரமான மனிதரின் உயிர் பிரிந்துவிட்டது! அதுவும் என் மடியிலேயே! அந்த மரணம் வெகுநாட்களாக என் மனதில் பெரிய கேள்வியை எழுப்பிக்கொண்டே இருந்தது.

அந்தச் சந்நியாசிக்கு இவரின் இறப்பு எப்படித் தெரிந்தது? அதற்கு இதுவரை விடை கிடைக்கவில்லை. அதன் பிறகு எவ்வளவோ முயற்சித்தும் அந்தச் சந்நியாசியைப் பார்க்க முடியவில்லை.

இதுபோல ஏழு வயதில் எனது தாயாரின் இறப்பு, நாலைந்து ஆண்டுகளுக்கு முன் எனது தங்கையின் இறப்பு, அதன் பிறகு எனது தம்பியின் இறப்பு, எனது தந்தையின் இறப்பு, பெரிய தந்தையாரின் இறப்பு, பாட்டி, மாமா என்று வரிசையான இறப்புகளைச் சந்தித்துள்ளேன். இறப்பு எனக்கு வழக்கமாகிவிட்டது. நான் கண்ணீர் விட்டுக் கதறிய ஒரே இறப்பு தமிழவேள் கோ. சாரங்கபாணியினுடையது. என் குடும்பத்தில் இறந்தவர்களுக்காகக்கூட நான் கண்ணீர் விட்டதில்லை!

சா.ஆ. அன்பானந்தன், டான்ஸ்ரீ மாணிக்கவாசகம், துன் சம்பந்தன், முதல் பிரதமர் துங்கு, முதல் பேரரசர், இரண்டாவது பேரரசர், துன் அப்துல் ரசாக் என்று மரணம் யாரைத் தான் விட்டு வைத்தது!

எனக்குத் திருமூலரின் பாட்டொன்று மிகவும் பிடித்தது. நடைமுறை வாழ்க்கையில் அந்தப் பாடல் எவ்வளவு பொருத்தமாக அமைந்துள்ளது!

ஊரெலாம் கூடி ஒலிக்க அழுதிட்டுப்
பேரினை நீக்கிப் பிணமென்று பேரிட்டுச்
சூரையங் காட்டிடைக் கொண்டுபோய்ச் சுட்டிட்டு
நீரினில் மூழ்கி நினைப்பொழிந் தாரே!

இந்தப் பாடலைத் திரும்பத் திரும்பப் படித்துப் பாருங்கள் – மரணம் பற்றி உங்களுக்கும் பயம் போய்விடும்! எப்பொழுதாவது நாம் விடைபெறத்தான் வேண்டும். அது வேறு உலகம். ஒரு சமத்துவமான உலகமாக அது இருக்கும். அங்கே சாதி, மதம், பொறாமை, காலை வாரி விடுதல், அடுத்துக் கெடுத்தல் என்று எதுவும் இருக்காது.

சென்ற நூற்றாண்டும் பெரியாரும்

2004 செப்டம்பரில் பெரியாருக்கு 126ஆம் ஆண்டு தொடங்கியது. கடந்த நூற்றாண்டில் தமிழனுக்குப் புரட்சிமிக்க சிந்தனைகளை வழங்கிய வர்களில் பெரியாரும் ஒருவர். தமிழர்களின் அன்றாட வாழ்க்கை முறைகளில் ஏற்றத்தாழ்வும் – சுயமரியாதை இன்மையும் பெண்ணடிமைத் தனமும் – சாதிய வேறுபாடுகளும் மிகுந்திருந்த காலத்தில் பெரியாரின் சிந்தனைகள் பெரும் மாற்றத்தைக் கொண்டு வந்தன.

இவருக்கு முன்பே கேரளத்தில் நாராயணகுரு என்பவர் சாதியத்தைக் கண்டித்தவர்களில் முதன்மையானவர். தமிழகத்தில் அயோத்திதாச பண்டிதர் என்பவர் மிகக்கடுமையாகச் சாதி யத்தை எதிர்த்தவர். 'ஒரு பைசா தமிழன்' என்ற பத்திரிகையை நடத்தியவர். வடநாட்டில் அறிவு பூர்வமாக சாதியத்தை எதிர்த்தவர் அம்பேத்கர். காந்தியடிகளும் தனது வாழ்நாளில் சாதியைச் சாடியவர்தான். தாழ்த்தப்பட்டவர்களுக்கு 'ஹரிஜன்' (கடவுளின் குழந்தைகள்) என்ற பெயரைச் சூட்டி யவர். இரட்டைமலைச் சீனிவாசன் போன்றவர்கள் பெரியாரோடு இணைந்தும் பின் தனித்தும் சாதியைக் கடுமையாகச் சாடியவர்கள்.

இவர்களில் தமிழர்களின் வாழ்வில் ஓர் இயக்கமாகச் செயல் பட்டவர் பெரியார் ஈ.வெ.ரா. ஆவார்.

1954ஆம் ஆண்டு பெரியார் மலாயா வந்தபொழுது செந்தூல் பாசா ரயில்வே திடலில் ஒரு மாபெரும் பொதுக்கூட்டம் நடைபெற்றது. அதில் 20,000க்கும் மேற்பட்ட மக்கள் கலந்து கொண்டார்கள். என்னை என் பெரியப்பா அழைத்துச் சென்றார். அவ்வளவு பெரிய கூட்டத்தை என் வாழ்நாளில் அப்பொழுது தான் பார்த்தேன். அன்றிலிருந்து என் பெரியப்பா ஒவ்வொரு நாளும் பெரியாரைப் பற்றிக் கூறுவதை நான் கூர்மையாகக் கேட்பேன்.

பெரியாரின் 'குடியரசு', 'விடுதலை' மற்றும் அண்ணாவின் 'திராவிட நாடு', கலைஞரின் 'முரசொலி' போன்ற இதழ்களை வாசிக்கும் பழக்கம் எனது பெரியப்பாவுக்கு அதிகம். அவற்றை நானும் படிக்க வேண்டுமென்று வற்புறுத்திய நேரங்களில் எனது பள்ளிப் புத்தகங்களுக்கு அப்பால் அவையும் எனது வாசிப்பிற்குத் தீனி போட்டன. பெரியாரிடம் இருந்த தீண்டாமை ஒழிப்பு என்ற கொள்கையில் எனக்கு ஈடுபாடு ஏற்பட்டது போலவே அவரின் மனித நேயத்திலும் பற்று உண்டாகியது.

இந்தியாவிற்கு முதலில் வேண்டுவது 'சுயராஜ்ஜியமா? சுயமரியாதையா?' என்ற கேள்வி எழுந்த பொழுது முதலில் வேண்டுவது 'சுயமரியாதையே' என முழங்கினார் பெரியார். சுயமரியாதையின்றி சுதந்திரம் வந்தும், அது பயனில்லை என்று வாதிட்டார். சுதந்திரம் பெற்ற நாட்டில் மேலாதிக்க மக்களே பலனடைவார்கள் – மீண்டுமொரு சுதந்திரப் போராட்டத்தை நாடு தாங்காது. ஆண்டான் அடிமை என்ற நிலையில் சுதந் திரத்தை எப்படி அனுபவிக்க முடியும்?

பெரியாரின் கடவுள் மறுப்புக் கொள்கை என்பதுகூட பிற்காலத்தில் உண்டானதுதான்.

'விடுதலை' பத்திரிகையில் 14.10.1951இல் அவர் ஒரு தலை யங்கம் எழுதினார் – இது பலபேரை ஆத்திரப்பட வைத்தது. அவருக்குச் செருப்பு மாலைகள், தோரணங்கள் கட்டினார்கள். கூட்டத்தில் செருப்பு வீசினார்கள். ஒருமுறை கூட்டத்திற்குச் சென்றுகொண்டிருக்கும் பொழுது யாரோ மறைவிலிருந்து செருப்பு வீசினார்கள். ஒரு செருப்பு மட்டுமே வந்து விழுந்தது. பெரியார் செருப்பு வந்த திசையை நோக்கிக் கேட்டார்: "ஏனப்பா ஒரு செருப்பை வீசி இன்னொரு செருப்பை வீணாக்கு கிறாய்? மற்றதையும் வீசு. எனக்கு உபயோகமாக இருக்கும்."

ஒரு காலத்தில் தாழ்த்தப்பட்டவர்கள் கேரளாவில் காலில் சதங்கைகளைக் கட்டிக்கொண்டுதான் தெருவில் நடக்க

வேண்டும். சதங்கையின் சத்தம் கேட்டு உயர் சாதியினர் வேறு பாதையில் நடந்து சென்றுவிடுவார்கள். உயர் சாதி யினரைக் கண்களால்கூட பார்க்கக்கூடாது என்று அக்காலச் சமூக அமைப்பு இருந்தது. பார்த்தவன் உயர்சாதிக்காரனாக இருந்தாலும் தண்டனை கீழ்ச்சாதிக்காரனுக்குத்தான்.

மேற்கண்ட சாதியக் கொடுமையும் பார்ப்பன ஆதிக்கமும் இன்று ஒடுங்கியுள்ளன. துண்டை அவிழ்த்துக் கையில் வைத்துக் கொள்ளல், செருப்பு அணிய முடியாத நிலை, தெருவில் நடக்க முடியாத நிலை, எங்கும் எந்த உணவகத்திலும் உணவு உட்கொள்ள முடியாத நிலை, குளங்களில் நீர் எடுக்க முடியாத நிலை இன்று மாற்றியுள்ளது. ஒரு காலத்தில் 'பிராமணாள் ஓட்டல்' என்ற உணவகங்கள் இருந்தன. பெரியார் தார் பூசி 'பிராமணாள்' என்ற வார்த்தைகளை அழித்தார். இன்று யாரும் எந்த உணவகத்திலும் சாப்பிடலாம் – இந்தச் சமூக மரியாதையை ஏற்படுத்தியவர் பெரியார்.

'பெண்ணியம்' என்பதில் பெரியார் மட்டுமல்லாது பெண் விடுதலை என்பதில் பாரதியார், முத்துலெட்சுமி, பாரதிதாசன் மற்றும் ஒட்டுமொத்தப் படித்த சமூகமே இதில் ஈடுபாடு காட்டி யது. இராஜாராம் மோகன்ராய் போன்றவர்கள் 'உடன் கட்டை' ஏறுவதை எதிர்த்தார்கள் – அதில் வெற்றியும் பெற்றார் கள். முத்துலெட்சுமி ரெட்டி கோயிலில் பெண்களுக்குப் 'பொட்டு கட்டிவிடும்' அதர்மத்தை ஒழித்தார்கள். இராஜ இராஜன் காலத்தில் தஞ்சைப் பெரிய கோயில் கட்டிய வேளையில், கோயிலில் நடனமாடுவதற்கென்றே பெண்களைத் தனித்தெருக் களில் குடியேற்றினார்கள். பிறகு சமூக ஒழுக்கக்கேட்டிற்கும் விபசாரம் பெருகுவதற்கும் அது வழி கோலியது. இன்று இந்த நிலை மாறிவிட்டது. அடுப்படியில் ஒடுங்கிக் கிடந்த பெண்கள் இன்று அரசாளும் நிலைக்கு உயர்ந்துள்ளார்கள்.

1960களில் பெண்கள் சைக்கிள் ஓட்டுவதைக்கூட தமிழ் நாட்டில் பார்க்க இயலாது. கல்வி மறுக்கப்பட்டிருந்தது. இன்று சென்னைச் சாலைகளில் காரும் மோட்டார் சைக்கிளும் பெண்கள் ஓட்டுகிறார்கள். அலுவலகங்களில் பெண்களின் எண்ணிக்கையே அதிகமாகிவிட்டது. இன்று கல்வியில் அதிக மதிப்பெண்கள் பெற்று முதல் தர நிலையில் பெண்களே தேறு கிறார்கள். மருத்துவம், அரசியல், போலீஸ், நிர்வாகம், இலக் கியம் என்ற எல்லாத் துறைகளிலும் அவர்கள் முன்னேறி யுள்ளார்கள். இதில் பெரியாரின் பங்கும் உள்ளது என்பதை எவரும் மறுக்கமுடியாது.

பெரியாரியம் ஒட்டுமொத்தக் கணிப்பில் வெற்றி பெற் றிருந்தாலும் அது தொடர்கிறதா என்ற கேள்வி நம்மிடையே

எழுவது சாத்தியமே. கடந்த 35 ஆண்டுகளாகத் தமிழகத்தைத் திராவிடக் கட்சிகளே ஆட்சி செய்து வருகின்றன. பெரியாரிலிருந்து பிரிந்து வந்து தி.மு.க. அமைந்து அண்ணா, கலைஞர் என்ற இருவரின் கீழ் மாறி மாறி ஆட்சி செலுத்தியது. அதன் பிறகு எம்.ஜி.ஆரின் அ.இ.அ.தி.மு.க. இதில் பெரியாரின் தமிழ் எழுத்துச் சீர்திருத்தத்தை எம்.ஜி.ஆர். அமல்படுத்தினார்.

அரசியல் ஆதாயத்துக்காக மதவாதக் கட்சிகளுடன் கூட்டு – சாதியக் கட்சிகளுடன் கூட்டு என்று தி.மு.க மாறி பெரியாரின் கொள்கைகளைக் கூர்மைப்படுத்தாமல் ஒதுங்கி விட்டது. எதிர்காலக் கலைஞரின் வரலாற்றில் இவை கரும் புள்ளிகளே! இன்று பெரியாரின் திராவிடக் கழக வீரமணியும் குறுகிய அரசியலில் அங்கேயும் இங்கேயுமாகத் தடம் மாறிப் பயணித்துக்கொண்டிருக்கிறார்.

பெரியாரின் கொள்கைகள் ஆழ்ந்த சமூக அக்கறையில் பிறந்தவை. உண்மையான மாற்றத்திற்கு மனப்பூர்வமான – மிகத்துணிச்சலான பார்வையில் அவரின் கொள்கைகள் பேசப்பட்டன. சாக்ரடீஸ், பிளாட்டோ, அரிஸ்டாடில் போன்ற தத்துவம் சார்ந்து அவரைக் கணிக்க முடியாது. இன்றைய நவீன வாழ்க்கை அமைப்பில் பெரியாரின் சுயமரியாதை – சமதர்மம் எந்த அளவு கலந்துள்ளது என்பதை ஒரு நீண்ட ஆய்வுக்கு உட்படுத்தினால் அதற்கான விடைகள் கிடைக்கக் கூடும்.

தமிழுக்குச் செம்மொழித் தகுதி...

தமிழ் செம்மொழியாக்கப்பட்டதன் விளைவாக உலகமெங்கும் மகிழ்ச்சியும் பூரிப்பும் கொண்டு தமிழ்க்கூட்டங்கள் நடத்தப்படுகின்றன. 'செம்மொழி' என்ற நிலை கிடைத்ததால் ஏதோ ஒரு பெரிய பாம்பு வந்து நமது அனைத்துத் தாழ்வு நிலைகளையும் ஒரே வீச்சில் விழுங்கி ஏப்பம் விட்டுத் தமிழை உலக நிலைக்கு உயர்த்திவிடுமென்று கனவு காண்கிறார்கள்.

தமிழ் செம்மொழியானதால் நமக்குள்ள சாதக பாதகங்களை இவ்வேளையில் அறிவுபூர்வமாகச் சிந்திக்க வேண்டிய சூழலில் நாம் உள்ளோம். உணர்ச்சிவசப்பட்டு கோஷங்கள் போடுவது நமக்கு எப்போதுமே பழக்கமானதுதான். தமிழ்மொழியை – அதன் இலக்கியத்தை உலகத் தரத்தில் உயர்த்துவதற்கு நம்மவர்கள் என்ன செய்துள்ளார்கள்?

பிறமொழிக்காரர்கள் தமிழையும் அதன் தொன்மையையும் புரிந்துகொள்வதற்கும் நம்மவர்கள் ஏதும் முயற்சிகள் மேற்கொண்டுள்ளார்களா? உண்மையில் தமிழ்மொழியைத் தனிமைப்படுத்தி ஆய்வுகளும், நூல்களும் எழுதப்பட்டுள்ளன. காலம் காலமாக இந்தத் தனிமைப்படுத்துதல்

என்பதாலேயே நமது மொழியின் மகத்துவம் மற்றவர்களுக்குத் தெரியாமல் இருந்துள்ளது!

ஏனோ வடமொழியின்மேல் அளவுக்கதிகமான வெறுப்பைத் தமிழ் அறிஞர்களும் அரசியல்வாதிகளும் காலம் காலமாக ஏற்படுத்திவிட்டார்கள். ஒரு மொழியின் மேல் இவ்வளவு வெறுப்பையும் ஆவேசத்தையும். உலகில் வேறு எந்த மொழிக் காரர்களும் செய்திருப்பார்களா என்பது சந்தேகமே! இன்று மலேசியாவில் ஆங்கிலம், மலாய், ஏன் சீனம்கூட நம்மவர்கள் படிக்கிறார்கள். ஆனால் நூற்றாண்டுக் காலமாகத் தமிழோடு கலந்துவிட்ட சமஸ்கிருதத்தை ஏனோ வெறுக்கிறார்கள். அமெரிக்காவின் சிகாகோ பல்கலைக்கழகத்தில் இந்தியாவைப் பற்றிப் படிக்க வேண்டுமானால் அங்கே தமிழும் சமஸ் கிருதமும்தான் பாடமாக உள்ளன.

சமஸ்கிருதத்தை ஒதுக்கியதால் தமிழனுக்கும் தமிழுக்கும் தான் நஷ்டம். தமிழ் தனித்து இயங்கவல்லது என்பது உண்மை தான். அதற்காக உலகில் ஏற்பட்டுள்ள புதிய கண்டுபிடிப்பு களையும் மற்ற மொழிகளின் வளத்தையும் தமிழ் பெறாமல் போவது என்ன நியாயம்?

ஆங்கில மொழி இன்று உலகில் பெரும்பகுதியினர் பேசும் மொழியாக உள்ளது. அனைத்து அறிவியல் துறைகளிலும் அது சிறந்து விளங்குவதற்குக் காரணம் எந்த மொழியில் எந்தச் சொல் இருந்தாலும் அது தனதாக்கிக்கொள்கிறது. வரிவடிவமே இல்லாத மலாய் மொழி, கடந்த 1957ஆம் ஆண்டு சுதந்திரத்திற்குப் பிறகு அறிவியல், மருத்துவம், சட்டம், இலக்கியம் என்று எல்லாத் துறைகளிலும் இன்று பயன்படும் மொழியாக உருவாகியுள்ளது. இதற்குக் காரணம் அது எல்லா மொழிச் சொற்களையும் உள்வாங்கிக்கொள்ளும் தன்மையினால் தான்.

தமிழனால் தமிழுக்கு வரக்கூடிய பல புதிய விசயங்கள் வராமல் போனதற்குக் காரணம் தமிழைத் தனிமைப்படுத்தி ஆராயும் செயலால்தான். இதனால் பிற துறையைச் சார்ந்தவர் களுக்குத் தமிழால் கிடைக்க வேண்டிய அறிவோ ஒளியோ கிடைக்காமலேயே போய்விட்டது. தமிழ்!... தமிழ்! என்ற முழக்கம் இருந்த அளவு அதை வேற்று மொழிக்காரர்களுக்கு எடுத்துச் சொல்லும் திறனும் முயற்சியும் நம்மிடம் இருந் துள்ளதா? தமிழில் வந்த மொழியியல் நூல்கள்கூட மொழியியல் வல்லுனர்களுக்காக எழுதப்பட்டுள்ளனவே தவிர, சாதாரண மக்களுக்காக அவை அமையவில்லை. தமிழில் இதுவரை வந்த ஆய்வுகள், தொடர் மரபுக்கதைகள், அதன் இலக்கணம்,

இலக்கியம் அனைத்துமே கடந்த 120 ஆண்டுகளில் பல்கலைக் கழகங்களின் வளாகத்துக்குள்தான் சுற்றிச் சுற்றி வந்துள்ளன.

மலேசியாவில் தனிநாயக அடிகளாரின் பெருமுயற்சியால் நடந்த முதலாவது தமிழாராய்ச்சி மாநாடு ஒரு புதிய உத்வேகத்தையும் தமிழ்மொழியின் மீதிலான புதிய பார்வை களையும் ஏற்படுத்தியது என்பது மறுக்க முடியாத உண்மை. தமிழைத் தாய் மொழியாகக் கொள்ளாத பிற மொழிக்காரர்கள் பலர் பல நாடுகளில் தமிழை முறையாகப் பயின்றுள்ளார்கள் என்பதும் ஆய்வு செய்துள்ளார்கள் என்பதும் அப்பொழுது தான் பலருக்குத் தெரிய வந்தது.

ஜீன் பிலியோஸா என்ற தமிழறிஞர் வேற்று மொழிக் காரராக இருந்தாலும், முதல் மூன்று தமிழாராய்ச்சி மாநாடு களில் பெரும் பங்காற்றினார். அவரின் கூற்றுப்படி உலகின் சில பல்கலைக்கழகங்களில் சமஸ்கிருதத்திற்கு இருந்த தனித்துவம் தமிழுக்கு இல்லாமல் இருந்தது என்பதுதான். இதற்குக் காரணம் சமஸ்கிருதம் செம்மொழி *(Classical Language)* என்ற அந்தஸ்து பெற்றதுதான். சமஸ்கிருதம், கிரேக்கம், லத்தீன் போன்ற பழைய மொழிகளுக்கிணையான பழமையும் இலக்கிய இலக்கண வளமும் கொண்ட மொழி தமிழ்.

இன்று பல்வேறு நாடுகளில் சமஸ்கிருதத்தின் கீழோ அல்லது கீழ்த்திசை மொழிகளில் ஒன்றாகவோதான் தமிழ் பயிலப்பட்டு வந்தது. இப்பொழுது செம்மொழி என்ற நிலையடைந்துள்ள தால், இனி தமிழுக்கென்று தனித்துறைகள் ஏற்பட வாய்ப்புகள் பிரகாசமாக இருக்கின்றன.

நமது மொழி சார்ந்த ஆய்வுகளைப் பார்க்கும் பொழுது, நான் முன்பே கூறியது போல் தமிழ்மொழியைத் தனித்து ஆய்வுகள் செய்வதுதான் நடைமுறையில் இருந்துள்ளது. நமது தமிழாராய்ச்சி மாநாடுகள், மொழிக்குச் செய்த நன்மைகளை விட, ஏ.கே. ராமானுஜம் போன்றவர்கள் ஆற்றிய பங்கினை இங்கே நன்றியுடன் நாம் நினைத்துப் பார்க்க வேண்டும்.

சிகாகோ பல்கலைக்கழகத்தில் பணியாற்றிய ஏ.கே. ராமானுஜம் அவர்கள், சங்கப் பாடல்களை ஆங்கிலத்தில் மொழி பெயர்த்தார். மிகச்சிறந்த ஆங்கில அறிவு பெற்ற அவர், காலத்தின் கட்டாயத்தின் பெயரால் தானே தமிழ் படித்து இந்த மொழிபெயர்ப்பைச் செய்தார். இதன்வழி ஒரு பண் பாட்டில் தோன்றிய பழைய சங்கப் பாடல்களை மற்றொரு பண்பாட்டிற்கும் மொழிக்கும் கொண்டு வந்தது மிகப்பெரிய அரிய விசயமாகும். உலக அரங்கில் மாற்று மொழிக்காரர்கள் இன்று சங்க இலக்கியத்தைப் புரிந்துகொள்வதில் இராமா

னுஜத்தின் சாதனையைப் பற்றி நம்மில் எத்தனை பேருக்குத் தெரியும்?

*70*களில் பேராசிரியர் இலக்குவனார் இங்கே மலேசியாவிற்கு வந்திருந்தார். அவரோடு பல ஊர்களுக்குப் பயணிக்கும் வாய்ப்பு எனக்கு அப்பொழுது கிடைத்தது. தொல்காப்பியத்தை ஆங்கிலத்தில் மொழிபெயர்க்கும் வேலையில் அவர் தீவிரமாக இருந்தார். *1998*ஆம் ஆண்டு தமிழ்நாட்டில் எதேச்சையாக ஒரு விழாவில் இலக்குவனாரின் மகன் பேராசிரியர் இ.மறைமலை அவர்கள் அந்த ஆங்கிலத் தொல்காப்பிய நூலை எனக்குப் பரிசாக அளித்தார். அந்நூலைச் சில தமிழர்களிடம் காட்டியபொழுது, அப்படி ஒரு நூல் வந்திருப்பதே அவர்களுக்குத் தெரியாமல் இருப்பது எனக்கு ஆச்சரியத்தைத் தரவில்லை.

இன்று மொழியியல் துறையில் மிகச்சிறந்தவராக இருக்கும் பேராசிரியர் இ.அண்ணாமலை போன்றவர்களை நாம் வாழும் காலத்தில் பெற்றிருப்பது மிகப்பெரிய பேறு. அவர் சிக்காகோ பல்கலைக்கழகத்திலும் அதன் பிறகு மைசூரிலும் பணியாற்றி இப்பொழுது ஓய்வு பெற்றுள்ளார். இ.அண்ணாமலை அவர்களும், ஏ.கே.இராமானுஜம் அவர்களும் இணைந்து எழுதிய *Tamil Reference Grammer* என்ற நூல் வேற்று மொழிக்காரர்கள் தமிழ் படிக்கப் பேருதவி செய்துள்ளது. *Colloquial Tamil* என்ற மற்றொரு நூலையும் இ.அண்ணாமலை, ரொனால்டு ஆஷர் இருவரும் சேர்ந்து எழுதியுள்ளார்கள்.

வெறும் 'தமிழ் . . . தமிழ்' என்ற வெற்று முழக்கமிடுதல் மூலம் நமது மொழியைக் காப்பாற்றிவிட முடியாது. மேற்கண்டவர்கள் செய்வதுபோல் நமது ஆக்கங்களை மொழிபெயர்ப்பதிலும் மற்றவர்களுக்கு உணர்த்துவதிலும் நாம் கவனம் செலுத்த வேண்டும்.

இன்று ஊடகங்களிலும் திரைப்படத்துறையிலும் நமது மொழி எந்த நிலையில் உள்ளது?

தமிழ்ப்படங்களின் பெயர்களிலும், திரைப்படப் பாடல்களிலும் ஏகப்பட்ட ஆங்கில வாடை வீசுகிறது. ஆங்கிலமும் தமிழும் கலந்து பேசும் தன்மையால் தமிழின் உண்மைத் தன்மை காணாமல் போய்விடும்.

ஒரு காலகட்டத்தில் தமிழ்மொழியின் உச்சரிப்புகள் கொஞ்சம் மாற்றிப் பேசியதால்தான், கன்னடம், தெலுங்கு, மலையாளம் என்று வேறு மொழிகள் உண்டாயின. இதே போல் இப்பொழுது ஆங்கிலம் கலந்து பேசுவதாலும் மலேசியாவில் மலாய் கலந்து பேசுவதாலும், தமிழ் தனது சிதைவு

களைத் தானே தேடிக்கொள்ளும். எதிர்காலத்தில் அது தமிழல்லாத வேறு ஒரு மொழியாக உருவாகக்கூடும்.

இங்கே மற்றொரு விசயத்தையும் இவ்வேளையில் நாம் கவனத்தில்கொள்ள வேண்டும்.

லத்தீன், கிரேக்கம், சமஸ்கிருதம் போன்ற மொழிகள் செம்மொழியானதற்கும், தமிழ்மொழி செம்மொழியாகியிருப்ப தற்கும் சில வேறுபாடுகள் உண்டு.

தமிழைத் தவிர்த்து மற்ற செம்மொழி அங்கீகாரம் பெற்றவை இன்று பேச்சு வழக்கில் இல்லை. அவற்றிற்கு இன்றைய நவீன இலக்கிய நிலையும் இல்லை. ஆனால் தமிழ் செம்மொழி என்ற நிலையிலும் இன்றைய நவீன மொழி என்ற நிலையிலும் உள்ளது. செம்மொழி என்ற எதார்த்தத்தில் நவீன மொழி என்ற நிலையை நாம் இழந்துவிடாமல் இருக்க வேண்டும்.

செம்மொழி என்ற நிலை நமக்குச் சில அரசியல் காரணங் களுக்காக வந்திருக்கலாம். அதனால் அரசியல்தான் செம் மொழியைத் தந்தது என்ற வீண் ஆர்ப்பாட்டங்கள், மீண்டும் தமிழாராய்ச்சி போன்ற மாநாடுகளின் நிலைக்குத்தான் இதைக் கொண்டு போகும்.

இதுவரையில் நாம் நமது மொழியின் உயர்வுக்காகச் செய்ததைவிட, இனி செய்ய வேண்டியது மிக அதிகம். மொழி பெயர்ப்புகள் இதில் முக்கியப் பங்காற்றும். இதற்கான ஆக்க வேலைகளை நமது பல்கலைக்கழகங்கள்தான் செய்ய வேண்டு மென்பதில்லை. பொது இயக்கங்கள், கல்வி வாரியங்கள், மொழியறிஞர்கள், பத்திரிகைகள் என்று பல்வேறு தளங்களில் நாம் இயங்க வேண்டியுள்ளது.

செம்மொழி என்பது மொழி சார்ந்தது மட்டுமல்ல. அந்த மொழியைச் சிறப்பாகக் கையாளும் எழுத்தாளர்கள், கவிஞர்கள், கலைஞர்கள், பேராசிரியர்கள், கல்விமான்கள் போன்றவர்களையும் உள்ளடக்கியதுதான். எந்த ஒரு மொழியும் தனது இலக்கியவாதிகளை மதிக்காமல் இருந்ததில்லை. இலக்கியவாதிகளை மதித்த நாடுகளும், மொழிகளும் இன்று உலகின் உன்னத இடத்தில் இருக்கின்றன.

‘செம்மொழி’ என்ற நிலையில் இங்கேயும் நமது நாட்டில் இலக்கியவாதிகள் மதிக்கப்பட வேண்டும். மொழியின் செழுமைக்கும் அதன் இலக்கிய நயத்துக்கும் எழுத்தாளர்களே பெரிய பங்காற்ற முடியும். அப்படிப் பங்காற்றுகின்றவர்களுக்கு ஓர் அங்கீகாரத்தை இந்தச் சமூகம் தருவதற்குக் கடமைப் பட்டிருக்கிறது.

'செம்மொழி' என்பது ஓர் இரவில் உலக அங்கீகாரத்தைப் பெற்றுத் தந்துவிடாது. உழைக்க வேண்டும். பேசுவதில், எழுது வதில் தமிழை அடுத்த நிலைக்கு நாம்தான் நகர்த்த வேண்டும்.

‘வாஸ்து சாஸ்திரம்’ அறிவியலா?

‘வாஸ்து சாஸ்திரம்’ என்று வடமொழியிலும் ‘மனையடி சாஸ்திரம்’ என்று தமிழிலும் கூறப்படும் சாஸ்திரம் அறிவியல் சார்ந்தது என்று இன்று கூறப்படுகிறது. அறிவியல் காலந்தோறும் மாறக்கூடியது. மறு ஆய்விற்கும் மாறுதலுக்கும் உரியது.

வானொலி, தொலைக்காட்சி, தொலைபேசி, விமானம், ராக்கெட் என்று அறிவியல் மிகப்பெரிய மாறுதல்களைப் பெற்றுள்ளது. மிக அண்மையக் காலத்தில் நம் கண்ணெதிரே சந்தைக்கு வந்த கைத் தொலைபேசியில்தான் எவ்வளவு மாறுதல்கள் முன்னேற்றங்கள்.

Remote Control System என்பது ஒரு பட்டனை அழுத்தியவுடன் கதவுகள் திறந்து கொள்வது, மின்கம்பி இன்றியே தொலைபேசியில் தொலை தூரங்களுக்கு பேசுவது, அனைத்துமே விண்வெளி ராக்கெட்டுகளில் மனிதர்கள் பயணம் செய்த பிறகு தான் நடைமுறைக்கு வந்தன. முதலில் இவை வெற்றிகரமாக ராக்கெட்டுகளில் செயல்பட்டதன் விளைவாக இன்று சாதாரண மனிதனும் உபயோகிக் கும் அளவு விரிவடைந்துள்ளன. அறிவியல் மனித

னுக்கு மாற்றங்களுடன் உதவி வருகிறது. ஆனால் மனையடி சாஸ்திரம் அப்படி மாற்றம் பெற்றுள்ளதா? இந்தக் கேள்வியை அறிவுபூர்வமாகச் சிந்திக்கிறவர்களுக்கு நிச்சயம் பதில் கிடைக்கும்.

இந்த 'வாஸ்து சாஸ்திரம்' மிகப்பெரிய 'ஹம்பக்' என்பதை வரலாற்றுபூர்வமாக உங்களுக்குச் சொல்வது என் கடமை.

சென்னைக் கடற்கரையில் இரண்டாவது தமிழாராய்ச்சி மாநாட்டின் பொழுது, கண்ணகிக்கும் சிலை வைக்கப்பட்டது. அதன் உக்கிரம் ஜெயலலிதா ஆட்சிக்கும் வரப்போகிற தேர்தல் களுக்கும் சரியாக அமையாது என்று வாஸ்து சாஸ்திர நிபுணர்கள் கணித்துச் சொன்னார்கள். இரவோடு இரவாகக் கண்ணகி சிலையை ஜெயலலிதா அகற்ற உத்தரவிட்டார். இதனால் அவர் நடந்து முடிந்த நாடாளுமன்றத் தேர்தலில் 40 இடங்களையும் இழந்ததுதான் மிச்சம்! கலைஞரின் வெற்றி அவர் யாரோடு கூட்டு வைத்தார் என்பதில்தான் அமைந்தது. கலைஞரின் இதே கட்சிகளோடு முன்பு தேர்தலில் கூட்டு வைத்திருந்ததால் ஜெயலலிதா வெற்றிபெற முடிந்தது.

ஹைதராபாத் தொழில்நுட்பப் பல்கலைகழகத்தைச் சேர்ந்த கட்டடக்கலைத்துறைப் பேராசிரியர் ஆர்.வி. கால்ஹ தாட்தார் அண்மையில் இந்திய தேசியக் கருத்தரங்கில் 'வாஸ்து சாஸ்திரமும் கட்டடக்கலையும்' என்ற தலைப்பில் பேசும் பொழுது, "கட்டடக்கலை பற்றிய வரலாற்றைப் படிப்பவர்கள் பழைய சாஸ்திரங்களின் வழி 'வாஸ்து சாஸ்திரம்' என்ற ஒன்று இருந்தது என்பதை அறிய முடியும். அவற்றைப் பின் பற்றிக் கட்டடங்களை எழுப்பினார்கள் என்பதை அறிந்து கொள்ளலாமே தவிர, 'வாஸ்து சாஸ்திர'த்தை இன்னும் பின் பற்றுவது – அதன் அடிப்படையில் இருக்கிற கட்டடத்தை இடித்துத் தகர்த்துவதும் புதிதாகக் கட்டுவதும் – அறிவுடைமை ஆகாது" என்று கூறியுள்ளார்.

வாஸ்து ஜோதிடர்களின் கணிப்பு சரியாக இருக்கு மானால் இன்று ஐ.நா.சபைக் கட்டடம் முதல் நமது இரட்டைக் கோபுரம் வரை இடித்துவிட்டு புதிய கட்டடங்களை எழுப்ப வேண்டும். இது சாத்தியமா? இன்று மேல் நாட்டில் வெற்றி கரமாகச் செயல்படும் அனைத்துக் கட்டடங்களும் வாணிப வளாகங்களும் மனையடி சாஸ்திரப்படி கட்டப்பட்டவையா? கொஞ்சம் கேள்வி கேட்டு உங்களுக்குள்ளேயே சிந்தித்துப் பாருங்கள்.

இங்கே மற்றொரு உதாரணத்தை உங்கள் முன் வைப்பது என் கடமை என்று நினைக்கிறேன். என்.டி.ராமராவ் அரசிய

லுக்கு வருவதற்கு முன் கோடிகோடியாகத் திரைப்படத் துறையில் சம்பாதித்தவர். கிருஷ்ணன் வேடத்திற்கு அவரைவிட மிகப்பொருத்தமான நடிகர் அவருக்கு முன்னுமில்லை, பின்னு மில்லை. அரசியலுக்கு வந்த அவர் ஆந்திராவின் முதலமைச்ச ராகச் செல்வாக்குடன் இருந்தார். நடிகராக எந்த வீட்டில் இருந்தாரோ அதே வீட்டில்தான் முதலமைச்சராகவும் வாழ்ந்து வந்தார். நடிகராக இருந்த காலத்தில் அவரின் வீடு ஒரு புண்ணியக் கோயிலாக ஆந்திர ரசிகர்களால் ஆராதிக்கப் பட்டது. ஒவ்வொரு நாளும் ஆயிரக்கணக்கான ரசிகர்கள் பஸ்களில் வந்து அவரைக் கண்டு சென்றார்கள்.

ஒரு வாஸ்து ஜோதிடரின் பேச்சைக் கேட்டுத் தனது வீட்டு வாயிலின் திசையை வடக்கிலிருந்து தெற்குத்திசைக்கு மாற்றினார். பல லட்சம் செலவு செய்து வடதிசையில் இருந்த அனைத்துக் கட்டடங்களையும் இடித்து தெற்குத் திசைக்கு மாற்றினார். வாயில் பாதை அனைத்தும் மாற்றப்பட்டது. இந்தத் திசை மாற்றத்துக்குப் பிறகு வாஸ்து நிபுணரின் கூற்றுப் படி அவர் மகத்தான வெற்றிகளைப் பெற்றிருக்க வேண்டும். நடந்தது என்ன . . .?

வாயிலின் திசை மாற்றத்திற்குப் பிறகு ஐந்தே மாதங்களில் இருந்த பதவியையும் செல்வங்களையும் இழந்தார். அது மட்டுமல்ல, அவரின் உயிரும் சிறிது காலத்துக்குப் பிறகு பிரிந்தது! இந்தியாவில் இவர் மட்டுமல்ல, பலபேர் இப்படி ‘வாஸ்து சாஸ்திர’த்தில் மிகுந்த நம்பிக்கை கொண்டுள்ளார்கள். பெரிய அரசியல் தலைவர்கள், கல்வி கற்ற பேராசிரியர்கள், தொழிலதிபர்கள், சாதாரணக் குடிமக்கள் யாரும் இதில் விதிவிலக்கல்ல.

இந்த ‘வாஸ்து சாஸ்திர’த்தில் இன்னொரு வேடிக்கை என்னவென்றால் இந்த அறையை அங்கேயும் அந்த அறையை இங்கேயும் மாற்றி வைக்கச் சொல்லுவார்கள். படுக்கையறை, சமையல் அறை, முன்கூடம் எல்லாம் சொல்லப்பட்டுள்ளது, ஆனால் கழிவறை பற்றி இது பேசுவதே இல்லை. முற்காலத் தில், ஏன் இன்றுகூட, கழிவறை இல்லாத பல வீடுகளைத் தமிழகத்தின் கிராமங்களில் நான் பார்த்துள்ளேன். கழிவறை வசதிகளுக்காகப் பொது இடங்களுக்குச் செல்வதைத் தமிழ்ப் படங்களில் நீர் நிறைந்த செம்புடன் அலைவதை நமது வாசகர்கள் பார்த்திருக்கலாம்.

அறிவியல் வளர்ந்துவிட்ட இந்நாளில் கழிவறை மிக அவசியமாக வீடுகளில் அமைந்துள்ளது. ஒன்றுக்கு மூன்று கழிவறைகள் கொண்ட வீடுகள் இன்று சர்வசாதாரணம். ஆனால் ‘வாஸ்து சாஸ்திர’த்தில் கழிவறை பற்றிப் பேச்சே இல்லை. அமெரிக்கப் பெண்மணி காதரின் மேயோ என்பவர்

'There is no latrine in India. But India itself is a vast latrine' என்று கூறினார். கழிப்பறைகள் வாஸ்து சாஸ்திரத்தில் சொல்லப்படவில்லை என்பதற்காகக் கட்டாமல் விட்டால், மேற்கண்ட நிலைதான் உருவாகும்.

மயன் என்ற ஆசிரியர்தான் 'வாஸ்து சாஸ்திர'த்தை எழுதியவர் என்று கூறப்படுகிறது. 'வாஸ்' என்ற சொல்லுக்கு 'வசி', 'இரு' என்ற தமிழ்ப்பதம் சொல்லப்படுகிறது. வசிப்பதற்கும் இருப்பதற்குமான இந்த 'வாஸ்து சாஸ்திரம்' சாதிய அடிப்படையில் கூறப்பட்டுள்ளது என்பதுதான் நாம் மிகவும் கவனிக்க வேண்டிய மற்றொரு இடர் தரும் பகுதி.

மனையடிகளை அளந்து பார்க்கும் அளவுகோல் மரங்கள். எந்தெந்த சாதிக்கு எந்த அளவுகோல் என்று 'வாஸ்து சாஸ்திர'த்தில் தெள்ளத் தெளிவாகக் கூறப்பட்டுள்ளது.

பிராமணருக்கு மூங்கில். க்ஷத்திரியனுக்கு ஆச்சாமரம். வைசியனுக்குத் தேக்குமரம். சூத்திரனுக்கு வேங்கைமரம் என்று அளவுகளிலும் சாதியம் பார்க்கிறது 'வாஸ்து சாஸ்திரம்'. இது மட்டுமல்ல. மேற்கண்ட மரத்தாலான அளவுகோல்கள் சாதியம் அடிப்படையில் பெரிதாகவும் சிறிதாகவும் இருக்கும் படி அது சொல்கிறது. இது மட்டுமல்ல. அளவிடும் கயிறுகளும் சாதிய அடிப்படையில் அமைந்துள்ளன. பிராமணன், க்ஷத்திரியன் இவர்களுக்கு மூன்று பிரிவுகள் கொண்ட கயிறு. இதை முப்பிரிவுக் கயிறு என்றும் சொல்லலாம். வைசியன் சூத்திரன் இவர்களுக்கு இரண்டு பிரிவுக்கயிறு.

இதில் மற்றொரு பிரிவையும் படித்தால் உங்களுக்கு 'வாஸ்து சாஸ்திரம்' என்பது அதிர்ஷ்டத்தைக் கொண்டு வருவதைவிட, உங்கள் சாதி என்ன என்பதை உடனே தெரிந்து கொள்ளும் அளவு வீடு கட்டும் மண்ணின் நிறத்தைக்கூடப் பிரித்து வைத்துள்ளார்கள். பிராமணர்களுக்கு வெள்ளை, சத்திரியர்களுக்குச் சிவப்பு, வைசியர்களுக்குப் கறுப்பு அல்லது பாசி (பச்சை) படர்ந்த காட்டு நிலம்! இவற்றை எந்த வாஸ்து நிபுணனாவது உங்களிடம் சொல்லியுள்ளானா? இது மறைத்தே வாசிக்கப்படும் உங்களிடம். வீட்டுச்சுவரின் நிறம்கூட சாதிய அடிப்படையிலேயே இருக்க வேண்டும் என்று இந்த வாஸ்து சொல்கிறது! உங்களின் வீட்டை மண்ணின் நிறத்தாலும் சுவரின் வர்ணத்தாலும் மாற்றியமைத்து, 'நான் இன்ன சாதியைச் சேர்ந்தவன்' என்று நமது தமிழ்ச்சமூகம் அடையாளப்படுத்தப் போகிறதா?

இன்னும் ஏகப்பட்ட மூடப்பழக்க வழக்கங்கள் இந்த 'வாஸ்து சாஸ்திர'த்தில் உள்ளன. சுருக்கம் கருதி சில முக்கியமானவற்றை இங்கே குறித்துள்ளேன்.

‘கிராம சேத்திர நிர்ணய ராஜகோத்ர ஸ்வரூப லட்சணம்’ எனும் வடமொழி வாசகம் வீடு கட்டும் நிலத்தின் அளவு பற்றிப் பேசுகிறது. 6 அடி நன்மை, 7 அடி தரித்திரம் – நோய், 9 அடி பீடை – ஆயுள் குறைவு – மனைவி மரணம், 25 அடி மனைவி மரணம், 38 அடி பிசாசு குடியிருக்கும், 42 அடி அஷ்டலட்சுமி வாசம், 44 அடி கண்பார்வை அழியும்! என்னே அறிவியல் விளக்கம்!

கதவுகள் திறக்கும்பொழுது ஏற்படும் ஒலிகளுக்குக்கூட ‘வாஸ்து சாஸ்திர’த்தில் பலன்கள் சொல்லப்படுகின்றன. சுவர்களின் அளவும், அதனால் ஏற்படும் பலன்களும் கூறப் படுகின்றன. ‘வாஸ்து சாஸ்திரம்’ ஒரு வகையில் வர்ணம் (சாதி) பற்றிய சாஸ்திரம்தான்.

இதை யாரும் உங்களிடம் சொல்லமாட்டார்கள் – சொன்னால் சில்லறை சேர்க்க முடியாதே!

* 9 7 8 8 1 8 9 3 5 9 5 5 3 *
FCW - #0018 - 061026 - C0 - 216/140/14 - PB - 9788189359553 - Matt Lamination